MW00478249

ĐỪNG LÃNG PHÍ CUỘC ĐỜI

JOHN PIPER

TIEN PHONG MINISTRIES

Các sách khác của John Piper
đã chuyển ngữ sang tiếng Việt

Liều lĩnh là đúng
Nhìn thấy và say mê Jêsus Christ
Vi-rút Corona và Đấng Christ
Hãy để mọi dân tộc reo vui
Đói khát Đức Chúa Trời
Khi tôi không khao khát Chúa
Kinh ngạc vì Đức Chúa Trời

Đừng lãng phí cuộc đời
Bản quyền © 2003 của Desiring God Foundation
Được xuất bản bởi Crossway, là Mục vụ xuất bản sách của Nhà
xuất bản Good News tại Wheaton, Illinois 60187, U.S.A.
Ấn phẩm nầy là hợp đồng xuất bản do Crossway thực hiện. Bản
quyền đã được cấp phép. Mọi hành vi sao chép hoặc in ấn dưới
hình thức thương mại đều không được phép và phải thông qua đối
tác đã được cấp phép của nhà xuất bản Crossway là Mục vụ Tiên
Phong. Nếu vi phạm sẽ bị xử lý bằng pháp luật hiện hành.
Xuất bản đầu tiên bằng tiếng Việt vào năm 2020.
Dịch giả: Daniel Doan
Thiết kế bìa: Mục vụ Tiên Phong
Các câu Kinh Thánh được trích dẫn từ Bản dịch Truyền thống 1926
và Bản dịch Truyền thống Hiệu đính 2010 do Thánh Kinh Hội cho
phép sử dụng.
Mục vụ Tiên Phong chịu trách nhiệm xuất bản tựa sách nầy theo
hợp đồng với Crossway cho người Việt. Mọi hình thức sao chép
hoặc in ấn đều phải thông qua Mục vụ Tiên Phong hoặc Nhà xuất
bản Crossway. Nếu vi phạm sẽ bị xử lý bằng pháp luật hiện hành.
Các câu Kinh Thánh được tác giả sử dụng trong quyển sách nầy đã
được Mục vụ Tiên Phong trích từ Bản dịch Truyền thống và Bản
dịch Hiệu đính do Thánh Kinh Hội cho phép sử dụng.

Trao tặng
Louie Giglio và tấm lòng
nhiệt thành mà ông muốn thế hệ
ngày nay nhận biết Đức Chúa Jêsus Christ.

MỤC LỤC

LỜI TỰA

Tin hay không thì hình ảnh của Bob Dylan đang ở trong câu chuyện nầy. Lý do tôi nhắc đến Dylan là vì lần xuất bản đầu tiên của quyển sách (2003) và lần tái bản (2017), ông ta đã được trao giải Nobel Văn học. Thật kinh ngạc. Trên trang điện tử của Giải thưởng Nobel nói rằng giải thưởng nầy là "vì ông đã có những ý thơ mới lạ trong một bài hát truyền thống của người Mỹ".

Có một sự căng thẳng giữa câu chuyện của tôi về Dylan và bài phát biểu nhận giải thưởng Nobel của Dylan. Sau khi kể với chúng ta về những bài hát cổ điển như Moby-Dick, All Quiet on the Western Front và The Odyssey đã đánh dấu sự nghiệp của ông, thì Dylan nói tiếp rằng: "Vậy thì, đời là gì?" Tôi chờ xem ông ta sẽ nói sao! Đó là ý nghĩa của quyển sách nầy. Ý nghĩa cuộc sống là gì?

Ông ta trả lời rằng: "[Những bài hát của tôi] có thể chứa đựng nhiều điều khác nhau. Nếu một bài hát làm lay động ai đó, thì như vậy cũng đủ rồi. Cần gì phải nghĩ nhiều... Nên tôi cũng chẳng lo mình sống để làm gì – đời là gì chứ!".

Nếu điều nầy khiến bạn nổi máu anh hùng, hay tỏ vẻ bất cần đời, hoặc có cảm giác đích thực nào đó, thì bạn không thích quyển sách nầy đâu, ít nhất là không thích lúc dạo đầu. Vì đối với tôi, nói như thế là một bi kịch. Bảy mươi năm sống trên đất để rồi kết luận rằng: "Tôi chẳng lo mình sống để làm gì. Nếu bạn bị lay động, thì như vậy cũng đủ rồi". Không phải đâu ông Dylan ơi, sống trong thế giới đầy khổ đau nầy, chúng ta phải đối diện với sự chết và cõi đời đời, thì chỉ "bị lay động" không thôi là chưa đủ.

Quyển sách nầy nói về một sự vui mừng không bao giờ dứt. Điều kỳ lạ đó là sự vui mừng ấy sẽ tôn vinh Đức Chúa Trời lên vị trí cao nhất vốn thuộc về Ngài. Một cuộc đời không lãng phí là khi sự vui mừng ở trong chúng ta và sự vinh hiển của Đức Chúa Trời cùng đạt đến tột đỉnh.

Điều nầy đi kèm với một lời cảnh báo. Để có được đời sống vừa vui thoả vừa tôn cao Đức Chúa Trời thì bạn sẽ phải trả giá. Đức Chúa Jêsus phán rằng: "'Vì ai muốn cứu sự sống mình thì sẽ mất; còn ai vì cớ ta và đạo Tin-lành mà mất sự sống, thì sẽ cứu" (Mác 8:35). Nói cách khác, thà từ bỏ mạng sống mình còn hơn lãng phí nó.

Nếu bạn sống vui vẻ để khiến người khác cũng được vui vẻ trong Chúa, thì bạn sẽ có một cuộc đời khó khăn, nhiều rủi ro và vui sướng vô cùng. Quyển sách nầy không chỉ cách né tránh một cuộc đời chông gai, nhưng muốn chỉ cách né tránh một cuộc đời lãng phí. Vài người sẽ đối diện với cái chết trong sự hầu việc Chúa. Đó không phải là một bị kịch. Mà bi kịch là khi chúng ta yêu sự sống mình hơn Đấng Christ.

Tôi hy vọng mình đã sai về Bob Dylan. Khi ông nói rằng: "Tôi chẳng lo mình sống để làm gì" có lẽ ý ông nói là: "Tôi không lo lắng gì, vì tôi đã tìm được ý nghĩa cuộc sống rồi, nên tôi không cần lo lắng gì nữa". Có lẽ ông thực sự tin rằng: "Câu trả lời là cuốn theo chiều gió". Bạn sẽ thấy bài hát ấy được minh hoạ như thế nào trong câu chuyện của tôi. Nó không khiến tôi tin rằng: làm gì có câu trả lời cho câu hỏi đời là gì!

Xin nhớ là tôi đang cầu thay cho bạn, dù bạn là một sinh viên mơ ước điều gì đó đột phá trong đời mình hay bạn là người đã về hưu với hy vọng không lãng phí những năm tháng cuối đời. Nếu bạn thắc mắc tôi đang cầu nguyện thế nào, thì hãy đọc chương 10. Đó là lời cầu nguyện của tôi.

Còn bây giờ, tôi cảm tạ Đức Chúa Trời vì chính bạn. Niềm vui trong tôi được gia tăng khi có thêm một linh hồn tìm kiếm sự vinh hiển của Đức Chúa Trời chiếu sáng trên mặt của Đức Chúa Jêsus Christ. Hãy nhớ là: bạn chỉ sống một cuộc đời. Chỉ có một mà thôi. Bạn được tạo nên vì Đức Chúa Trời. Đừng lãng phí nó.

John Piper

12/09/2017

1

ĐI TÌM LẼ SỐNG

Cha tôi là một nhà truyền giáo. Khi còn nhỏ, hiếm khi có mẹ, chị và tôi đi cùng ông và được nghe ông giảng. Tôi đã rùng mình khi nghe cha tôi chia sẻ. Ngoài phần mở bài bằng vài câu vui tai quen thuộc, thì bài giảng khiến lòng tôi đầy sôi sục. Những cái liếc mắt và bậm môi của ông khi nhấn mạnh phần áp dụng từ các câu Kinh Thánh.

"Tôi đã lãng phí cuộc đời, tôi đã lãng phí cuộc đời"

Ông tha thiết kêu gọi! Từ trẻ em, thanh thiếu niên, các bạn trẻ độc thân, các cặp vợ chồng mới cưới, trung niên, lão niên – ông cố gắng chia sẻ những lời cảnh tỉnh và giải thích cho từng người về Đấng Christ một cách đầy lôi cuốn. Ông kể những câu chuyện, rất nhiều câu chuyện cho từng hạng người – những câu chuyện đối thoại đầy tính cao thượng và những câu chuyện chứa đựng sự khước từ đầy kinh khủng kéo theo những cái chết rất bi thảm. Hiếm khi kể những câu chuyện như thế mà không rơi nước mắt.

Còn với tôi là một cậu bé, thì một trong những minh họa đầy kịch tính mà người cha rất sốt sắng của tôi đã kể, đó là câu chuyện về một ông lão tiếp nhận Chúa. Hội thánh đã cầu nguyện cho ông nhiều năm trời. Ông là người khó lòng mà cũng hay chống đối. Nhưng lần nầy, vì một lý do nào đó, ông xuất hiện khi cha tôi đang chia sẻ. Cuối buổi nhóm, trong giờ hát thánh ca, trước sự kinh ngạc của mọi người, ông lão đã tiến lên và nắm lấy tay của cha tôi. Họ ngồi xuống trên băng ghế của Hội thánh lúc mọi người ra về. Đức Chúa Trời đã mở lòng của ông để tiếp nhận Phúc âm của Đấng Christ, ông được cứu khỏi tội lỗi và được ban cho sự sống đời đời. Nhưng bấy nhiêu cũng không sao khiến ông ngừng thổn thức và chia sẻ, những giọt nước mắt lăn dài trên gương mặt đầy những nếp nhăn của ông – và điều tác động tôi khi nghe ông ấy vừa khóc vừa nói là – "Tôi đã lãng phí cuộc đời! Tôi đã lãng phí cuộc đời!"

Câu chuyện đã ghi khắc trong lòng tôi nhiều hơn mấy chuyện tai nạn giao thông của lớp thanh niên trước khi tin Chúa – đó là câu chuyện về ông lão khóc vì ông đã lãng phí cuộc đời mình. Đó là những năm tháng đầu đời mà Đức Chúa Trời đã đánh thức tôi bằng một nỗi sợ và một niềm đam mê đó là: tôi không muốn lãng phí cuộc đời mình. Cái suy nghĩ về già sau nầy mà nói rằng: "Tôi đã lãng phí cuộc đời! Tôi đã lãng phí cuộc đời!" là điều đáng sợ và kinh khủng đối với cá nhân tôi.

"Chỉ sống một đời, nó sẽ chóng phai"

Một điều nữa đã tác động tôi mạnh mẽ khi còn nhỏ – thoạt đầu rất ít, nhưng lại càng nhiều hơn về sau – đó là tấm bản được treo phía trên bồn rửa chén trong nhà bếp. Gia đình tôi chuyển chỗ ở vào lúc tôi 6 tuổi. Nên tôi đã để ý từng chữ ghi trên bản hầu như mỗi ngày suốt mười hai năm, cho đến khi tôi bước vào trường cao đẳng năm 18 tuổi. Đó là một tấm kính được sơn màu đen ở đằng sau và một sợi dây xích màu xám viền xung quanh để treo lên tường. Ở trên bề mặt là dòng chữ được sơn màu trắng ghi như sau:

Chỉ sống một đời,
Nó sẽ chóng phai;
Chỉ việc nào làm
Vì Chúa còn mãi.

Ở bên trái dòng chữ là một ngọn đồi màu xanh lá, với hai hàng cây và một con đường màu nâu dẫn khuất qua đồi. Từ lúc nhỏ cho đến lúc mặt nổi đầy mụn của độ tuổi thiếu niên dài đẳng đẳng và nhiều lo lắng, tôi không nhớ mình đã nhìn con đường màu nâu đó [là cuộc đời tôi] bao nhiêu lần và tự hỏi rằng điều gì đang chờ đợi mình đẳng sau ngọn đồi kia. Thông điệp ấy quá rõ ràng. Bạn chỉ sống một cuộc đời. Chỉ một mà thôi. Mà thước đo đời đời cho cuộc đời ấy là Chúa Jêsus. Tấm bản đó đã ở trên cửa nhà chúng tôi nhiều năm qua. Tôi vẫn còn thấy nó mỗi khi ra khỏi nhà.

Sống lãng phí cuộc đời là gì? Đó là một câu hỏi nóng bỏng. Hoặc là nói một cách tích cực hơn thì sống đúng mục đích là gì – tức là sống không lãng phí, nghĩa là sống như thế nào...? Để hoàn thành câu trả lời đó lại là một câu hỏi khác? Tôi cũng không chắc phải đặt câu hỏi như thế nào, chứ đừng nói đến việc trả lời. Trái với việc sống lãng phí là gì? "Thành công trong sự nghiệp" phải không? Hay "trở thành người hạnh phúc nhất"? Hay "làm được gì đó vĩ đại"? Hay "tìm được điều gì đó thật ý nghĩa và quan trọng" chăng? Hay "trọn đời hầu việc Chúa"? "làm vinh hiển Chúa trong mọi sự"? Hay có hướng đi, mục đích, trọng tâm, điều cốt yếu nào trong cuộc sống có thể khỏa lấp những mong muốn đó không?

"Những năm tháng đã mất"

Tôi đã quên hẳn câu hỏi nặng trĩu nầy cho đến khi tìm lại các tập tin vào những năm đó. Vừa lúc tôi chuẩn bị chuyển nhà từ Nam Carolina vào năm 1964, cũng không bao giờ trở lại đó nữa, thì trường Wade Hampton đã xuất bản một tạp chí văn học về các bài thơ ca và nhiều mẫu truyện ngắn. Gần cuối bài báo, ngay dòng có tên Johnny Piper, là một bài thơ. Bạn may mắn đấy. Đó không phải là bài thơ hay tí nào. Jane là người biên tập rất dễ tính. Một điều còn khiến tôi in trí đó là tựa đề và bốn câu đầu của bài thơ. Bài thơ ấy tựa đề là: "Những năm tháng đã mất". Bên cạnh bài thơ đó là bức vẽ biếm họa một ông lão đang ngồi đung đưa trên ghế. Bài thơ đó bắt đầu như sau:

Tôi tìm hoài ý nghĩa khắp thế gian;
Nhưng lại tìm vô ích trong tuổi trẻ
Nay cuối đời thân xác mau tiêu tàn
Tôi lại tìm ý nghĩa cuộc đời tôi!

Suốt năm mươi năm dài không nghĩ đến bài thơ ấy, tôi không còn sợ câu: "Tôi đã lãng phí cuộc đời! Tôi đã lãng phí cuộc đời!" Không biết bằng cách nào mà lòng tôi cứ bị thôi thúc bởi một niềm đam mê dành cho điều cốt lõi và trọng tâm của cuộc đời. Câu hỏi "cái đó có được phép không" đầy tính đạo đức nầy không còn liên quan đến câu hỏi "điều quan trọng nhất là gì" nữa sao? Tư tưởng xây dựng cuộc đời xung quanh luân thường đạo lý một chút hay có trọng tâm một chút – tức là sống bằng việc trả lời câu hỏi: "Có được phép không?" – đã khiến tôi chán ngấy. Tôi không muốn sống với những cái một chút nào đó nữa rồi. Tôi không muốn sống ở ngoài thực tại. Tôi muốn hiểu rõ trọng tâm cuộc đời và đeo đuổi nó.

Chúng ta đã từng sống với chủ nghĩa hiện sinh

Lòng đam mê không muốn để vuột mất điều cốt lõi của cuộc đời, không muốn lãng phí nó, càng gia tăng trong trường cao đẳng – vào cuối những năm sáu mươi đầy lộn xộn. Có những lý do rõ ràng cho việc nầy, nhiều lý do còn vượt xa chứng rối loạn nội tâm của cậu bé đến tuổi dậy thì. Cái gọi là "trọng tâm" bị áp đảo gần như ở khắp mọi nơi. Chúng ta đang sống với chủ nghĩa hiện sinh. Chủ nghĩa hiện sinh có nghĩa là: "sự sống có trước trọng tâm".

Nghĩa là, bạn phải tồn tại trước, rồi từ đó mới tạo nên trọng tâm của mình. Bạn tạo ra trọng tâm bằng cách tự do chọn trở thành hạng người mà bạn muốn. Không có trọng tâm nào khác để đeo đuổi hay để trở thành ngoài chính bạn. Hãy gọi điều đó là "Chúa" hay "ý nghĩa" hay "mục đích" – nó sẽ không tự có cho đến khi bạn tạo ra nó bằng chính sự tự hữu đầy ngoạn mục của bạn. (Nếu bạn đang chau mày nghĩ rằng: "Điều nầy nghe lạ quá, giống như ngày xưa gọi là chủ nghĩa hậu hiện đại" thì đừng ngạc nhiên. Chẳng có gì mới ở dưới mặt trời cả. Chỉ có các mặt hàng tái sản xuất vô thời hạn mà thôi).

Tôi còn nhớ một lần ngồi trong cái rạp hát tối om để xem vở kịch là đứa con của chủ nghĩa hiện sinh, "một rạp hát đầy ngớ ngẩn". Đó là vở kịch Đợi Godot của Samuel Beckett. Vladimir và Estragon gặp nhau dưới gốc cây rồi hàn thuyên với nhau trong khi đợi Godot. Hắn ta không đến. Gần cuối vở kịch, một cậu bé nói với cả hai rằng Godot sẽ không đến. Cả hai quyết định bỏ đi nhưng lại chẳng di chuyển. Họ chẳng bỏ đi đâu cả. Bức màn kéo xuống, còn God[ot] thì chẳng thấy xuất hiện.

Đó là góc nhìn của Beckett về những người như tôi – chờ đợi, tìm kiếm, hy vọng tìm được Cốt Lõi của mọi sự thay vì tự tạo trọng tâm riêng cho mình bằng sự tồn tại tự do và không bị kìm kẹp. Chẳng đi đâu cả – ý của tác giả vở kịch là bạn chẳng đi đâu cả nếu đeo đuổi Hướng đi hay Mục đích hay Trọng tâm hay Cốt lõi vô hình nào đó.

"Người đàn ông tự do"

Ban nhạc Beatles xuất bản đĩa nhạc Rubber Soul vào tháng 12 năm 1965 và bài hát về chủ nghĩa hiện sinh của họ đã lôi cuốn rất nhiều người trong thế hệ của tôi. Tất nhiên, nó được trình bày rõ hơn trong bài "Người đàn ông tự do" của John Lennon.

Anh ấy là người tự do thứ thiệt
Ngồi tự do tự tại
Tự lập kế hoạch cho mình
Chẳng vì ai
Không có quan điểm
Chẳng biết đi đâu
Anh ấy có giống bạn và tôi chăng?

Đó là những ngày rất sôi nổi, đặc biệt là đối với các sinh viên cao đẳng. Thật cảm tạ Đức Chúa Trời, Ngài chẳng hề im lặng. Không phải ai cũng chạy theo sự vô lý và những lời dụ dỗ có vẻ cường điệu nhưng rỗng tuếch nầy. Không phải ai cũng bị gài vào mấy lời gọi mời của Albert Camus và JeanPaul Sartre. Ngay cả những giọng nói không căn cứ vào Lẽ thật cũng biết rằng phải có điều gì khác nữa – điều gì đó ở ngoài chúng ta, điều gì đó lớn hơn, vĩ đại hơn và đáng sống hơn những gì chúng ta thấy trong gương mỗi ngày.

Câu trả lời bị cuốn theo chiều gió

Bob Dylan đã xóa đi những bài hát có thông điệp xiêng xẹo về hy vọng đã làm nổ tung sân khấu cuộc đời thật đúng lúc, bởi vì chúng gợi lên một Chân Lý mà chúng ta không phải đợi mãi. Mọi thứ sẽ thay đổi. Dù sớm hay muộn thì cũng nhanh thôi và điều đầu tiên sẽ là cái cuối cùng. Điều nầy không xảy ra vì chúng ta là chủ nhân của số phận. Nó sẽ xảy ra với chúng ta. Đó là những gì chúng ta cảm nhận được từ bài hát: "Thời gian là sự thay đổi".

Đường kẻ được vẽ,
Rủa sả được gieo,
Chậm chạp bây giờ
Nhanh chóng sau nầy.
Hôm nay là hiện tại
Ngày mai là quá khứ,
Quy luật vẫn như thế
Nhanh thay và chóng đổi.
Nay bạn là đầu tiên
Mai bạn là cuối cùng,
Vì thời gian là sự thay đổi.

Những kẻ theo thuyết hiện sinh chắc phải tức điên lên khi nghe Dylan, có thể cũng chẳng biết, tẩy chay hết mọi thứ liên quan đến thuyết tương đối của họ cùng với "câu trả lời...câu trả lời" được lặp lại hai lần đầy trơ tráo trong bài hát rất thành công có tựa đề là: "Cuốn theo chiều gió".

Mất bao lâu để người đó ngẩng đầu lên
Để anh ta nhìn thấy có bầu trời?
Đúng là phải cần mấy lỗ tai nữa
Để nghe thấy tiếng khóc của mọi người
Thế còn phải chết bao nhiêu lần
Thì mới biết nhiều người đã chết rồi?
Câu trả lời đang cuốn theo chiều gió,

Câu trả lời đang cuốn theo chiều gió.

Mất bao lâu để một người ngẩng đầu lên mà vẫn không thấy bầu trời? Chúng ta có thể nhìn thấy bầu trời. Bạn có thể nhìn lên trời mười ngàn lần mà vẫn có thể nói không thấy gì cả. Nhưng điều nầy tuyệt đối chẳng thay đổi được sự tồn tại đầy khách quan của bầu trời. Bầu trời vẫn ở nguyên trên trời. Một ngày nào đó bạn sẽ thấy thôi. Bạn phải nhìn lên trời bao nhiêu lần để thấy được bầu trời? Có một câu trả lời. Câu trả lời, Câu trả lời, bạn ơi, không phải do bạn phát minh hay tạo ra đâu. Nó sẽ được quyết định cho bạn. Nó không ở trong bạn đâu. Nó có thực, khách quan và chắc chắn. Một ngày nào đó bạn sẽ nghe thấy nó. Bạn không tạo ra nó. Bạn không định nghĩa nó. Nó đến cùng bạn, dù sớm hay muộn bạn sẽ trở nên giống như nó – hoặc hạ mình trước nó.

Đó là những gì tôi nghe được trong bài hát của Dylan và mọi sự ở trong tôi nói rằng: Phải đó! Có một Đấng trả lời và phải được viết hoa. Mất Đấng ấy nghĩa là lãng phí cuộc đời. Tìm được Ngài thì mọi câu hỏi sẽ được trả lời.

Con đường màu nâu nhỏ hướng về ngọn đồi xanh được treo trong bếp của gia đình tôi đang quanh co hơn – suốt những năm 60 – giữa những cái bẫy điên rồ ngọt ngào của tầng lớp trí thức. Thế hệ của tôi thật là dũng cảm khi họ lùi xa khỏi con đường đó mà rẽ bước vào những cái bẫy kia! Vài người còn tự tập sôi nổi để khoe rằng: "Tôi đã chọn con đường tự do. Tôi đã tự tạo cho mình sự tồn tại. Tôi đã bỏ đi những lề thói cũ. Tôi là chủ của mình!"

Người đàn ông tóc dài và quần rộng

Nhưng Đức Chúa Trời vẫn giàu ân điển khi Ngài đưa ra những lời cảnh tỉnh đầy thuyết phục suốt chặng đường. Vào mùa thu năm 1965, Francis Schaeffer đã chia sẻ loạt bài kéo dài một tuần tại trường Cao đẳng Wheaton mà sau nầy đã trở thành quyển sách xuất bản năm 1968 với tựa đề là: "Có Đức Chúa Trời".[1] Tựa đề cho thấy tính đơn giản của một luận án phi thường. Có Đức Chúa Trời. Ngài không ra từ trong bạn, cũng không được định nghĩa và hình thành bởi ý muốn riêng của bạn đâu. Đức Chúa Trời đang hiện hữu. Đầy khách quan. Chân thực đến tuyệt đối (là điều mà Schaffer đã nói là "có thật"). Hết thảy những gì là hiện thực đối với chúng ta đều lệ thuộc vào Đức Chúa Trời. Có tạo vật và Đấng Tạo Hóa, không còn gì khác nữa. Tạo vật tìm thấy ý nghĩa và mục đích từ Đức Chúa Trời.

Đây là một biển hiệu rất đanh thép để chỉ đường. Một chân lý khách quan đang ở trên đoạn đường. Đây là cách duy nhất để tránh khỏi cuộc đời lãng phí. Hãy đi trên con đường của người cha truyền đạo đầy sốt sắng ấy. Đừng quên tấm bản treo trên tường nhà bếp. Một lời khẳng định đầy khôn ngoan đang nói rằng: cuộc đời chúng ta sẽ bị lãng phí trên bãi cỏ của thuyết hiện sinh. Hãy đi con đường nầy. Có Chân lý. Có Hướng đi, Mục đích và Trọng tâm cho mọi sự. Hãy tiếp tục tìm kiếm. Mình sẽ tìm được.

Tôi nghĩ không nên dành mấy năm cao đẳng để tham vấn vì phải tìm hiểu về một điều hiển nhiên – đó là có một Chân lý, có một hữu thể và giá trị khách quan. Giống như con cá phải đi học mới biết là có nước, hay con chim phải đi học mới biết là có bầu trời, hay con sâu phải đi học mới biết là có đất. Nhưng hình như trong vòng 200 năm gần đây thì đó là trọng tâm của một nền giáo dục tốt. Ngược lại với điều nầy là vấn đề của một nền giáo dục không tốt. Cho nên, tôi không hề than vãn suốt những năm học biết về điều hiển nhiên nầy.

Người đã dạy tôi cách nhìn

Quả thật, tôi cảm tạ Đức Chúa Trời vì những giáo sư và tác giả đã cống hiến nguồn sinh lực dồi dào đầy sáng tạo để miêu tả một cách rất phi thường về sự tồn tại của cây cối, nước, linh hồn, tình yêu và Đức Chúa Trời. C. S. Lewis, đã qua đời đúng vào ngày tổng thống John F. Kennedy qua đời năm 1963, cũng chính ông là giảng viên dạy tiếng anh tại trường đại học Oxford, Lewis đã đến ngay tại đường chân trời, trên con đường màu nâu nhỏ của tôi vào năm 1964 với ánh sáng rực rỡ đến nỗi thật khó để diễn tả hết được sức ảnh hưởng của ông ở trên cuộc đời tôi.

Có người đã giới thiệu với tôi về Lewis vào năm học đầu tiên qua một quyển sách có tựa đề là: "Chỉ đơn thuần là Cơ đốc giáo"[2]. Trong vòng năm hay sáu năm tiếp theo tôi không hề rời tay mình khỏi quyển sách của Lewis. Tôi nghĩ rằng nếu như không có sự ảnh hưởng của ông thì tôi đã không thể sống một cuộc đời đầy vui mừng và hữu ích cho đến ngày hôm nay. Tôi tin rằng có rất nhiều lý do cho việc nầy phải xảy ra.

Ông đã khiến tôi phải thận trọng với thái độ trưởng giả của thời đại. Ông cho tôi thấy rằng những điều mới mẻ không mang tính đạo đức và những điều xưa cũ không chứa đựng thói trụy lạc. Lẽ thật, vẻ đẹp và sự tốt lành không được định hình bởi khi nào hay lúc nào chúng tồn tại. Cũ kỹ không có nghĩa là kém cõi, còn hiện đại không hề có giá trị. Điều nầy đã giải phóng tôi khỏi sự chuyên chế của tính hiện đại và giúp tôi nhìn thấy sự khôn ngoan trải qua các thời kỳ. Ngày hôm nay tôi đã nhận được hầu như các nguồn thức ăn cần thiết cho linh hồn mình từ nhiều thế kỷ trước đó. Tôi cảm tạ Đức Chúa Trời vì sự giải thích đầy đanh thép về thực tế của Lewis.

Ông đã minh hoạ cho tôi thấy và thuyết phục tôi rằng sự chính xác, rõ ràng và sắc sảo của lô-gíc không hề trái ngược với sự sâu sắc, sự xúc động, sự sinh động – thậm chí là khôi hài – của trí tưởng tượng. Ông là người theo "chủ nghĩa duy lý đầy tính lãng mạn". Ông kết hợp mọi thứ mà hầu hết mọi người ngày nay đều cho là những điều loại trừ lẫn nhau: chủ nghĩa duy lý và thơ ca, tính lô-gíc điềm đạm và cảm nhận ấm áp, bài văn xuôi chuẩn mực và trí tưởng tượng đầy tự do. Ông đã bẻ gãy những ý niệm đã đi vào khuôn mẫu cổ xưa nầy để tôi có thể tự do suy nghĩ kỹ hơn và làm thơ, để tranh luận về sự sống lại và viết những bài thánh ca về Đấng Christ, để nghiền nát một cuộc tranh luận và ôm chặt một người bạn, để đòi hỏi phải có một định nghĩa nào đó và sử dụng một biện pháp ẩn dụ.

Lewis cho tôi một ý thức mãnh liệt về "tính thực tế" của sự vật sự việc. Sự quý giá nầy thật khó để truyền đạt. Thức dậy vào buổi sáng và dè chừng với chiếc nệm êm ấm, những tia nắng ấm áp, tiếng đồng hồ kêu tích tắc, bản chất của mọi vật (ông gọi nó là "thực chất"[3]). Ông đã giúp tôi tỉnh ra. Ông giúp tôi thấy những thứ đang có trong thế giới nầy − mọi thứ, nếu chúng ta không có nó, thì chúng ta phải chi hàng triệu đô-la để có được, nhưng khi đã có rồi, thì làm ra vẻ bất cần. Ông khiến tôi tỉnh ngộ trước cái đẹp. Ông khiến tâm hồn tôi để ý tới những kỳ quan mỗi ngày sẽ đánh thức sự thờ phượng nếu tôi dám mở to mắt ra. Ông khuấy động tâm hồn mơ màng của tôi và tạt một gáu nước lạnh vào mặt tôi, để rồi cuộc sống và Đức Chúa Trời, thiên đàng và địa ngục, chen ngang vào trong thế giới của tôi bằng sự vinh hiển và khiếp sợ.

Ông vạch trần sự đối lập tinh vi về thực tại khách quan và giá trị khách quan một cách lõa lồ đến buồn cười đúng như bản chất thật của nó. Vị triết gia giỏi nhất trong thế hệ của tôi không hề mặc đồ, còn tác giả của mấy quyển sách thiếu nhi ở Oxford lại đủ dũng cảm để nói rằng:

Bạn không thể nào "nhìn thấy suốt" mọi thứ mãi. Bạn cần phải hiểu như thế nầy: nhìn thấy suốt một điều gì đó tức là muốn nhìn thấy một điều gì đó qua một vật trong suốt. Thật hay khi cửa sổ hoàn toàn trong suốt, bởi vì đường phố và khu vườn khi nhìn qua cửa sổ đều bị mờ đục. Chuyện gì sẽ xảy ra nếu bạn nhìn thấy suốt cả khu vườn? Tức là những nguyên tắc "nhìn thấu suốt" đầu tiên không còn hữu ích nữa. Nếu bạn nhìn thấu suốt được mọi thứ, thì mọi thứ đều trong suốt. Nhưng một thế giới hoàn toàn trong suốt sẽ là một thế giới vô hình. Vậy, "nhìn thấu suốt" mọi vật đồng nghĩa với việc chẳng nhìn thấy điều gì cả.⁴

Ôi! Chúng ta có thể nói được gì hơn nữa về thế giới mà C.S. Lewis đã nhìn thấy và cách ông diễn đạt nó. Ông cũng có khuyết điểm, vài điều rất nghiêm trọng. Nhưng tôi sẽ không bao giờ ngừng cảm tạ Đức Chúa Trời vì cớ người đàn ông đặc biệt nầy đã xuất hiện trên chặng đường của tôi thật đúng lúc.

Vị hôn thê là một sự thật khách quan đầy bướng bỉnh

Có một nguồn lực khác đã củng cố niềm tin bền đổ của tôi về sự tồn tại khách quan của một thực tế rất chắc chắn. Tên cô ấy là Noel Henry. Tôi đã yêu cô ấy vào đúng mùa hè năm 1966. Có thể quá sớm. Nhưng mọi thứ diễn ra rất tuyệt; Tôi vẫn còn yêu cô ấy. Không gì làm trấn tĩnh một khối óc tưởng tượng triết lý lung tung bằng những suy nghĩ yêu thương một người vợ và nuôi dạy những đứa con.

Chúng tôi đã cưới nhau vào tháng 12 năm 1968. Đây là điều rất tốt để nối dòng tư tưởng của một người với những con người thật. Từ giây phút đó trở đi, mỗi suy nghĩ là những suy nghĩ trong mối quan hệ. Không có tư tưởng nào chỉ đơn thuần là ý tưởng, nhưng từng ý tưởng đều dính líu đến người vợ của tôi, rồi sau đó, là năm đứa con của tôi. Tôi cảm tạ Đức Chúa Trời vì những câu chuyện ẩn dụ giữa Đấng Christ và Hội thánh đã gia ơn cho cuộc sống của tôi trong vòng 40 năm qua. Có những bài học trong cuộc sống – tức là cuộc đời không lãng phí – mà tôi không thể tìm được chỗ nào khác hơn để kinh nghiệm ngoài mối quan hệ nầy (cũng như có những bài học khi còn độc thân sẽ không thể nào tìm được nơi nào khác hơn để học vậy).

Cảm ơn chứng viêm bạch cầu đã thay đổi cuộc đời tôi

Vào mùa thu năm 1966, Đức Chúa Trời đang đóng lại một con đường hẹp vô cùng của cuộc đời tôi. Khi Ngài thực hiện quyết định kế tiếp, Noel đã tự hỏi tôi đang ở đâu. Khóa học sáu tháng vào mùa thu đã bắt đầu, nhưng tôi lại không có mặt trong lớp học hay nhà thờ. Cuối cùng, cô ấy cũng tìm thấy tôi, nằm sóng soài với chứng viêm các tuyến bạch cầu trên lưng ở bệnh viện trung tâm, tôi đã nằm ở đó trong vòng ba tuần. Kế hoạch cuộc đời mà tôi đã rất chắc chắn khoảng 4 tháng trước đã trở nên rõ ràng hơn trong đôi bàn tay nóng hổi vì cơn sốt.

Vào tháng năm, tôi cảm thấy một sự hớn hở chắc chắn rằng cuộc đời tôi sẽ trở thành một bác sĩ y khoa hữu ích. Tôi yêu thích môn sinh vật; Tôi thích cái ý tưởng chữa lành cho nhiều người. Tôi muốn biết thêm nữa những điều mình đã học ở trường

Cao đẳng. Vì thế, tôi nhanh chóng đăng ký học phụ đạo môn hóa học đại cương nhân dịp hè trước khi đăng ký học ngành hóa hữu cơ vào mùa thu năm đó.

Bây giờ, với chứng viêm các tuyến bạch cầu nầy, tôi đã bỏ lỡ ba tuần học ngành hóa hữu cơ. Không còn theo kịp được nữa. Nhưng quan trọng hơn, Harold John Ockenga là mục sư của Hội thánh Park Street tại Boston đang giảng mỗi sáng tại nhà thờ suốt tuần lễ về tầm quan trọng của thuộc linh. Lúc đó, tôi đang nghe trên WETN, là đài phát thanh của trường Cao đẳng. Tôi chưa hề nghe một người giải thích Kinh Thánh như vậy trước đây. Đột nhiên mọi thứ khách quan đầy vinh hiển của Thực Tại cuốn lấy tôi qua Lời của Đức Chúa Trời. Tôi nằm đó như vừa tỉnh dậy sau một giấc mơ, rồi biết rằng mình đã tỉnh lại và phải làm gì.

Noel đến thăm, tôi nói với nàng rằng: "Em nghĩ sao nếu anh không đeo đuổi ngành y khoa nữa mà vào trường thần học?" Cũng như mọi khi, tôi đã hỏi nàng rất nhiều lần rồi mà câu trả lời vẫn là: "Nếu đó là điều Đức Chúa Trời dẫn dắt anh, thì đó cũng sẽ là nơi em muốn đi". Từ lúc đó trở đi tôi chưa bao giờ nghi ngờ về sự kêu gọi trở thành người giảng dạy Lời của Đức Chúa Trời.

---

1. *Tác phẩm tiên tri của Schaffer vẫn còn phù hợp cho thời đại ngày nay. Tôi khích lệ mỗi độc giả nên đọc ít nhất một tác phẩm của Schaffer. Một quyển sách hay trong số "tuyệt vời của tuyệt vời" mà bạn có thể bắt đầu đó là: Bộ ba của Francis A. Schaffer: Có Đức Chúa Trời, Thoát khỏi lý luận và Ngài không im lặng (Wheaton, IL: Crossway, 1990).*

2. *C.S. Lewis, Chỉ đơn thuần là Cơ Đốc giáo (New York: Macmillan, 1952).*

3. *C.S. Lewis, Ngạc nhiên vì sự vui mừng (New York: Harcourt, Brace and World, 1955), 199.*

4. *C.S. Lewis, Bài trừ loài người (New York: Macmillan, 1947), 91.*

2

ĐỘT PHÁ - CHỈ KHOE MÌNH
VỀ THẬP TỰ GIÁ

Vào năm 1968, tôi chẳng biết trở thành người giảng dạy Lời Chúa nghĩa là gì. Việc trở thành mục sư đối với tôi và trở thành vợ mục sư đối với vợ tôi đã vượt quá kỳ vọng trong đời của chúng tôi. Điều gì tiếp theo đây? Có phải là trở thành giáo sư, giáo sĩ, văn sĩ, có lẽ là giáo sư dạy văn học bằng kiến thức thần học chăng? Tất cả những gì tôi biết lúc đó là Thực Tại đã bất ngờ hãm lấy tôi qua Lời của Đức Chúa Trời. Trọng tâm, Cốt lõi và Mục đích lớn nhất mà tôi hằng mong rằng tất cả sẽ liên kết thành một giờ đây đã được hiệp lại thật chắc chắn qua Kinh Thánh. Sứ mạng ấy rất rõ ràng: "Hãy chuyên tâm cho được đẹp lòng Đức Chúa Trời như người làm công không chỗ trách được, lấy lòng ngay thẳng giảng dạy lời của lẽ thật" (2 Ti-mô-thê 2:15). Đối với tôi, điều nầy có nghĩa là trường thần học, tập trung tìm hiểu và vận dụng Kinh Thánh cách đúng đắn.

Biết để khỏi mất đầu

Cuộc chiến để tìm hiểu sự hiển nhiên vẫn tiếp diễn. Sự công kích của tính hiện đại lên thực tại – nói rằng chúng ta có thể nhận biết một thực tại khách quan ở ngoài chúng ta – đã khiến việc học Kinh Thánh trở thành nơi tràn ngập tính chủ quan. Bạn có thể thấy điều đó mỗi khi nhóm nhỏ chia sẻ bản văn Kinh Thánh có ý nghĩa gì "với tôi" một cách rất chủ quan mà không hề biết rõ nghĩa gốc. Bạn cũng thấy điều tương tự trong các sách học thuật mà những học giả rất sáng tạo đã tự trầm mình bằng việc tranh luận rằng các bản văn Kinh Thánh không có ý nghĩa khách quan nào cả.

Nếu chỉ có một cuộc đời để sống trong thế giới nầy và để không lãng phí nó, thì chẳng có điều gì quan trọng hơn với tôi ngoài việc phải tìm hiểu xem ý muốn của Đức Chúa Trời dành cho Kinh Thánh là gì, vì chính Ngài là Đấng đã cảm động con người viết xuống những Lời ấy. Nếu những gì xảy ra chỉ là cảm hứng, thì không ai nói được đâu là cuộc đời đáng sống và như thế nào là lãng phí. Tôi bị choáng váng trước biệt tài làm rối trí người khác trong giới học giả, họ là tác giả của nhiều quyển sách, họ vận dụng hết năng lượng từ khối óc của mình để rồi tự hủy hoại những gì mình đã tạo ra! Tức là, họ bày tỏ lý luận riêng của mình để tranh luận rằng không có ý nghĩa tuyệt đối và cốt lõi cho các bản văn Kinh Thánh. Người bình thường đọc quyển sách nầy (tôi hy vọng) sẽ thấy điều nầy thật kinh ngạc. Tôi không trách bạn đâu. Mà Kinh Thánh sẽ làm điều đó. Nhưng thực tế vẫn cho thấy rằng: các giáo sư được trả lương đầy đủ và ăn uống hậu hĩnh, lại sử dụng tiền học phí và tiền thuế để tranh luận rằng "vì tác phẩm văn học không truyền đạt chính xác về thực tại, nên việc giải nghĩa bản văn không cần truyền đạt chính xác về thực tại tức là bản văn".[1]

Nói cách khác, khi chúng ta không biết thực tại khách quan diễn ra xung quanh như thế nào, thì cũng không có ý nghĩa khách quan nào được viết ra. Vì vậy, việc giải nghĩa không cần cố gắng tìm bằng được một sự vật sự việc khách quan nào mà trước giả đã ký thuật lại trong bản văn, nhưng chỉ đơn giản có nghĩa là diễn đạt những ý tưởng xuất hiện trong tâm trí khi đọc bài văn đó mà thôi. Thế cho nên, khi người khác đọc những gì chúng ta đã viết ra, họ sẽ không biết ý định của chúng ta là gì. Tất cả chỉ là một trò chơi. Mọi thứ chỉ là sự đùa cợt, bởi vì hết thảy những học giả đó (và các thành viên trong nhóm nhỏ) cứ nhất quyết rằng giấy kết hôn và biên bản hợp đồng của họ được xác định bằng một nguyên tắc duy nhất, đó là: theo ý họ muốn. Bất kỳ những từ ngữ khó hiểu nào mà nghe là "có" trong khi tôi đã viết là "không", thì sẽ không được ký ở ngân hàng hoặc trước mặt người tư vấn hôn nhân nào cả.

Thế là Thuyết hiện sinh đã trở về cư ngụ trong Kinh Thánh: Sự tồn tại đến trước bản chất. Tức là tôi không tìm kiếm ý nghĩa – mà tôi tạo ra nó. Kinh Thánh là một cục đất sét, còn tôi là người nhào nặn nó. Sự giải nghĩa là sự sáng tạo. Sự tồn tại của tôi là tiền đề tạo nên "bản chất" của sự vật sự việc. Đừng cười. Chúng rất nghiêm túc. Ngày hôm nay vẫn vậy thôi, nhưng với một cái tên khác.

Biện minh cho sự chói chang của ban ngày

Bước vào mớ hỗn độn của tính chủ quan nầy cần phải nhắc đến vị giáo sư văn học đến từ trường Đại học Virginia là E.D. Hirsch. Đọc quyển Giải Nghĩa Đúng của ông suốt những năm ở trường thần học giống như bất chợt tìm thấy một viên đá dưới chân mình trong đóng cát lầy của những khái niệm về ý nghĩa ngày nay. Giống như mấy tấm biển chỉ đường khác mà Đức Chúa Trời sắm sẵn trên chặng đường của tôi, Hirsch đã biện minh cho sự hiển nhiên. Phải đó, ông đã tranh luận rằng: đúng là có một nghĩa gốc mà trước giả đã định ý khi viết ra. Dĩ nhiên, việc giải nghĩa đúng là tìm kiếm ý định đó trong bản văn và đưa ra những lý do chính đáng để cho thấy ý định đó. Điều nầy rõ ràng với tôi giống như ban ngày. Đó là những gì mọi người thường làm mỗi ngày khi họ nói hay viết.

Có lẽ quan trọng hơn nữa là điều nầy cho thấy tính lịch sự. Không ai trong chúng ta muốn những ghi chú, thư từ và các bản hợp đồng của mình bị giải nghĩa khác đi so với ý định ban đầu. Vì thế, phép lịch sự tối thiểu, hay luật vàng, đòi hỏi chúng ta phải đọc tác phẩm của người khác đúng cách. Còn tôi cảm thấy mấy cuộc trò chuyện triết lý về ý nghĩa chỉ là giả tạo: ở trường đại học, tôi thường phớt lờ ý nghĩa khách quan, nhưng ở nhà (và ở ngân hàng) tôi lại nhất quyết vào nó. Tôi không muốn đùa giỡn với điều nầy nữa. Đó là lãng phí cuộc đời. Nếu không giải nghĩa đúng dựa vào nghĩa gốc, có tính khách quan và không thay đổi, thì tôi đã nói rằng: "Chúng ta cứ việc ăn, uống và cưới gả. Còn đối với các học giả thì hãy tỏ ra nghiêm túc một chút với họ".

Sự chết của Đức Chúa Trời và sự chết của ý nghĩa

Mọi thứ đang trở nên có ý nghĩa dần. Một buổi trưa mát mẻ tại trường Cao đẳng Wheaton vào năm 1966, tôi đọc thấy câu chuyện trong tờ tạp chí Thời báo ở gốc lầu hai tại thư viện đã viết thế nầy: "Đức Chúa Trời đã chết rồi phải không?" (ngày 8 tháng 4 năm 1966). "Những kẻ Cơ Đốc vô thần" như Thomas J. J. Altizer đã trả lời là: chính xác. Điều nầy chẳng mới mẻ gì. Friedrich Nietzsche đã đưa ra những lời cáo phó một trăm năm trước nói rằng: "Đức Chúa Trời đâu? ...Tôi sẽ cho bạn biết. Chúng ta đã giết Ngài – là bạn và tôi đấy. Tất cả chúng ta là những kẻ sát nhân...Đức Chúa Trời đã chết rồi. Đức Chúa Trời đã chết và chúng ta là những kẻ giết Ngài".[2] Đó là một lời thú tội phải trả giá: Nietzsche phải sống 11 năm cuối đời tại trung tâm dành cho người bị trầm cảm, rồi qua đời vào năm 1900.

Nhưng các "Cơ Đốc nhân vô thần" dũng cảm của những năm 60 đã không suy xét đến giá trả cho việc trở thành những siêu nhân thay thế Đức Chúa Trời (là điều mà Nietzsche đã gọi họ). Liều lượng quá mạnh của Thuyết hiện sinh đã khiến các nhà thần học đầy sáng tạo ấy không thốt ra thành lời được, giống như mấy người bị đưa lên máy bay sau khi uống quá nhiều rượu vậy. Thế là, lời khẳng định tự sát lại cho rằng Đức Chúa Trời đã chết được công bố một lần nữa. Khi Đức Chúa Trời đã chết, ý nghĩa của bản văn cũng chết theo. Nếu như tính cơ bản của thực tại khách quan không còn nữa, thì sự viết lách và rao giảng về thực tại khách quan ấy cũng chết theo. Tất cả đều liên quan với nhau.

Vậy là, từ lúc tôi được giải thoát khỏi ý tưởng Đức Chúa Trời đã chết rồi vào cuối những năm 60, nó đã dẫn tôi thoát khỏi tính chủ quan rỗng tuếch trong việc giải kinh rất giả tạo của những năm 70 – cả hai quan điểm đều cho rằng không hề có ý nghĩa khách quan nào trong các câu Kinh Thánh (ngoài điều nầy). Bây giờ, tôi đã thực sự sẵn sàng nghiên cứu thần học: tìm hiểu Kinh Thánh nói về cách đừng lãng phí cuộc đời.

Học cách "kỷ luật nghiêm khắc" trong việc đọc Kinh Thánh

Sự biết ơn của tôi dành cho Daniel Fuller cho đến ngày hôm nay vẫn không kể hết được. Ông đã dạy về giải kinh – tức là giải nghĩa Kinh Thánh một cách khoa học. Ông không chỉ giới thiệu với tôi về E.D. Hirsch và buộc tôi phải đọc về ông ta với sự rùng mình, mà ông còn dạy tôi cách đọc Kinh Thánh như thế nào với Matthew Arnold gọi là "sự kỷ luật nghiêm khắc". Ông cho tối thấy sự hiển nhiên: đó là các câu Kinh Thánh không chỉ là các chuỗi hạt trai, mà các chuỗi hạt trai đó còn có tính mắc xích với nhau. Các trước giả đã hình thành các chuỗi tư tưởng một cách thống nhất. Họ lý luận rằng: "Bây giờ hãy đến, cho chúng ta biện luận cùng nhau" (Ê-sai 1:18). Điều nầy có nghĩa là ở mỗi phân đoạn Kinh Thánh, đọc giả nên hỏi rằng làm thế nào chỗ nầy liên quan đến những chỗ khác để trình bày một vấn đề thật mạch lạc. Các phân đoạn Kinh Thánh phải liên đới với nhau giống như vậy. Sau đó là từng chương, rồi từng sách và cứ tiếp tục cho đến khi tính thống nhất của cả Kinh Thánh được tìm thấy đúng với nghĩa gốc của nó.

Tôi cảm thấy con đường nhỏ màu nâu của tôi đã dẫn vào một vườn cây ăn quả, một vườn nho, một khu vườn đầy sự ngạc nhiên, hồi hộp, các loại hoa quả làm thay đổi cuộc đời có thể tìm thấy ở khắp mọi nơi. Tôi chưa từng thấy lẽ thật và sự đẹp đẽ được cô đặc lại trong một khía cạnh rất nhỏ như vậy bao giờ. Kinh Thánh đối với tôi lúc đó, cũng như bây giờ, thật vô tận. Đây là điều tôi đã mơ thấy tại trung tâm y tế khi mắc bệnh bạch cầu, cũng là lúc Đức Chúa Trời kêu gọi tôi bước vào chức vụ giảng dạy Lời Chúa. Giờ đây, câu hỏi là: Mục đích, Trọng tâm, Cốt lõi, Trung tâm của Lẽ thật thiêng liêng kỳ diệu vẫn còn lờ mờ nầy là gì?

Ý nghĩa lờ mờ về lý do vì sao tôi và mọi vật tồn tại

Từ môn nầy đến môn khác, các mảnh ghép được lắp vào đúng chỗ của nó. Ba năm ở trường thần học là món quà thật tuyệt vời! Trong tiết học cuối cùng với Tiến sĩ Fuller được gọi là "Tính thống nhất của Kinh Thánh" (cũng là tựa đề của một quyển sách[3]), ngọn cờ thống nhất được giơ cao xuyên suốt cả Kinh Thánh.

Đức Chúa Trời đã sắm sẵn một chương trình cứu rỗi đến nỗi từng sự kiện trong đó đều bày tỏ sự vinh hiển của Ngài thật trọn vẹn, hầu cho những người tin Chúa có được lai lịch cần thiết để bày tỏ tình yêu sốt sắng [nhất] dành cho Đức Chúa Trời... Điều duy nhất mà Đức Chúa Trời đang hành động xuyên suốt lịch sử cứu rỗi đó là bày tỏ sự thương xót của Ngài hầu cho những người tin Chúa sẽ vui mừng ở trong Ngài thật hết lòng, hết trí và hết sức suốt cõi đời đời... Khi trái đất có được những tạo vật mới như thế, thì mục đích bày tỏ sự thương xót của Đức Chúa Trời sẽ được thành tựu... Tất cả biến cố và ý nghĩa của chương trình cứu rỗi được ký thuật lại trong Kinh Thánh đã hình thành nên tính thống nhất để cùng đạt được mục đích nầy. [4]

Len lõi trong các câu trên là những hạt giống tương lai của tôi. Khát vọng cả đời của tôi đã được đâm rễ tại đây. Một trong những hạt giống đó là cụm từ "vinh hiển" – mục đích của Đức Chúa Trời trong lịch sử đó là "bày tỏ sự vinh hiển của Ngài thật trọn vẹn". Một hạt giống khác đó là cụm từ "vui mừng" – mục đích của Đức Chúa Trời đó là muốn loài người được "vui mừng ở trong Ngài thật hết lòng". Tôi vốn có một niềm đam mê đó là muốn được hiểu, sống, dạy dỗ và rao giảng về hai mục đích của Đức Chúa Trời ở trên có liên hệ với nhau như thế nào – mà đúng hơn là làm thế nào hai điều nầy trở thành một.

Mọi sự trở nên rõ ràng hơn đó là, nếu tôi không muốn đến cuối đời nói rằng: "Tôi đã lãng phí cuộc đời!" thì tôi cần phải dốc cạn sức và hết sức mình để sống với mục đích của Đức Chúa Trời. Nếu cả đời nầy chỉ được có một đam mê duy nhất và phải cho tôi sự thỏa mãn tột cùng thì đó phải là sự đam mê của Đức Chúa Trời. Nếu Daniel Fuller nói đúng, thì Đức Chúa Trời say mê bày tỏ vinh hiển của chính Ngài và ban cho tôi sự vui mừng.

Từ lúc khám phá ra điều đó, tôi đã dành cả đời để trải nghiệm, suy xét và giải thích về lẽ thật nầy. Điều đó càng trở nên rõ ràng hơn, vững chắc hơn và đòi hỏi khắt khe hơn qua mỗi năm. Điều rõ ràng hơn đó là Đức Chúa Trời được vinh hiển và được vui sướng ở trong Ngài là hai điều không thể tách rời. Hai điều nầy có liên hệ với nhau khác với mối liên hệ giữa trái cây và động vật, nhưng lại giống với mối liên hệ giữa trái cây và quả táo. Táo là một loại trái cây. Được vui sướng tột cùng ở trong Ngài là một cách để tôn vinh hiển Ngài. Người nào tìm được sự vui sướng ở trong Chúa sẽ chứng tỏ Ngài là Đấng có giá trị cao nhất.

Một diễn giả thế kỷ 18 đã quyết định bước đột phá

Jonathan Edwards đã bước vào cuộc đời tôi lúc đó với sự quả quyết thật chắc chắn về lẽ thật nầy mà tôi chưa từng thấy ở đâu ngoài Kinh Thánh. Đó là sự quả quyết rất mạnh mẽ vì ông cho thấy điều nầy ở trong Kinh Thánh. Vào năm 2003, chúng tôi đánh dấu sinh nhật lần thứ 300 của ông. Ông là một mục sư và là nhà thần học Anh quốc. Đối với tôi, ông đã trở thành vị giáo sư quan trọng đã qua đời, ngoài quyển Kinh Thánh ra. Không có ai như Jonathan Edwards đã khuôn đúc khải tượng về Đức Chúa Trời và đời sống Cơ Đốc nhân cho cuộc đời tôi.

Tôi cảm tạ Đức Chúa Trời vì Edwards đã không lãng phí cuộc đời mình. Ông mất cách đột ngột vào tuổi 54 vì một lần tiêm chủng vắt-xin bệnh đầu mùa không thành công. Nhưng ông đã sống tốt. Cuộc đời ông vẫn là sự khích lệ cho nhiều người vì sự sốt sắng không muốn lãng phí cuộc đời và cũng vì khát vọng của ông đối với uy quyền tối thượng của Đức Chúa Trời. Hãy để ý những quyết định mà ông đã ghi xuống khi vừa mới 20 tuổi để làm nổi bật cuộc đời mà ông đã sống cho sự vinh hiển của Đức Chúa Trời như sau:

• *Quyết định 5: "Đã quyết định không bao giờ lãng phí một giây phút nào; nhưng đầu tư hết mức có thể".*

• *Quyết định 6: "Đã quyết định sống hết sức mình khi còn có thể sống".*

• *Quyết định 17: "Đã quyết định sống đạt được những điều sẽ không hối tiếc khi qua đời".*

• *Quyết định 22: "Đã quyết định nổ lực hết sức để có được niềm vui, trong thế giới khác, mà tôi có thể, bằng cả sức lực, sự hăng hái, sự sôi nổi, sự mãnh liệt, trong khả năng của mình, hay tận dụng hết sức mình, trong mọi cách mà tôi có thể nghĩ đến".[5]*

Quyết định cuối cùng nầy (quyết định 22) có thể khiến cái tôi của chúng ta kêu la om sòm, thậm chí có thể khiến nó trở nên rất dữ tợn, nếu chúng ta không hiểu rõ mối liên hệ sâu sắc trong tâm trí của Edwards giữa sự vinh hiển của Đức Chúa Trời và sự vui mừng của Cơ Đốc nhân. Sự quyết liệt trong tâm trí của ông là những gì Chúa Jêsus muốn nói khi Ngài phán rằng: "Vậy nếu con mắt bên hữu xui cho ngươi phạm tội, thì hãy móc mà quăng nó cho xa ngươi đi; vì thà chịu một phần thân thể ngươi phải hư, còn hơn là cả thân thể bị ném vào địa ngục" (Ma-thi-ơ 5:29). Trong quá trình tìm kiếm niềm vui riêng cho mình, Edward hoàn toàn bị thuyết phục rằng được vui sướng ở trong Chúa là cách để chúng ta tôn vinh hiển Ngài. Đây là lý do vì sao chúng ta được tạo nên. Được vui sướng ở trong Đức Chúa Trời không chỉ là gợi ý hay là một tùy chọn trong đời; mà đó là một nghĩa vụ và phải là đam mê duy nhất trong đời sống của chúng ta. Vì vậy, quyết tâm tìm kiếm sự vui sướng tột cùng ở trong Đức Chúa Trời là quyết tâm bày tỏ Ngài là Đấng đáng được vinh hiển hơn mọi thú vui nào khác. Cho nên, tìm kiếm sự vui sướng ở trong Đức Chúa Trời và làm vinh hiển Đức Chúa Trời là một.

Sự vĩ đại kéo đến gần tôi

Đây là cách Edwards giải thích về điều nầy. Ông đã chia sẻ một bài giảng, khi vừa tròn 20 tuổi, có một điểm chính như sau: "Người tin kính được tạo nên cho sự vui mừng kỳ lạ và phi thường". Câu Kinh Thánh mà ông đã dùng là 1 Giăng 3:2 chép rằng: "thì điều đó chưa được bày tỏ".

Sự vinh hiển của Đức Chúa Trời [không] chỉ đơn thuần là sự toàn vẹn của Ngài được tìm thấy qua tạo vật: vì tạo vật có thể bày tỏ quyền năng và sự khôn ngoan của Đức Chúa Trời, nhưng không tỏ ra vui vẻ về điều đó, mà còn tỏ ra ghét cay ghét đắng. Những tạo vật như thế không làm vinh hiển Đức Chúa Trời. Sự vinh hiển của Đức Chúa Trời cũng không đơn giản là nói về sự toàn vẹn của Ngài: vì lời lẽ chẳng có gì khác hơn là những diễn đạt của tâm trí. Do đó, sự vinh hiển của Đức Chúa Trời [bao gồm] được thể hiện qua sự ca ngợi và sự vui mừng của tạo vật [và] hớn hở trước vẻ đẹp và sự toàn mỹ của Ngài... Vì vậy, Đức Chúa Trời được vinh hiển khi tạo vật vui mừng trước vẻ đẹp của Đức Chúa Trời được bày tỏ ra, tức là sự vui mừng và sự thỏa mãn mà chúng ta đang nói đến. Vậy, chúng ta kết luận như sau: mục đích của sự sáng tạo là để Đức Chúa Trời ban cho tạo vật niềm vui; bởi vì, nếu Đức Chúa Trời tạo nên thế giới để Ngài được vinh hiển qua tạo vật, thì Ngài phải tạo nên tất cả sao cho chúng tìm được niềm vui trong

> *sự vinh hiển của Ngài: vì chúng ta đã cho thấy rằng cả hai điều nầy là một.* [6]

Đây là điều quá to lớn đã xảy ra cho tôi – một sự đột phá. Sống để làm gì? Sống cho điều gì? Vì sao tôi có mặt trên đời nầy? Để được vui sướng phải không? Hay để làm vinh hiển Đức Chúa Trời? Những câu hỏi không có câu trả lời trong nhiều năm, lòng tôi lúc nào cũng cảm thấy hai điều nầy có sự đối lập nhau. Hoặc là làm vinh hiển Đức Chúa Trời, hoặc là đeo đuổi niềm vui của riêng mình. Một cái thì đúng tuyệt đối; điều còn lại thì không sao tránh được. Đó là lý do vì sao tôi cảm thấy bối rối và thất vọng trong một khoảng thời gian dài.

Kết hợp hai điều nầy lại thì những người chỉ muốn nhấn mạnh về sự vinh hiển của Đức Chúa Trời trong suy nghĩ của họ lại không vui vẻ gì trong mối quan hệ với Ngài. Còn những người cho thấy họ đang có mối quan hệ tốt với Đức Chúa Trời lại thiếu mất sự vinh hiển của Ngài trong suy nghĩ của họ. Nhưng giờ đây, một khối óc vĩ đại của nước Mỹ vào lúc ban sơ là Jonathan Edwards đã nói lên mục đích của Đức Chúa Trời cho cuộc đời tôi, đó là: tôi đam mê sự vinh hiển của Đức Chúa Trời, tôi cũng muốn được vui sướng ở trong sự vinh hiển đó nữa, cả hai điều nầy là một.

Rốt cuộc, khi đã thấy được điều nầy, thì tôi cũng biết lãng phí cuộc đời là gì và phải tránh xa nó như thế nào.

Đức Chúa Trời đã tạo nên tôi – và bạn – để sống với một đam mê duy nhất gồm tóm mọi sự và biến đổi mọi sự – đó là: đam mê sự vinh hiển của Đức Chúa Trời bằng cách sống và bày tỏ vinh hiển tối cao của Ngài trong mọi khía cạnh đời sống của mình. Sống và bày tỏ là hai điều rất quan trọng. Nếu chúng ta muốn bày tỏ vinh hiển của Đức Chúa Trời mà không sống trong vinh hiển ấy, thì chúng ta đang có sự giả hình và có tình trạng coi thường hoặc có đời sống tôn giáo. Nhưng nếu chúng ta nói mình đang sống trong vinh hiển của Ngài mà không bày tỏ cho người khác nhìn thấy và say mê, thì chúng ta đang tự dối mình, vì dấu hiệu của một người đang có niềm vui trong đời sống tôn cao Đức Chúa Trời là muốn bày tỏ và chia sẻ tấm lòng đó với người khác. Sống lãng phí cuộc đời là sống không đam mê uy quyền tối thượng của Đức Chúa Trời trong mọi sự để muôn dân được vui mừng.

Lý do rõ ràng để sống

Kinh Thánh nói rõ rằng: Đức Chúa Trời tạo nên chúng ta vì sự vinh hiển của Ngài. Chúa phán rằng: "Hãy đem các con trai ta về từ nơi xa, đem các con gái ta về từ nơi đầu cùng đất, tức là những kẻ xưng bằng tên ta, ta đã dựng nên họ vì vinh quang ta; ta đã tạo thành và đã làm nên họ" (Ê-sai 43:6-7). Sống lãng phí cuộc đời là khi chúng ta không sống cho sự vinh hiển của Đức Chúa Trời. Ý tôi bao gồm tất cả mọi sự trong đời nầy. Tất cả phải vì sự vinh hiển của Ngài. Đó là lý do vì sao Kinh Thánh đề cập rất chi tiết về việc ăn và uống. "Vậy, anh em hoặc ăn, hoặc uống, hay là làm sự chi khác, hãy vì sự vinh hiển Đức

Chúa Trời mà làm" (1 Cô-rinh-tô 10:31). Chúng ta đang sống lãng phí khi chúng ta không sống và bày tỏ Đức Chúa Trời trong cách ăn và uống cũng như mọi khía cạnh khác của đời sống.

Tôn vinh hiển Đức Chúa Trời nghĩa là gì? Nếu không cẩn thận, chúng ta sẽ rơi vào chỗ nguy hiểm. Tôn vinh hiển giống như làm đẹp. Nhưng làm đẹp thường có nghĩa là: "khiến sự vật sự việc nào đó trở nên đẹp hơn", tức là làm cho chúng đẹp hơn nữa. Đây dứt khoát không phải là điều chúng ta đang nói về việc tôn vinh hiển Đức Chúa Trời. Đức Chúa Trời không thể được làm cho vinh hiển hơn hay đẹp hơn được. Ngài không thể được làm cho khác hơn, "Ngài cũng chẳng dùng tay người ta hầu việc Ngài dường như có cần đến sự gì" (Công-vụ 17:24). Tôn vinh hiển không có nghĩa là thêm vinh hiển cho Đức Chúa Trời.

Tôn vinh hiển giống như việc phóng to (về mặt thần học là tán dương). Nhưng ở đây chúng ta cũng có thể hiểu sai. Có hai ý nghĩa khác nhau nhất định trong việc phóng to một điều gì đó. Khi chữ nầy được dùng để nói về Đức Chúa Trời, thì có một ý nghĩa chỉ về sự thờ phượng và ý nghĩa còn lại là tội lỗi. Bạn có thể phóng to giống như kính thiên văn hay kính hiển vi. Khi dùng chữ tán dương Ngài với ý nghĩa phóng to bằng kính hiển vi, bạn đang nhìn thấy một đối tượng rất nhỏ được phóng đại lên. Một con mạt có thể trở thành một con quái vật. Tán dương Đức Chúa Trời như thế là tội. Nhưng khi dùng chữ tán dương Ngài với ý nghĩa phóng to bằng kính thiên văn, bạn đang nhìn thấy một đối tượng khổng lồ đúng với kích thước thật của nó. Khi theo dõi các dãy ngân hà nhỏ như đinh ghim trên bầu trời bằng ống kính Hubble ở ngoài vũ trụ, người ta thấy được hàng tỷ ngôi sao rất to. Tán dương Đức Chúa Trời như thế là thờ phượng.

Sống lãng phí cuộc đời mình là khi chúng ta không cầu nguyện, suy nghĩ, mơ ước, lập kế hoạch và làm việc để tán dương Đức Chúa Trời trong mọi khía cạnh cuộc sống. Đức Chúa Trời tạo nên chúng ta: để sống trên đời nầy hầu cho mọi vật thấy được giá trị vĩ đại, cao trọng và đời đời vốn dĩ thuộc về Ngài. Khi nhìn lên trời vào buổi tối, Đức Chúa Trời hiện ra cho hầu hết mọi người, nếu không nói là tất cả, giống như một tia sáng rất nhỏ trên bầu trời đêm. Nhưng Ngài đã tạo nên chúng ta và kêu gọi chúng ta sống để tán dương Ngài như chính Ngài đáng phải được như vậy. Đó là ý nghĩa của việc được tạo nên theo ảnh tượng của Đức Chúa Trời. Chúng ta là hình ảnh thật sự của chính Ngài trong thế giới nầy.

Được yêu nhiều có phải là được chú ý nhiều không?

Đối với nhiều người thì đây rõ ràng không phải là hành động yêu thương. Họ không cảm nhận được tình yêu khi biết rằng Đức Chúa Trời tạo nên họ để sống cho sự vinh hiển của Ngài. Họ cảm thấy bị lợi dụng. Điều nầy phải được thông cảm vì khái niệm về tình yêu đã bị làm cho méo mó trong thế giới của chúng ta. Đối với hầu hết mọi người, thì được yêu tức là được đối xử tử tế. Hầu hết tất cả những gì đang tồn tại trong văn hóa Tây phương đều đang phục tùng phiên bản tình yêu đã bị làm cho méo mó nầy. Chúng ta được dạy dỗ bằng hàng ngàn phương thức cho rằng: yêu thương tức là làm cho đối phương cảm thấy được tôn trọng hơn. Yêu thương tức là làm cho đối phương cảm thấy hài lòng hơn. Yêu thương tức là tặng cho đối phương một cái gương và giúp họ yêu thích hình ảnh ở trong gương.

Đó hoàn toàn không phải là điều Kinh Thánh nói về tình yêu của Đức Chúa Trời. Yêu thương là làm điều tốt nhất cho ai đó. Nhưng tự khiến bản thân mình trở thành đối tượng được yêu nhất thì không phải là điều tốt nhất cho chúng ta. Đó là sự xao lãng chết người. Chúng ta được tạo nên để nhìn thấy và say mê Đức Chúa Trời – ngưỡng vọng Ngài, là Đấng làm thỏa mãn chúng ta đến tột cùng, rồi nhờ đó mà truyền ra cho thế giới biết sự hiện hữu của Ngài. Không cho mọi người biết Đức Chúa Trời là tất cả của họ tức là không yêu thương họ. Nếu chúng ta khiến người khác tự mãn về bản thân trong khi họ được tạo nên để được thỏa mãn ở trong Đức Chúa Trời, thì giống như dẫn ai đó lên dãy núi An-pơ rồi nhốt họ trong căn phòng đầy gương.

Hẽm núi lớn đáng sợ

Khoảnh khắc vui sướng nhất trong thế giới nầy không phải là những lúc tự mãn đâu, mà là quên hẳn đi cái tôi của chúng ta. Nếu bạn có cơ hội đứng trước hẽm núi lớn gọi là Grand Canyon rồi yên lặng trầm tư về sự vĩ đại của mình thì bạn là một kẻ rất bệnh hoạn. Trong khoảnh khắc đó, chúng ta được tạo nên vì một niềm vui rất lớn đến từ ngoại cảnh. Chính những giây phút hiếm hoi và rất quý báu đó – bên cạnh hẽm núi Canyon, trước mặt là dãy núi An-pơ, bên dưới các vì sao – đang vang vọng một điều vĩ đại hơn nhiều, đó chính là sự vinh hiển của Đức Chúa Trời. Đó là lý do Kinh Thánh nói rằng: "Các từng trời rao truyền sự vinh hiển của Đức Chúa Trời, bầu trời giãi tỏ công việc tay Ngài làm" (Thi thiên 19:1).

Đôi khi người ta nói rằng họ không tin vào chuyện có một Đức Chúa Trời vĩ đại như thế lại quan tâm đến một tạo vật nhỏ bé kia gọi là con người. Họ nói rằng vũ trụ rộng lớn như vậy nên con người không đáng được quan tâm như thế. Tại sao Đức Chúa Trời lại dựng nên trái đất và con người nhỏ bé đến nỗi phải nhìn bằng kính hiển vi mới thấy được, rồi sau đó Ngài phải can thiệp vào đời sống của chúng ta như vậy?

Đằng sau câu hỏi nầy là một góc nhìn sai trật rất lớn về vũ trụ. Vũ trụ đang nói về sự vĩ đại của Đức Chúa Trời, không phải nói về loài người thật quan trọng đâu. Đức Chúa Trời đã tạo nên loài người nhỏ bé và vũ trụ bao la chính là để nói về Ngài. Ngài muốn chúng ta biết cách sống và học cách – bày tỏ Ngài là Đấng vĩ đại, quyền năng, khôn ngoan và cao trọng đến đời đời. Kính thiên văn Hubble càng cho chúng ta thấy độ sâu vô tận của không gian chừng nào, thì chúng ta càng phải kính sợ Đức Chúa Trời chừng nấy. Sự chênh lệch giữa chúng ta và vũ trụ là ẩn dụ cho thấy sự không cân xứng giữa chúng ta và Đức Chúa Trời. Đó là một cách nói giảm. Nhưng chủ yếu là để tôn vinh hiển Ngài chứ không phải hạ thấp chúng ta đâu.

Nếu yêu thương họ thì hãy giúp họ thấy Đức Chúa Trời là tất cả

Bây giờ, quay trở lại câu hỏi được yêu có nghĩa là gì. Khái niệm về tình yêu hầu như đã bị làm cho méo mó. Yêu thương là bày tỏ cho một linh hồn đang chết dần biết về sự vinh hiển và sự cao trọng của Đức Chúa Trời có thể khiến người đó sống lại, đặc biệt là về ân điển của Ngài. Có phải vậy không, chúng ta sẽ thấy được điều đó khi bày tỏ sự vinh hiển của Đức Chúa Trời bằng trăm ngàn cách khác nhau, bao gồm cả việc ban phát lương thực, quần áo, nhà cửa và sức khoẻ. Đó là những gì Chúa Jêsus muốn nói khi Ngài phán rằng: "Sự sáng các ngươi hãy soi trước mặt người ta như vậy, đặng họ thấy những việc lành của các ngươi, và ngợi khen Cha các ngươi ở trên trời" (Ma-thi-ơ 5:16).

Từng việc lành phải nói lên một mặc khải về sự vinh hiển của Đức Chúa Trời. Lý do chứng tỏ một việc lành là hành động yêu thương không phải là hành vi, mà là sự hy sinh và lòng đam mê muốn người khác nhìn thấy sự vinh hiển của Đức Chúa Trời. Đừng bày tỏ hành vi để cho thấy Đức Chúa Trời là Đấng yêu thương, vì Ngài là tất cả nhu cần của chúng ta. Có cả thế gian mà không có Ngài là hư mất đời đời. Kinh Thánh nói rằng bạn có thể cho đi tất cả và tự đốt mình mà vẫn không có tình yêu thương (1 Cô-rinh-tô 13:3). Nếu bạn không cho người khác thấy Đức Chúa Trời là niềm vui đời đời, thì bạn không có tình yêu thương. Bạn đang sống lãng phí cuộc đời.

Sự sống đời đời có phải là thiên đàng đầy gương không?

Bây giờ, thử nghĩ tình yêu của Đức Chúa Trời có nghĩa là gì. Đức Chúa Trời yêu chúng ta như thế nào? Về mặt lô-gíc, chúng ta có câu trả lời là: Đức Chúa Trời yêu chúng ta nhất khi Ngài ban cho chúng ta điều tốt nhất, tức là chính Ngài, vì Ngài là tốt nhất. Nhưng chúng ta không chỉ lệ thuộc vào tính lô-gíc. Kinh Thánh làm rõ điều nầy. "Vì Đức Chúa Trời yêu thương thế gian, đến nỗi đã ban Con một của Ngài, hầu cho hễ ai tin Con ấy không bị hư mất mà được sự sống đời đời" (Giăng 3:16). Đức Chúa Trời yêu thương chúng ta đến nỗi ban cho chúng ta sự sống đời đời mà chính Con Ngài là Đức Chúa Jêsus Christ đã trả giá rất đắt. Nhưng sự sống đời đời là gì? Có phải là sự cao trọng đời đời không? Có phải là thiên đàng đầy gương không? Hay là ván trượt tuyết, hay là vợt đánh gôn, hay là mỹ nữ?

Không. Chúa Jêsus phán rõ ý của Ngài rằng: "Vả, sự sống đời đời là nhìn biết Cha, tức là Đức Chúa Trời có một và thật, cùng Jêsus Christ, là Đấng Cha đã sai đến" (Giăng 17:3). Sự sống đời đời là gì? Đó là nhìn biết Đức Chúa Trời và Con Ngài là Đức Chúa Jêsus Christ. Không có điều nào khác hơn có thể làm thỏa mãn linh hồn của chúng ta. Linh hồn của mỗi người đã được tạo nên để say mê Con người –

là Đấng xứng đáng được mọi sự tôn quý. Tất cả các vị anh hùng đều là hình bóng để nói về Chúa Jêsus. Chúng ta thích sự xuất chúng của họ. Vậy thì chúng ta sẽ được thỏa mãn đến dường nào khi Con người là Đấng đã gồm tóm mọi sự, mọi kỹ năng, mọi tài năng, mọi sức mạnh, sự chói sáng, sự khôn ngoan và sự tốt lành. Đây là điều tôi muốn nói từ đầu tới giờ. Đức Chúa Trời yêu thương chúng ta khi Ngài giải cứu chúng ta khỏi làm tôi mọi của xác thịt hầu cho chúng ta sống để nhìn thấy và say mê Ngài đến đời đời.

Thử xem xét cách sứ đồ Phi-e-rơ diễn đạt điều nầy. "Vả, Đấng Christ cũng vì tội lỗi chịu chết một lần, là Đấng công bình thay cho kẻ không công bình, để dẫn chúng ta đến cùng Đức Chúa Trời" (1 Phi-e-rơ 3:18). Tại sao Đức Chúa Trời sai Chúa Jêsus đến để chịu chết vì chúng ta? "Để dẫn chúng ta đến cùng Đức Chúa Trời" – đến với chính Ngài. Đức Chúa Trời sai Đấng Christ đến để chịu chết hầu cho chúng ta được trở về nhà cùng Cha. Đây là tình yêu thương. Đức Chúa Trời yêu thương chúng ta có nghĩa là Ngài sẽ làm điều phải làm, dù chính Ngài phải trả giá, hầu cho chúng ta được vui mừng khi nhìn biết và say mê Ngài đến đời đời. Nếu điều nầy là đúng, như trước giả Thi thiên nói với Đức Chúa Trời rằng: "Trước mặt Chúa có trọn sự khoái lạc, tại bên hữu Chúa có điều vui sướng vô cùng" (Thi Thiên 16:11), thì tình yêu thương ấy phải làm gì? Tình yêu ấy phải giải cứu chúng ta khỏi cái tôi miệt mài trong tội lỗi và biến đổi chúng ta để bước vào sự hiện diện của Đức Chúa Trời.

Bạn có đang bị lợi dụng chăng?

Đây là câu hỏi để thử cho biết liệu bạn có bị thứ tình yêu lệch lạc của đời nầy kiểm soát chăng: Bạn có cảm thấy Đức Chúa Trời yêu bạn nhiều hơn khi Ngài làm hài lòng bạn không, hay khi Ngài giải cứu bạn khỏi sự tập chú vào cái tôi, dù Ngài phải trả giá đắt, để bạn sống tôn vinh hiển Ngài đến đời đời?

Giả sử bạn trả lời rằng: "Tôi muốn được tự do khỏi cái tôi và được sống vui sướng ở trong Đức Chúa Trời; tôi muốn sống làm vinh hiển Ngài, không phải tập chú vào cái tôi nữa. Tôi muốn được vui mừng đến đời đời". Nếu bạn đáp ứng theo cách nầy, thì bạn có được câu trả lời cho nỗi sợ mà tôi đã đề cập trước đó, tức là bạn muốn được Chúa dùng vì Ngài tạo nên bạn vì cớ sự vinh hiển của Ngài. Vậy thì, chúng ta thấy rằng khi Ngài tạo nên chúng ta cho sự vinh hiển của Ngài, thì Ngài tạo nên chúng ta cũng vì niềm vui tột cùng của chúng ta. Đức Chúa Trời được vinh hiển nhất trong chúng ta khi chúng ta được thỏa mãn nhất ở trong Ngài.

Đức Chúa Trời là hữu thể duy nhất trong vũ trụ có thể tự tôn mình mà vẫn được xem là hành động yêu thương nhất. Bất kỳ ai khác nếu tự tôn mình lên thì đang làm xao lãng chúng ta khỏi Đấng chúng ta cần nhất, đó là Đức Chúa Trời. Nhưng nếu Đức Chúa Trời tự tôn mình, tức là Ngài đang thu hút mọi sự chú ý vào điều chúng ta cần nhất để được vui mừng. Nếu các bức hoạ biết nói khi chúng thấy bạn cúi đầu đi qua khu triển lãm, thì chúng sẽ kêu toán lên rằng:

"Nhìn tôi nè! Nhìn tôi nè! Tôi là lý do khiến bạn có mặt ở đây!". Khi bạn nhìn và trầm trồ về các bức hoạ cùng với những người xung quanh, thì lòng bạn cảm thấy vui đến tột cùng. Bạn không hề phàn nàn vì mấy bức hoạ làm ồn nữa. Chúng đã giải thoát bạn khỏi một ngày lãng phí ở trong khu triển lãm. Cũng vậy, không có đứa con nào phàn nàn nói rằng: "Tôi bị lợi dụng" trong khi người cha đang làm cho đứa con ấy vui mừng vì sự hiện diện của mình.

Được tự do để sống với đam mê

Bây giờ, tôi được tự do hơn để khẳng định rằng mục đích của Đức Chúa Trời dành cho cuộc đời tôi đã được bày tỏ qua Kinh Thánh. Tôi không còn lo sợ phải chọn lựa giữa điều đúng và điều không thể né tránh nữa. Tôi được tự do để sống với niềm đam mê duy nhất đó là: đam mê uy quyền tối thượng của Đức Chúa Trời trong mọi sự để muôn dân được vui mừng. Tôi được giải cứu khỏi cuộc đời lãng phí. Bây giờ, cuộc sống đã tìm được ý nghĩa tối hậu – giống với sự sống mà Đức Chúa Trời ban cho tôi, đó là: sống và bày tỏ sự vĩ đại của Ngài.

Tôi được tự do để sống với mục đích mà tôi đã tìm kiếm bấy lâu nay: đó là hướng đi, mục đích, cốt lõi và trọng tâm của tất cả mọi sự. Đó là điều có thật. Đó là sự khách quan. Điều nầy xuất phát từ trong bản chất của Đức Chúa Trời. Ngài là Đấng đầy vinh hiển, đẹp đẽ và oai nghi vô cùng. Đó là sự đời đời, sự vô cùng và không hề thay đổi. Đó là Chân lý, Công chính, Tốt lành, Khôn ngoan, Quyền phép và Yêu thương. Tất cả đều ra từ bản chất của Ngài và đó cũng là mục đích sống của chúng ta. Vì Đức Chúa Trời đam mê sự vinh hiển của Ngài mà tạo ra đam mê ấy ở trong chúng ta. Lý do duy nhất gồm tóm mọi sự và biến đổi mọi sự cho cuộc đời là: sống đam mê và bày tỏ uy quyền tối thượng của Đức Chúa Trời trong mọi sự để muôn dân được vui mừng.

Đức Chúa Trời đã tạo nên chúng ta để sống với một đam mê duy nhất đó là vui mừng bày tỏ uy quyền tối thượng của Ngài trong mọi khía cạnh đời sống. Sống lãng phí là sống không có niềm đam mê đó. Đức Chúa Trời kêu gọi chúng ta phải cầu nguyện, suy gẫm, mơ ước, hoạch định, làm việc không phải cho chúng ta, mà cho chính Ngài trong từng ngỏ ngách của cuộc đời.

Hãy say mê sự vinh hiển của Đức Chúa Jêsus Christ

Kể từ ngày 11 tháng 9 năm 2001, tôi đã nhìn thấy rõ hơn bao giờ hết về việc tôn cao sự vĩ đại của Đấng Christ là Đấng đã chịu đóng đinh vì tội nhân và đã sống lại từ cõi chết là điều vô cùng cần thiết. Đấng Christ phải được kể ra cách rõ ràng trong mọi cuộc trò chuyện của chúng ta về Đức Chúa Trời. Ngày hôm nay, trong thế giới đầy ắp chủ nghĩa đa nguyên nầy, chúng ta không nên nói về sự vinh hiển của Đức Chúa Trời một cách mơ hồ. Đức Chúa Trời không có Đấng Christ thì không có Đức Chúa Trời. Mà không có Đức Chúa Trời thì không có sự cứu rỗi và sự thỏa mãn cho linh hồn. Tin theo một Đức Chúa Trời như thế - cho dù danh ấy là gì hay tôn giáo ấy ra sao – là một cuộc đời lãng phí. Đức Chúa Trời trong Đấng Christ là Đức Chúa Trời chân thật và là con đường duy nhất để được vui mừng. Mọi sự tôi đã nói cho đến thời điểm nầy đều liên hệ đến Đấng Christ. Câu nói quen thuộc ở trên tấm bản treo trong nhà bếp lại quay về: "Chỉ việc làm cho Christ còn mãi".

Vì Đức Chúa Trời muốn chúng ta có niềm vui trọn vẹn và bền vững, nên Chúa đã khiến Con của Ngài là Đức Chúa Jêsus Christ phải tuôn huyết vô tội để chịu khổ và chịu chết. Đó là giá trả để cứu chúng ta thoát khỏi một cuộc đời lãng phí. Con Đức Chúa Trời đời đời "chẳng coi sự bình đẳng mình với Đức Chúa Trời là sự nên nắm giữ; chính Ngài đã tự bỏ mình đi, lấy hình tôi tớ và trở nên giống như loài người; Ngài...tự hạ mình xuống, vâng phục cho đến chết, thậm chí chết trên cây thập tự" (Phi-líp 2:6-8).

Muôn vật được làm nên bởi Ngài

Chúa Jêsus đã và vẫn đang là nhân vật lịch sử mà trong Ngài có "sự đầy dẫy của bổn tánh Đức Chúa Trời" (Cô-lô-se 2:9). Ngài là "Đức Chúa Trời thật, Sự sáng thật, Đức Chúa Trời rất chân thật", theo như bài tín điều của Nicene, vì sự chết và sự sống lại của Ngài là hành động chủ chốt của Đức Chúa Trời trong lịch sử, nên chẳng có gì phải ngạc nhiên khi nghe Kinh Thánh nói rằng: "Vì muôn vật đã được dựng nên trong Ngài" (Cô-lô-se 1:16). Trong Ngài! Tức là cho sự vinh hiển của Ngài. Mà những gì chúng ta nói từ nãy đến giờ về Đức Chúa Trời là Đấng đã tạo nên chúng ta vì sự vinh hiển của Ngài cũng có nghĩa là: Ngài đã tạo nên chúng ta vì sự vinh hiển của Con Ngài.

Điều đầu tiên Chúa Jêsus cầu nguyện trong Giăng 17 là: "Thưa Cha, giờ đã đến; xin làm vinh hiển Con, hầu cho Con cũng làm vinh hiển Cha" (Cô-lô-se 17:1). Từ lúc trở nên Con người, tức là công tác cứu chuộc của Chúa Jêsus, Đức Chúa Trời được vinh hiển bởi tội nhân chỉ khi Con người, là Đức Chúa Jêsus Christ, được sống lại cách vinh hiển. Sự tuôn huyết chịu chết của Ngài là tâm điểm chói sáng nhất trong sự vinh hiển Đức Chúa Trời. Không có con đường khác để làm vinh hiển Đức Chúa Trời ngoài Con Đức Chúa Trời. Mọi lời Chúa hứa về sự khoái lạc trước mặt Đức Chúa Trời và sự vui sướng ở bên hữu Ngài dành cho chúng ta đều đến từ việc đặt niềm tin vào Đức Chúa Jêsus Christ.

Từ chối Ngài, tức là từ chối Đức Chúa Trời

Chúa Jêsus là giấy quỳ thử nghiệm tình trạng thật của mọi người và mọi tôn giáo. Ngài phán rất rõ rằng: "...ai bỏ ta, ấy là bỏ Đấng đã sai ta" (Lu-ca 10:16). Loài người và tôn giáo nào từ chối Đấng Christ tức là từ chối Đức Chúa Trời. Các tôn giáo khác có biết Đức Chúa Trời không? Đây là cơ sở để kiểm chứng: Họ có từ chối Chúa Jêsus là Đấng Cứu Thế duy nhất của tội nhân, đã bị đóng đinh và được Đức Chúa Trời làm cho sống lại từ cõi chết không? Nếu có, thì họ không biết sự cứu rỗi của Đức Chúa Trời.

Đó là điều Chúa Jêsus muốn nói khi Ngài phán rằng: "Ta là đường đi, lẽ thật, và sự sống; chẳng bởi ta thì không ai được đến cùng Cha" (Giăng 14:6). Ngài còn phán rằng: "Ai không tôn kính Con, ấy là không tôn kính Cha, là Đấng đã sai Con đến" (Giăng 5:23). Ngài cũng phán với những người Pha-ri-si rằng: "Ví bằng Đức Chúa Trời là Cha các ngươi thì các ngươi sẽ yêu ta" (Giăng 8:42).

Đó là điều sứ đồ Giăng muốn nói: "Ai chối Con, thì cũng không có Cha: ai xưng Con, thì cũng có Cha nữa (1 Giăng 2:23). Ông còn nói rằng: "Hễ ai đi dông dài, chẳng bền lòng theo đạo Đấng Christ, thì người ấy không có Đức Chúa Trời" (2 Giăng 1:9).

Thật vô nghĩa cho những tư tưởng lãng mạn trong các tôn giáo khác đang từ chối thân vị và công tác của Đấng Christ. Họ không biết Đức Chúa Trời. Còn ai tin những điều đó thì đang lãng phí cuộc đời mình.

Nếu chúng ta có thể nhìn thấy và say mê sự vinh hiển của Đức Chúa Trời, chúng ta phải nhìn thấy và say mê Đấng Christ nữa. Vì Đấng Christ là "hình ảnh của Đức Chúa Trời không thấy được" (Cô-lô-se 1:15). Nói cách khác, nếu chúng ta muốn sống cho sự vinh hiển của Đức Chúa Trời, thì chúng ta cũng phải sống cho Phúc âm của Đấng Christ. Lý do không chỉ vì chúng ta là tội nhân và cần một Đấng Cứu Thế chịu chết thay cho chúng ta, mà cũng vì chính Ngài bày tỏ sự vinh hiển của Đức Chúa Trời một cách trọn vẹn và đẹp đẽ nhất nữa. Ngài không những chuộc cho chúng ta sự khoái lạc đời đời mà chúng ta không đáng có, Ngài còn chính là Của báu đời đời mà chúng ta không đáng nhận nữa.

Phúc Âm là Tin lành về sự vinh hiển của Đấng Christ

Phúc Âm được định nghĩa như sau. Khi chúng ta tiếp nhập Đấng Christ bằng đức tin, con mắt của lòng chúng ta nhìn thấy "sự vinh hiển chói lói của Tin lành Đấng Christ, là ảnh tượng của Đức Chúa Trời" (2 Cô-rinh-tô 4:4). Phúc âm là Tin lành đắc thắng. Nói như sứ đồ Phao-lô thì Tin lành là "sự vinh hiển...của Đấng Christ". Khi chúng ta tiếp nhận Đấng Christ, chúng ta tiếp nhận Đức Chúa Trời. Chúng ta nhìn thấy và say mê vinh hiển của Đức Chúa Trời. Nếu chúng ta không nhìn thấy sự vinh hiển của Đức Chúa Trời trong Đấng Christ, thì không hề có sự say mê vinh hiển Đức Chúa Trời. Đây là cánh cửa duy nhất mà tội nhân có thể nhìn thấy mặt Đức Chúa Trời mà không bị hoá ra tro.

Kinh Thánh nói rằng khi Đức Chúa Trời soi sáng lòng của chúng ta để tiếp nhận Chúa, thì Ngài ban cho "sự thông biết về vinh hiển Đức Chúa Trời soi sáng nơi mặt Đức Chúa Jêsus Christ" (2 Cô-rinh-tô 4:6). Chúng ta phải thấy được sự vinh hiển của Đức Chúa Trời "nơi mặt Đức Chúa Jêsus Christ", không thì chúng ta chẳng thấy gì cả. Còn "mặt Đức Chúa Jêsus Christ" là sự đẹp đẽ nhất của Đấng Christ ở trên thập tự giá. Gương mặt đẫm máu của Đấng Christ đã chịu đóng đinh (đã đắc thắng!) là diện mạo vinh hiển của Đức Chúa Trời. Sự gì từng bị coi là điên dại đã trở thành sự khôn ngoan, quyền phép và

sự khoe mình của chúng ta (1 Cô-rinh-tô 1:18, 24).

Cuộc đời lãng phí khi chúng ta không nhận ra sự vinh hiển tại thập tự giá, tríu mến của báu đó và bám víu vào nó, vì đó là giá trả cao nhất cho mọi sự vui mừng và là sự yên ủi lớn nhất cho mọi khổ đau. Chúng ta sẽ tiếp tục nói về điều nầy ở chương tiếp theo.

---

1. E.D. Hirsch, *Giải nghĩa đúng* (New Haven, CT: Yale University Press, 1967), ix. Trích dẫn nầy không phản ánh niềm tin của Hirsch mà cho thấy sự tranh luận của ông.
2. Câu nầy được trích từ cách ngôn 125 tựa đề là "Kẻ điên", trong phần *Khoa học vui*, được trích dẫn trong quyển "Chân lý của Nietzsche" của Damon Linker, *Những điều đầu tiên* 125 (tháng 8/tháng 9 năm 2002): 54; trang điện tử: http://www.firstthings.com/ftissues/ft0218/articles/linker.html.
3. Daniel Fuller, *Tính thống nhất của Kinh Thánh: Kế hoạch của Đức Chúa Trời dành cho loài người* (Grand Rapids, MI: Zondervan, 1992).
4. Ibid., 453-54.
5. Jonathan Edwards, *Các tác phẩm của Jonathan Edwards*, biên soạn bởi Edward Hickman, tập 2. (Edinburgh: Banner of Truth, 1976), 1:xx-xxi.
6. Jonathan Edwards, "Không gì dưới trời có thể đại diện cho sự vinh hiển trên trời", trong quyển *Những bài giảng và những bài phát biểu, 1723-1729*, biên soạn bởi Kenneth P. Minkema, tập 14 của *Các tác phẩm của Jonathan Edwards* (New Haven, CT: Nhà in trường Đại học Yale, 1977), 144.

3

CHỈ KHOE MÌNH VỀ THẬP TỰ GIÁ, LÀ TÂM ĐIỂM CHÓI SÁNG NHẤT CỦA VINH HIỂN ĐỨC CHÚA TRỜI

Trái với việc lãng phí cuộc đời là chỉ sống đam mê tôn cao Đức Chúa Trời và được thỏa mãn ở trong Ngài. Một đời sống trọn vẹn phải là cuộc đời tôn cao Đức Chúa Trời và được thỏa mãn ở trong Ngài, vì đó là lý do Đức Chúa Trời đã tạo nên chúng ta (Ê-sai 43:7; Thi thiên 90:14). Đó là gánh nặng ở trong chương hai. Còn mấy chữ "đam mê" là đúng lắm (nếu bạn thích cũng có thể gọi là ưa thích, sốt sắng, tha thiết, hăng hái, nhiệt tình) vì Đức Chúa Trời truyền dạy chúng ta kính mến Ngài hết lòng (Ma-thi-ơ 23:37), còn Chúa Jêsus dạy chúng ta rằng Ngài sẽ nhả người nào có sự hâm hẩm ra khỏi miệng Ngài (Khải huyền 3:16). Trái với việc lãng phí cuộc đời là chỉ sống đam mê uy uyển tối thượng của Đức Chúa

Trời trong mọi sự và được thỏa mãn ở trong Ngài.

Từ "chỉ" nghiêm túc đến mức nào? Cuộc sống "chỉ" có một mục đích ấy thôi sao? Không lẽ việc làm, sự nhàn rỗi, các mối quan hệ, ăn uống, yêu đương và mục vụ đều xuất phát từ một đam mê ấy sao? Còn gì khác sâu sắc hơn, to lớn hơn và mãnh liệt hơn có thể bao gồm hết mọi sự đó nữa không? Không lẽ tình dục, xe hơi, việc làm, chiến tranh, thay tả, đóng thuế đều chỉ có một mục tiêu là tôn cao Đức Chúa Trời và được thỏa mãn ở trong Ngài sao?

Câu hỏi nầy dẫn chúng ta quay trở lại phần kết thúc của chương 2, đó là sự chết của Chúa Jêsus trên thập tự giá. Chúng ta đã kết thúc khi nói rằng: sống cho sự vinh hiển của Đức Chúa Trời có nghĩa là sống cho vinh hiển của Đấng Christ đã bị đóng đinh trên thập tự giá. Đấng Christ là hình ảnh của Đức Chúa Trời. Ngài là Đấng gồm tóm mọi sự vinh hiển của Đức Chúa Trời trong thân thể Con người. Sự cao trọng của Ngài được chiếu sáng nhất trong thời khắc đen tối nhất của Ngài.

Nhờ Kinh Thánh mà biết được điều quan trọng nhất

Nhưng câu hỏi về sự đam mê duy nhất ở trên cũng dẫn chúng ta đến một khung cảnh đẫm máu. Kinh Thánh thôi thúc chúng ta đến chỗ nầy. Thí dụ, sứ đồ Phao-lô nói về sự sống và chức vụ của ông xoay quanh một điều duy nhất đó là: "Vì tôi đã đoán định rằng ở giữa anh em, tôi chẳng biết sự gì khác ngoài

Đức Chúa Jêsus Christ, và Đức Chúa Jêsus Christ bị đóng đinh trên cây thập tự" (1 Cô-rinh-tô 2:2). Điều nầy thật phi thường, khi bạn tưởng đến mọi thứ mà Phao-lô đã làm, thật ra là những gì ông kể lại. Lúc nào cũng có một cảm nhận về câu "Đức Chúa Jêsus Christ và Đức Chúa Jêsus Christ bị đóng đinh trên cây thập tự" là nền tảng và tóm tắt cho mọi điều mà ông nói ra. Ông đang thúc giục chúng ta phải có góc nhìn cho đời sống mình bằng một sự tập chú duy nhất, mà thập tự giá của Đấng Christ chính là sự tập chú duy nhất ấy của chúng ta.

Bạn không cần biết hết mọi thứ trong đời nầy để trở nên khác thường trong thế gian. Nhưng bạn cần phải biết vài điều vĩ đại rất quan trọng, mà thực ra chỉ có một điều mà thôi, rồi sẵn sàng sống chết vì điều đó. Những người đang tạo ra sự khác biệt trong thế giới nầy không phải là những người giỏi giang mọi thứ, họ chỉ thành thạo một điều vĩ đại mà thôi. Nếu bạn muốn sống cuộc đời có ý nghĩa, nếu bạn muốn những gợn sóng lăn tăn sau khi quăng hòn đá xuống nước trở thành những cơn sóng lan đến tận cùng cõi đất và cho đến cõi đời đời, thì bạn không cần phải có chỉ số IQ thật cao. Bạn không cần phải thật xinh đẹp hay giàu có hay xuất thân từ một gia đình khá giả hay là học sinh của trường chuyên. Bạn cần phải biết vài điều vĩ đại, oai nghi, không lay chuyển, rõ ràng, đơn giản, đầy vinh hiển – hoặc là một điều vĩ đại gồm tóm mọi sự – và nóng cháy với điều đó.

Thảm họa cuộc đời

Có thể bạn không chắc mình có muốn làm gì đó khác thường không! Có lẽ bạn không chắc điều mình sẽ làm có mang lại sự khác biệt lâu dài cho một điều vĩ đại nào đó chăng! Bạn chỉ muốn có người hâm mộ thôi sao! Nếu mọi người thích ở gần bạn, thì như vậy là đủ rồi phải không! Hay là, nếu bạn có được công việc ổn định và một người vợ ngoan hiền, hoặc là người chồng tốt, rồi có vài đứa con, xe hơi và những ngày cuối tuần chậm rãi, có bạn bè, được nghỉ hưu vui vẻ, một cái chết nhanh chóng và dễ dàng, không hề có địa ngục − nếu bạn có hết những điều đó (ngay cả không có Đức Chúa Trời) − bạn có được thỏa mãn chăng! Đó là thảm hoạ cuộc đời. Một cuộc đời lãng phí.

Những cuộc đời và cái chết không phải là thảm kịch

Vào tháng 4 năm 2000, Ruby Eliason và Laura Edwards bị giết tại Cameroon, ở Tây Phi. Ruby đã hơn 80 tuổi rồi. Bà sống độc thân trọn cuộc đời để theo đuổi một điều vĩ đại duy nhất, đó là giúp người nghèo, người bệnh và những người chưa biết Chúa Jêsus. Laura là một goá phụ, một bác sĩ, cũng gần 80 tuổi rồi và đang đồng công với Ruby ở Cameroon. Cái phanh xe bị hư, chiếc xe lao xuống vực, cả hai chết ngay lập tức. Tôi hỏi hội chúng của mình rằng: Đó có phải là thảm kịch cuộc đời không? Hai người sống vì một đam mê vĩ đại đó là phục vụ người nghèo vì sự vinh hiển của Đức Chúa Jêsus

Christ – cho đến hai thập kỷ sau đó, hầu hết mấy người trạc tuổi họ ở Mỹ đều muốn nghỉ hưu để làm những chuyện vặt. Không, đó không phải là một thảm kịch cuộc đời. Đó là một vinh quang. Cuộc đời họ không hề bị lãng phí. Họ không hề mất mạng sống mình đâu. "Vì ai muốn cứu sự sống mình thì sẽ mất; còn ai vì cớ ta và đạo Tin lành mà mất sự sống, thì sẽ cứu" (Mác 8:35).

Thảm kịch của một người Mỹ: không nên kết thúc cuộc đời như thế nào?

Tôi muốn cho bạn biết một thảm kịch là gì. Tôi sẽ cho bạn thấy làm thế nào để lãng phí cuộc đời. Có một câu chuyện xảy ra vào tháng 2 năm 1998 trên tờ Reader's Digest kể về một cặp vợ chồng "nghỉ hưu sớm ở Northeast khoảng 5 năm trước, lúc đó người chồng chỉ mới 59 tuổi và người vợ được 50 tuổi. Bây giờ, họ đang sống ở Punta Gorda, thuộc tiểu bang Florida, để dạo chơi trên con tàu đánh cá dài hơn 9 mét, chơi bóng chày và nhặt vỏ sò". Lúc đầu, khi tôi đọc câu chuyện nầy liền nghĩ là chuyện đùa. Một trò lừa gạt của cái gọi là Giấc mơ Mỹ. Nhưng không giống như tôi tưởng. Đúng là một thảm kịch, giấc mơ nầy đang nói rằng: sống đến cuối cuộc đời – là cuộc đời duy nhất mà Đức Chúa Trời ban tặng – rồi làm những việc lớn lao cuối cùng trong đời trước khi đối diện với Đấng Tạo Hoá là: chơi bóng chày và nhặt vỏ sò sao! Hãy tưởng tượng khi họ đứng trước Đấng Christ trong ngày phán xét mà xem: "Chúa ơi, hãy coi những vỏ sỏ mà con đã nhặt được đây!". Đó mới là một thảm kịch. Ngày hôm nay, nhiều người dám chi đến hàng tỷ đô-la để thu hút bạn bằng giấc mơ Mỹ. Ngược lại, tôi muốn phản đối điều nầy rằng: Đừng tin vào điều đó. Đừng lãng phí cuộc đời.

Giả sử tôi là cha của bạn

Khi viết những dòng nầy, tôi đã được 60 tuổi rồi. Những ngày tháng qua, tôi liên hệ với những người vẫn còn rất trẻ giống như con trai và con gái của mình. Có thể bạn cũng rơi vào độ tuổi nầy chăng! Tôi có bốn con trai và một con gái. Có vài điều khiến tôi trăn trở nhiều nhất suốt những năm tháng qua đó là tôi hy vọng con cái của mình sẽ không lãng phí cuộc đời vào những chuyện thành công đầy hứa hẹn nào đó.

Tôi cũng muốn trải lòng mình ra với bạn, đặc biệt là nếu bạn đang ở tuổi hai mươi hoặc ba mươi. Tôi xem bạn như là đứa con trai và con gái của mình, còn những trang sách nầy là lời khuyên của tôi với tư cách là người cha – có lẽ một người cha yêu thương bạn rất nhiều, hoặc là một người cha mà bạn chưa bao giờ có trong đời. Hoặc là người cha chưa bao giờ cho bạn thấy được tầm nhìn mà tôi đang muốn chỉ cho bạn thấy – và Đức Chúa Trời cũng muốn làm điều đó cho bạn nữa. Hoặc là người cha có tầm nhìn nào đó dành cho bạn mà lúc nào cũng nói về tiền bạc và địa vị. Tôi muốn dùng những trang sách nầy và coi bạn như là con trai và con gái của mình, tôi muốn khuyên bạn rằng: Hãy khao khát điều vĩ đại hơn! Hãy mong muốn những điều sẽ còn đến đời đời. Hãy khao khát những điều đó! Đừng sống mà không có niềm đam mê nầy.

Tôi thích khải tượng của Louie Giglio

Một trong những nguồn cảm hứng hình thành nên quyển sách nầy đó là cơ hội được dự phần vào các kỳ hội nghị dành cho sinh viên đại học và những người trẻ gọi là Passion '97, Passion '98, Passion '99. OneDay (2002) và OneDay 03. Dưới sự tể trị của Đấng Christ, một tia sáng đằng sau chương trình thờ phượng và những buổi nhóm lưu động nầy là Louie Giglio. Anh kêu gọi nhiều người trẻ thực hiện "Lời Tuyên Bố 268". Con số nầy tượng trưng cho Ê-sai 26:8 – "Lạy Đức Giê-hô-va, thật vậy, trên con đường phán xét của Ngài, chúng con trông đợi Ngài; linh hồn chúng con khao khát Danh Ngài và kỷ niệm của Ngài". Phần đầu của "Lời tuyên bố" nầy nói rằng: "Bởi vì Đức Chúa Trời đã tạo nên tôi để sống vì sự vinh hiển của Ngài, nên tôi sẽ tôn vinh Ngài để đáp lại tình yêu lớn lao đó. Tôi muốn sống cho Đức Chúa Trời và giúp người khác biết Ngài là đam mê cuộc đời của tôi".[1]

Khải tượng nầy đã thu hút sinh viên và giới trẻ nhiều hơn sự rỗng tuếch của thành công hay những cuộc vui chơi vào mùa xuân. Đây là mong muốn của một linh hồn đầy khát vọng và đam mê. Không phải muốn sống để được hâm mộ, chơi bóng chày, nhặt vỏ sò. Mà là sống cho điều vĩ đại đời đời, cao trọng, có giá trị và đầy thỏa mãn – tức là cho Danh vinh hiển của Đức Chúa Trời – "Linh hồn chúng con khao khát Danh Ngài và kỷ niệm của Ngài".

Điều nầy phù hợp với những gì tôi đã viết trong chương vừa rồi và cũng để áp dụng cho thế hệ tiếp theo. Đó là lẽ sống và cũng là điều tôi mong mỏi được kinh nghiệm trong đời mình. Đó cũng gần như là tuyên ngôn sứ mạng của cuộc đời tôi và của Hội thánh mà tôi đang phục vụ: "Chúng ta sống để bày tỏ một đam mê về uy quyền tối thượng của Đức Chúa Trời trong mọi sự để muôn dân được vui mừng trong Đức Chúa Jêsus Christ". Bạn không cần phải nói giống như tôi hoặc giống như Louie Giglio nói. Nhưng cho dù bạn đang làm gì, hãy tìm kiếm một đam mê có Đức Chúa Trời là trung tâm, Đấng Christ được tôn vinh, Kinh Thánh là tiêu chuẩn, rồi tìm cách nói ra và sống chết vì điều đó. Bạn sẽ tạo nên sự khác biệt còn lại đến đời đời. Bạn sẽ không lãng phí cuộc đời đâu.

Khi tìm được đam mê thì mọi sự là rơm rác

Như chúng ta đã thấy trước đó, bạn sẽ sống giống như sứ đồ Phao-lô khi ông nói chẳng biết điều gì hơn ngoài Đức Chúa Jêsus Christ đã bị đóng đinh vào thập tự giá. Chẳng ai sống với một khải tượng lèo lái cả cuộc đời bằng sứ đồ Phao-lô. Ông có thể nói bằng nhiều cách khác nhau. Ông có thể nói rằng: "Nhưng tôi chẳng kể sự sống mình làm quí, miễn chạy cho xong việc đua tôi và chức vụ tôi đã lãnh nơi Đức Chúa Jêsus, để mà làm chứng về Tin lành của ơn Đức Chúa Trời" (Công-vụ 20:24). Một điều quan trọng đó là: "Tôi sẽ không lãng phí cuộc đời! Tôi sẽ về đích và hoàn thành tốt. Tôi sẽ bày tỏ Phúc âm về ân điển của Đức Chúa Trời trong mọi sự tôi làm. Tôi sẽ xong sự chạy".

Ông cũng có thể nói rằng: "Nhưng vì có Đấng Christ, tôi đã coi sự lời cho tôi như là sự lỗ vậy. Tôi cũng coi hết thảy mọi sự như là sự lỗ, vì sự nhận biết Đức Chúa Jêsus Christ là quí hơn hết, Ngài là Chúa tôi, và tôi vì Ngài mà liều bỏ mọi điều lợi đó. Thật, tôi xem những điều đó như rơm rác, hầu cho được Đấng Christ" (Phi-líp 3:7-8). Một điều quan trọng đó là: nhận biết Đấng Christ và có được Đấng Christ. Mọi sự là rơm rác khi so sánh với điều nầy.

Đam mê duy nhất trong đời bạn là gì mà có thể khiến mọi sự khác là rơm rác? Cầu xin Đức Chúa Trời giúp tôi đánh thức niềm đam mê đó ở trong bạn để phóng thích bạn được tự do mơ ước từ những điều nhỏ bé nhất, rồi sai bạn bước vào tất cả mọi lĩnh vực trong đời sống thế tục nầy và cho đến tận cùng cõi đất vì sự vinh hiển của Đấng Christ.

Đấng christ bị đóng đinh trên thập tự giá là tâm điểm chói sáng trong sự vinh hiển của Đức Chúa Trời

Sau phần cầu nguyện ở trên, tôi sẽ nói tiếp chương vừa rồi. Tôi đã nói rằng: "Cuộc đời lãng phí khi chúng ta không nhận ra sự vinh hiển tại thập tự giá, tríu mến của báu đó và bám víu vào nó, vì đó là giá trả cao nhất cho mọi sự vui mừng và là sự yên ủi lớn nhất cho mọi khổ đau". Sự gì đã từng bị coi là điên dại với chúng ta – tức là Đức Chúa Trời đã bị đóng đinh vào thập tự giá – đã trở thành sự khôn ngoan, quyền phép và sự khoe mình của chúng ta trong thế giới nầy.

Tôi đã chỉ ra trong chương 2 rằng Đức Chúa Trời tạo nên chúng ta vì sự vinh hiển của Ngài và Đức Chúa Trời được vinh hiển nhất trong chúng ta khi chúng ta được thỏa mãn nhất ở trong Ngài. Chúng ta tôn cao Đức Chúa Trời lên vị trí cao nhất khi Ngài là lý do khoe mình của chúng ta. Tôi đã kết luận chương đó bằng một lời tuyên bố như sau: tội nhân chỉ có thể nhìn thấy và say mê vinh hiển ấy qua sự vinh hiển của Đức Chúa Jêsus Christ. Bất kỳ con đường nào khác muốn đến gần Đức Chúa Trời đều là ảo tưởng hoặc sẽ bị hoá thành tro bụi. Nếu chúng ta muốn sống tôn vinh Đức Chúa Trời, thì chúng ta phải sống tôn vinh Đấng Christ. Sự chết của Ngài là tâm điểm chói sáng nhất trong sự vinh hiển của Đức Chúa Trời. Nếu Đức Chúa Trời là sự khoe mình của chúng ta, thì những gì Ngài đã làm và Ngài là ai ở trong Đấng Christ cũng phải là sự khoe mình của chúng ta.

Lời kêu gọi khó hiểu phải khoe mình về sợi dây treo cổ

Nói đến vấn đề nầy, có vài câu Kinh Thánh còn quyết liệt hơn, mạnh bạo hơn và đầy dẫy tinh thần tôn cao Đấng Christ hơn Ga-la-ti 6:14 chép rằng: "Còn như tôi, tôi hẳn chẳng khoe mình, trừ ra khoe về thập tự giá của Đức Chúa Jêsus Christ chúng ta, bởi thập tự giá ấy, thế gian đối với tôi đã bị đóng đinh, và tôi đối với thế gian cũng vậy!". Để nói tích cực hơn thì: Chỉ khoe mình về thập tự giá của Đức Chúa Jêsus Christ. Đó là ý tưởng duy nhất của câu Kinh Thánh nầy. Một mục tiêu duy nhất cho cuộc đời. Một đam mê duy nhất. Chỉ khoe mình về thập tự giá. Chữ "khoe mình" có thể được dịch là "vui mừng" hay "tự hào". Chỉ vui mừng về thập tự giá của Đấng Christ. Chỉ tự hào về thập tự giá của Đấng Christ. Sứ đồ Phao-lô nói rằng: đây là đam mê duy nhất của bạn, là điều duy nhất để khoe khoang với người khác, là niềm vui và sự hớn hở của bạn. Nếu bạn hiểu ý tôi – tôi cũng hy vọng bạn sẽ hiểu trước khi chúng ta kết thúc – thì bạn sẽ biết tại sao điều nầy không hề mâu thuẫn mà còn khẳng định thêm những gì tôi đã viết trong chương 2 khi tôi cầu nguyện cho bạn là đọc giả của quyển sách nầy rằng: Hy vọng điều duy nhất mà bạn sẽ tríu mến, điều duy nhất mà bạn sẽ vui mừng và hớn hở, là thập tự giá của Đức Chúa Jêsus Christ.

Khi Phao-lô nói rằng chúng ta chỉ nên khoe mình về thập tự giá của Đấng Christ là điều khó hiểu vì cớ hai lý do sau.

Lý do thứ nhất là vì nói như vậy giống như nói rằng: Chỉ khoe mình về cái ghế điện. Chỉ hớn hở về buồng khí ga. Chỉ tự hào về mũi tiêm thuốc độc. Chỉ khoe mình, vui mừng và hớn hở về sợi dây treo cổ. "Tôi hẳn chẳng khoe mình, trừ ra khoe về thập tự giá của Đức Chúa Jêsus Christ chúng ta". Con người chưa hề nghĩ ra một nghi thức hành hình nào đáng sợ và đau đớn bằng việc đóng đinh tử tù vào thập tự giá, rồi để họ bị treo như miếng thịt lủng lẳn cho tới chết. Đó là điều vô cùng kinh khủng. Bạn không muốn chứng kiến điều đó đâu – vì cảnh tượng ấy sẽ khiến bạn phải la hét, bức tóc và xé toạc áo quần của mình. Có thể bạn sẽ mắc ói nữa. Còn sứ đồ Phao-lô nói rằng đó là đam mê duy nhất trong đời bạn. Đó là điều duy nhất khiến câu nói nầy trở nên khó hiểu vô cùng.

Lý do thứ hai, ông nói rằng đó là sự khoe mình duy nhất cho cả đời bạn. Đó là điều duy nhất bạn lấy làm vui mừng. Đó là điều duy nhất bạn lấy làm hớn hở. "Còn như tôi, tôi hẳn chẳng khoe mình, trừ ra khoe về thập tự giá của Đức Chúa Jêsus Christ chúng ta, bởi thập tự giá ấy, thế gian đối với tôi đã bị đóng đinh, và tôi đối với thế gian cũng vậy!" Ý ông muốn nói là gì? Ông có đang nói nghiêm túc chăng? Chẳng khoe gì khác ngoài điều đó sao? Chẳng có niềm vui nào khác sao? Chẳng có sự hớn hở nào khác ngoài thập tự giá của Đức Chúa Jêsus Christ sao?

Thế còn những chỗ mà Phao-lô dùng mấy lời tương tự để nói về sự khoe mình hay sự hớn hở về điều khác thì sao? Thí dụ như trong Rô-ma 5:2 chép rằng: "...chúng ta khoe mình trong sự trông cậy về vinh hiển Đức Chúa Trời". Rô-ma 5:3-4 chép rằng: "Nào những thế thôi, nhưng chúng ta cũng khoe mình trong hoạn nạn nữa, vì biết rằng hoạn nạn sanh sự nhịn nhục, sự nhịn nhục sanh sự rèn tập, sự rèn tập sanh sự trông cậy". Trong 2 Cô-rinh-tô 12:9 chép rằng: "Vậy tôi sẽ rất vui lòng khoe mình về sự yếu đuối tôi, hầu cho sức mạnh của Đấng Christ ở trong tôi". Trong 1 Tê-sa-lô-ni-ca 2:19 chép rằng: "Vì niềm hi vọng, sự vui mừng, và mão triều thiên đáng hãnh diện của chúng tôi trước mặt Chúa chúng ta là Đức Chúa Jêsus khi Ngài quang lâm là gì, nếu không phải là chính anh em?"

"Trừ ra khoe về" tức là "có khoe thì khoe về"

Vậy, nếu sứ đồ Phao-lô có thể khoe mình và vui mừng về hết thảy những điều nầy, thì điều ông muốn nói là gì – khi ông nói "trừ ra khoe về thập tự giá của Đức Chúa Jêsus Christ" (Ga-la-ti 6:14)? Vậy, không phải là nói hai lời sao? Ông vui mừng về những điều kia, mà lại nói rằng đang vui mừng về điều nầy sao? Không hề. Có một lý do sâu xa hơn khi nói rằng tất cả mọi sự vui mừng, hớn hở, khoe mình đều là thập tự giá của Đức Chúa Jêsus Christ.

Sứ đồ Phao-lô muốn nói đến một điều sẽ thay đổi từng khía cạnh trong đời sống của chúng ta. Ý của ông đó là, đối với Cơ Đốc nhân thì mọi sự khoe mình đều phải khoe về thập tự giá. Nếu bạn vui mừng về sự trông cậy vinh hiển, thì bạn nên hớn hở về thập tự giá của Đấng Christ. Nếu bạn vui mừng về hoạn nạn vì sự hoạn nạn sanh ra sự trông cậy, thì bạn nên vui mừng về thập tự giá của Đấng Christ. Nếu bạn vui mừng trong sự yếu đuối, hay về con dân của Đức Chúa Trời, thì bạn nên vui mừng về thập tự giá của Đấng Christ.

Đấng christ đã chuộc lại mọi điều tốt lành và mọi điều tồi tệ đã trở nên tốt lành

Tại sao lại đề cập vấn đề nầy? Vì đối với tội nhân đã được cứu, mọi sự tốt lành – thật ra là mọi điều tồi tệ mà Đức Chúa Trời đã khiến trở nên tốt lành – đều được chuộc lại cho chúng ta nhờ thập tự giá của Đấng Christ. Ngoài sự chết của Đấng Christ ra, thì tội nhân chẳng nhận được gì khác ngoài sự đoán xét. Ngoài thập tự giá của Đấng Christ ra thì chỉ có sự định tội mà thôi. Cho nên, mọi sự mà chúng ta đang có được trong Đấng Christ – đối với Cơ Đốc nhân là người tin cậy vào Đấng Christ – đều là nhờ sự chết của Đấng Christ mà có được. Cho nên, tất cả sự vui mừng mà chúng ta đang bày tỏ ra phải là sự vui mừng về thập tự giá, vì Đức Chúa Jêsus Christ là Con Đức Chúa Trời đã trả giá đắt để chuộc lại cho chúng ta mọi phước hạnh đó.

Một trong những lý do mà chúng ta chưa đặt Đấng Christ và thập tự giá của Ngài là trọng tâm cuộc đời là vì chúng ta chưa nhận ra mọi sự - tức là mọi điều tốt lành và mọi điều tồi tệ mà Đức Chúa Trời khiến trở nên tốt lành cho con cái Ngài là những kẻ được cứu – đã được chuộc lại cho chúng ta bằng chính sự chết của Đấng Christ. Chúng ta chỉ đang nhận được sự sống, hơi thở, sức khoẻ, bạn bè và mọi thứ khác từ sự ban cho của Ngài. Chúng ta nghĩ rằng đó là quyền lợi hiển nhiên sao! Nhưng thật ra, chúng ta không hề có quyền lợi nào cả. Chúng ta hoàn toàn không xứng đáng với điều đó.

1. Chúng ta là tạo vật, còn Đấng Tạo Hoá

của chúng ta không hề bị ép buộc phải làm điều gì cho chúng ta – dù đó là sự sống, sức khoẻ hay bất cứ điều gì. Ngài ban cho, Ngài cất đi, Ngài không làm sự gì bất công với chúng ta cả (Gióp 1:21).

2. Bên cạnh việc nói chúng ta là tạo vật không thể đòi hỏi điều chi từ Đấng Tạo Hoá, thì chúng ta còn là tội nhân nữa. Chúng ta thiếu mất sự vinh hiển của Đức Chúa Trời (Rô-ma 3:23). Chúng ta đã từ chối Ngài, không vâng lời Ngài, không kính mến Ngài và không tin cậy Ngài. Cơn thịnh nộ đầy công chính của Ngài đang chống lại chúng ta. Tất cả những gì chúng ta đáng nhận được từ Ngài là sự đoán xét (Rô-ma 3:19). Cho nên, từng hơi thở mà chúng ta có được, từng nhịp đập của trái tim, từng ngày sống dưới ánh sáng mặt trời, từng giây phút mà chúng ta nhìn thấy bằng mắt thường, hay lắng nghe bằng lỗ tai, hay nói chuyện bằng miệng, hay bước đi bằng đôi chân, thì hết thảy đều là món quà miễn phí mà tội nhân đáng bị đoán phạt không xứng đáng được nhận ngay bây giờ.

Đón nhận sự thương xót hay gia thêm cơn thịnh nộ?

Tôi nói "ngay bây giờ" vì nếu bạn từ chối nhận lãnh món quà của Đức Chúa Trời, thì hết thảy không còn là món quà nữa mà sẽ trở thành bằng chứng trước Toà án Tối cao về sự không biết ơn. Kinh Thánh nói về những điều đó là "sự dư dật của lòng nhân từ, nhịn nhục và khoan dung của Ngài" để dẫn chúng ta đến sự ăn năn (Rô-ma 2:4). Nhưng khi chúng ta lợi dụng những điều đó mà không quý trọng ân điển của Đức Chúa Trời thì "bởi lòng ngươi cứng cỏi, không ăn năn, thì tự chất chứa cho mình sự giận về ngày thạnh nộ, khi sẽ hiện ra sự phán xét công bình của Đức Chúa Trời" (Rô-ma 2:5).

Nhưng đối với người nào nhìn thấy bàn tay nhân từ của Đức Chúa Trời trong từng hơi thở của mình và trân trọng cách xứng đáng những điều đó, thì người đó sẽ nhìn thấy và say mê Đức Chúa Jêsus Christ là Đấng cứu chuộc vĩ đại trong từng hơi thở đó. Từng nhịp đập của trái tim sẽ được xem là món quà mà Ngài đã ban tặng.

Chẳng xứng đáng mà được nhận lãnh mọi thứ – tại sao?

Ngài đã chuộc lại những điều đó như thế nào? Câu trả lời là: bằng chính huyết của Ngài. Nếu tôi chẳng xứng đáng nhận được điều gì khác ngoài sự định tội vì cớ tội lỗi của mình, nhưng lại có được sự sống và hơi thở trong đời nầy, mà còn nhận được sự vui mừng đời đời trong đời sau nữa vì Đấng Christ đã chịu chết thay cho tôi, thì mọi sự tốt lành – và mọi điều tồi tệ mà Đức Chúa Trời đã khiến trở nên tốt lành – chính là kết quả cho sự chịu khổ mà Ngài đã chịu (không phải việc lành mà tôi làm được). Điều nầy bao gồm tất cả mọi thứ mà tôi đã thắc mắc từ chương đầu tiên. Tôi đã hỏi rằng: Không lẽ việc làm, sự nhàn rỗi, các mối quan hệ, ăn uống, yêu đương và mục vụ đều xuất phát từ một đam mê duy nhất sao? Còn gì khác sâu sắc hơn, to lớn hơn và mãnh liệt hơn có thể bao gồm hết mọi sự đó chăng? Không lẽ tình dục, xe hơi, việc làm, chiến tranh, thay tã, đóng thuế đều chỉ có một mục tiêu là tôn cao Đức Chúa Trời và được thỏa mãn ở trong Ngài sao? Bây giờ, chúng ta thấy rằng mọi sự diễn ra trong cuộc sống đều được định trước để tán dương thập tự giá của Đấng Christ. Nói cách khác, mọi sự tốt lành trong đời nầy (hoặc là mọi điều tồi tệ đã được khiến trở nên tốt lành nhờ ân điển diệu kỳ) là để tán dương Đấng Christ đã bị đóng đinh vào thập tự giá.

Đấng Christ có mua chiếc xe hơi của tôi không?

Tôi có một thí dụ, vài năm trước chúng tôi đã làm hư chiếc xe hơi Dodge Spirit, nhưng chẳng người nào bị thương trong lần ấy. Tôi đã rất vui vì tất cả mọi người đều được an toàn. Tôi hãnh diện về điều đó. Nhưng tại sao không có người nào bị thương trong tai nạn? Đó là món quà dành cho tôi và gia đình mà chẳng ai trong chúng tôi xứng đáng có được điều đó. Không phải lúc nào cũng được thoát chết đâu. Nhưng lần đó, chúng tôi không hề xứng đáng có được sự an toàn như thế. Chúng ta là những tội nhân, là con cái của sự thịnh nộ, cách xa Đấng Christ. Vậy thì, làm thế nào chúng ta nhận được món quà như thế? Câu trả lời là: Đấng Christ đã chịu chết vì tội lỗi chúng ta trên thập tự giá và Ngài đã gánh hết cơn thịnh nộ của Đức Chúa Trời thay cho chúng ta và đảm bảo sự an ninh cho chúng ta, trong khi chúng ta chẳng xứng đáng nhận được điều đó, nhưng vì cớ ân điển vô hạn của Đức Chúa Trời đã khiến mọi sự trở nên ích lợi cho chúng ta. Cho nên, khi tôi vui mừng vì được an toàn, thì tôi đang vui mừng về thập tự giá của Đấng Christ.

Sau đó, bảo hiểm trả tiền cho chiếc xe của chúng tôi, vợ tôi là Noel đã đem số tiền đó đến Iowa và mua một chiếc Chevy Lumina mới hơn chiếc xe cũ đã hư đúng một năm rồi lái nó về nhà dưới trời tuyết. Tôi rất vui vì ân điển lạ lùng trong sự quá rộng rãi nầy. Chỉ có vậy thôi đấy. Bạn phá hỏng chiếc xe của mình. Bạn thoát khỏi tai nạn mà không bị thương. Bảo hiểm chi trả. Bạn có một chiếc xe mới. Rồi cuộc sống tiếp diễn giống như chưa có chuyện gì xảy ra. Với lòng biết ơn, tôi cúi đầu và vui mừng trong ơn thương xót không nói hết thành lời vì những điều nhỏ nhặt như thế. Sự thương xót nầy đến từ đâu? Nếu bạn là một tội nhân đã được cứu, tức là người tin Chúa Jêsus, thì sự thương xót nầy đến từ thập tự giá. Trừ ra thập tự giá, thì chỉ có sự đoán phạt mà thôi – sự nhịn nhục và sự thương xót chỉ xuất hiện một lúc, nhưng nếu bị từ chối thì tất cả chỉ dùng để gia thêm sự đoán phạt. Do đó, mọi sự tốt lành trong đời nầy và mọi điều tồi tệ mà Đức Chúa Trời đã khiến trở nên tốt lành đều là món quà được chuộc bằng huyết của Ngài. Mọi sự khoe mình – mọi sự vui mừng – phải là khoe mình về thập tự giá.

Khốn nạn thay nếu tôi vui mừng về bất kỳ ơn lành

nào mà không phải là vui mừng về thập tự giá của Đấng Christ.

Nói cách khác, thập tự giá là dấu chỉ về sự vinh hiển của Đấng Christ. Mục tiêu của Đức Chúa Trời tại thập tự giá đó là Đấng Christ sẽ được vinh hiển. Khi sứ đồ Phao-lô nói trong Ga-la-ti 6:14 rằng: "Còn như tôi, tôi hẳn chẳng khoe mình, trừ ra khoe về thập tự giá của Đức Chúa Jêsus Christ chúng ta", thì ông đang nói rằng ý muốn của Đức Chúa Trời đó là thập tự giá sẽ được chú ý – chỗ Đấng Christ đã bị đóng đinh sẽ trở thành sự khoe mình, sự vui mừng và sự ngợi khen của chúng ta – hầu cho Đấng Christ được vinh hiển, được tôn cao và được mọi người biết ơn vì mọi điều tốt lành ở trong đời sống của chúng ta và mọi điều tồi tệ mà Đức Chúa Trời đã khiến trở nên tốt lành.

Rao truyền đam mê về Đấng Christ bị đóng đinh vào thập tự giá – bằng sự giảng dạy

Còn bây giờ là câu hỏi: Nếu đó là mục tiêu của Đức Chúa Trời trong sự chết của Đấng Christ – tức là "thập tự giá của Đức Chúa Jêsus Christ" được tôn cao, được vinh hiển trong mọi sự – thì làm thế nào Đấng Christ nhận được sự vinh hiển xứng đáng dành cho Ngài? Câu trả lời đó là thế hệ nầy phải được dạy dỗ về những điều đó. Nói cách khác, nguồn lực của sự vui mừng về thập tự giá của Đấng Christ là sự giáo dục về thập tự giá của Đấng Christ.

Đó là công việc của tôi. Không phải chỉ có tôi làm,

nhưng tôi coi đó là một đam mê của mình. Tôi tin rằng Chúa đã kêu gọi tôi làm điều nầy vào năm 1966 khi tôi còn bị mụn trứng cá tại trung tâm sức khoẻ ở Wheaton, thuộc tiểu bang Illinois. Từ đó, mọi sự đã diễn ra – sứ mạng của Đức Chúa Trời dành cho tôi là: sống, nghiên cứu, phục vụ, viết lách và rao giảng về Đức Chúa Jêsus Christ, là Đức Chúa Trời đã bị đóng đinh vào thập tự giá và đã sống lại, là sự khoe mình duy nhất dành cho thế hệ nầy. Nếu đây là công việc của tôi, thì bạn cũng vậy, chỉ khác nhau về hình thức mà thôi: sống và nói về "thập tự giá của Đức Chúa Jêsus Christ" để càng nhiều người nhìn thấy và say mê Ngài. Điều nầy sẽ không dễ dàng cho chúng ta cũng như đã không hề dễ dàng cho chính Ngài.

Chỗ duy nhất để khoe mình về thập tự giá là ở trên thập tự giá

Nếu chúng ta chẳng khoe mình về điều gì khác ngoài thập tự giá, thì chúng ta phải sống gần thập tự giá – đúng vậy, chúng ta phải ở trên thập tự giá. Điều nầy có làm bạn bị sốc chăng! Nhưng đây là những gì Ga-la-ti 6:14 nói rằng: "Còn như tôi, tôi hẳn chẳng khoe mình, trừ ra khoe về thập tự giá của Đức Chúa Jêsus Christ chúng ta, bởi thập tự giá ấy, thế gian đối với tôi đã bị đóng đinh, và tôi đối với thế gian cũng vậy!" Sự khoe mình về thập tự giá xảy ra khi bạn ở trên thập tự giá. Có phải đó là điều Phao-lô nói không? "Thế gian đối với tôi đã bị đóng đinh, và tôi đối với thế gian cũng vậy!". Đối với tôi, thế gian coi như đã chết, còn tôi đối với thế gian cũng vậy. Tại sao? Vì tôi đã bị đóng đinh vào thập tự giá. Chúng ta học cách khoe mình về thập tự giá và vui mừng về thập tự giá khi chúng ta ở trên thập tự giá. Nếu chúng ta không bị đóng đinh vào thập tự giá, thì chúng ta vẫn còn khoe về mình.

Nhưng nói như thế có nghĩa là gì? Chuyện nầy đã xảy ra khi nào? Chúng ta đã bị đóng đinh vào thập tự giá khi nào? Kinh Thánh có câu trả lời trong Ga-la-ti 2:20 chép rằng: "Tôi đã bị đóng đinh vào thập tự giá với Đấng Christ, mà tôi sống, không phải là tôi sống nữa, nhưng Đấng Christ sống trong tôi; nay tôi còn sống trong xác thịt, ấy là tôi sống trong đức tin của Con Đức Chúa Trời, là Đấng đã yêu tôi, và đã phó chính mình Ngài vì tôi". Khi Đấng Christ chịu chết, thì chúng ta cũng chết theo. Ý nghĩa vinh hiển về sự chết của Đấng Christ đó là khi Ngài chịu chết, tất cả những người thuộc về Ngài đều chết trong Ngài. Sự chết mà Ngài đã chịu thay cho hết thảy chúng ta trở thành sự chết của chúng ta, khi chúng ta được hiệp một ở trong Ngài bằng đức tin (Rô-ma 6:5).

Nhưng "tôi vẫn còn sống đây mà? Tôi vẫn đang sống mà". Đó là vì sao chúng ta cần được dạy dỗ. Chúng ta phải tìm hiểu những gì đã xảy ra cho chúng ta. Chúng ta phải được dạy về điều nầy. Đó là vì sao Ga-la-ti 2:20 và Ga-la-ti 6:14 được ghi lại trong Kinh Thánh. Đức Chúa Trời đang dạy chúng ta hiểu những gì đã xảy ra để chúng ta biết về bản thân và công tác của Ngài ở trong chúng ta, hầu cho Con của Ngài và thập tự giá là sự vui mừng của chúng ta.

Kết nối với sự chết và sự sống qua thập tự giá của Đấng Christ

Hãy thử xem lại Ga-la-ti 2:20 một lần nữa. Chúng ta sẽ thấy rằng chúng ta đã chết và chúng ta đang sống. "Tôi đã bị đóng đinh vào thập tự giá với Đấng Christ [tức là đã chết], mà tôi sống, không phải là tôi sống nữa, nhưng Đấng Christ sống trong tôi; nay tôi còn sống trong xác thịt [tức là đang sống, nhưng không còn là "tôi" trước đây nữa vì "tôi" ấy đã chết rồi], ấy là tôi sống trong đức tin của Con Đức Chúa Trời, là Đấng đã yêu tôi, và đã phó chính mình Ngài vì tôi". Nói cách khác, "tôi" đang sống là "tôi" mới trong đức tin. Một tạo vật mới. Một người tin Chúa. Tôi của ngày xưa đã bị đóng đinh vào thập tự giá với Chúa Jêsus rồi.

Bạn hỏi rằng: "Đâu là chìa khoá để kết nối điều nầy? Làm thế nào điều nầy xảy ra với tôi? Làm thế nào để tôi vừa ở trong vòng kẻ chết mà lại đang sống với Đấng Christ để nhìn thấy, rao truyền và say mê vinh hiển của thập tự giá như vậy? Câu trả lời nằm ở chữ đức tin trong Ga-la-ti 2:20. "Nay tôi còn sống... ấy là tôi sống trong đức tin của Con Đức Chúa Trời". Đó là sự kết nối. Đức Chúa Trời kết nối bạn với Con Ngài bằng đức tin. Khi Ngài làm điều đó thì bạn được hiệp một với Con Đức Chúa Trời hầu cho sự chết của Ngài trở thành sự chết của bạn và sự sống của Ngài cũng trở thành sự sống của bạn.

Chết đi, Sống lại, để khoe mình về thập tự giá

Bây giờ, hãy thử nhìn lại Ga-la-ti 6:14 lần nữa, chúng ta sẽ thấy được cách để sống hết mình cho sự vinh hiển của Đấng Christ đã bị đóng đinh vào thập tự giá. "Còn như tôi, tôi hẳn chẳng khoe mình, trừ ra khoe về thập tự giá của Đức Chúa Jêsus Christ chúng ta, bởi thập tự giá ấy, thế gian đối với tôi đã bị đóng đinh, và tôi đối với thế gian cũng vậy!" Tức là đừng khoe mình về điều gì khác ngoài thập tự giá. Làm thế nào chúng ta có thể sống cách quyết liệt như thế? Làm thế nào chúng ta trở thành hạng người sống vui mừng về Đấng Christ và thập tự giá của Ngài? Câu trả lời là: Tôi của ngày xưa thích khoe mình, vui vẻ và sống cho những điều khác đã chết rồi. Còn chúng ta được hiệp một với Đấng Christ nhờ đức tin. Sự chết của Ngài trở thành sự chết cho cuộc đời tự tôn mình của chúng ta. Chúng ta được sống lại với Ngài để sống một cuộc đời mới. Thật tuyệt vời làm sao khi một tạo vật mới sống với một đam mê duy nhất đó là tôn cao Đấng Christ và thập tự giá của Ngài.

Nói cách khác, khi bạn đặt lòng tin cậy nơi Đấng Christ, mọi ràng buộc trong thế giới nầy và quyền lực của nó đều phải tan biến hết. Bạn là một thi hài đối với thế gian nầy và thế gian là một thi hài đối với bạn. Để nói tích cực hơn theo như câu 15, thì bạn là một "tạo vật mới". "Tôi" của ngày xưa đã chết rồi. "Tôi" mới hiện đang sống. "Tôi" mới tức là bạn sống bằng đức tin. Còn đức tin sẽ làm cho việc khoe mình không còn khoe về thế gian nữa, mà là khoe mình về Đấng Christ, đặc biệt là thập tự giá của Đấng Christ.

Đây là cách để đời sống bạn xoay quanh trọng tâm là thập tự giá, hầu cho bạn có thể nói như sứ đồ Phao-lô đã nói rằng: "Còn như tôi, tôi hẳn chẳng khoe mình, trừ ra khoe về thập tự giá của Đức Chúa Jêsus Christ chúng ta". Thế gian không còn là điều quý nhất của chúng ta nữa. Nguồn của sự sống hay sự thỏa mãn hay niềm vui của chúng ta không còn là thế gian nữa. Mà là Đấng Christ.

Chúng ta nên yêu thích món quà của Ngài hay ý nghĩa của món quà nói về Ngài?

Nhưng còn chuyện được an toàn sau tai nạn xe hơi thì sao? Phí bảo hiểm mà chúng ta nhận được thì sao? Tôi mới nói hồi nãy là rất vui về điều đó mà? Như vậy có phải là vẫn còn yêu thế gian chăng? Tôi đã chết với thế gian chưa? Tôi đã chết với tiền bảo hiểm và xe hơi mới chưa?

Tôi cầu nguyện rằng mình đã chết một cách đúng đắn. Tôi tin rằng mình đã chết rồi. Không phải một cách hoàn hảo, mà tôi chắc chắn một cách thực tế. Làm thế nào biết được? Nếu tôi thấy vui vì được an toàn hay có sức khoẻ tốt hay vì bất kỳ điều tốt lành nào đã xảy ra, nếu những điều đó thuộc về thế gian (thực sự là vậy), thì tôi đã chết với thế gian chưa? Rồi, vì chết với thế gian không có nghĩa là mất hết cảm xúc về thế giới nầy (xem 1 Giăng 2:15; 1 Ti-mô-thê 4:3). Mà có nghĩa là mọi sự vui mừng trong thế giới nầy đều trở thành bằng chứng cho tình yêu thương của Đấng Christ mà Ngài đã đổ huyết ra chuộc lại cho chúng ta, đó cũng là lý do để khoe mình về thập tự giá nữa. Chúng ta chết đi với tiền bảo hiểm khi tiền không còn là sự thỏa mãn của chúng ta nữa, mà sự thỏa mãn của chúng ta là thập tự giá của Đấng Christ, là Đấng ban tặng điều đó.

C.S. Lewis minh hoạ những gì tôi muốn nói bằng một kinh nghiệm mà ông đã trải qua trong nhà kho.

> *Tôi đang đứng trong cái nhà kho tối mịt. Mặt trời sáng trưng ở ngoài kia rọi qua những vết nứt trên đầu của cái. Tia sáng mặt trời đến ngay dưới chân tôi, làm cho bụi bẩn lơ lững trong ánh sáng ấy, là thứ duy nhất nổi bật trong chỗ nầy. Mọi thứ khác đều tối đen như mực. Tôi nhìn thấy tia sáng, chứ không phải những điều còn lại.*

> *Rồi tôi đi tới để cho tia sáng ấy rọi vào mắt của mình. Tức thì, hình ảnh trước đó liền tan biến. Tôi không còn thấy được nhà kho nữa, mà (hơn nữa) chẳng còn tia sáng nào nữa. Thay vào đó, tôi nhìn thấy, qua vết nứt bất thường trên đầu cửa, lá cây xanh tươi chuyển động trên cành, mà xa hơn nữa là mặt trời cách xa đến chín mươi triệu dặm. Nhìn thấy tia sáng mặt trời và nhìn thẳng vào tia sáng ấy là hai trải nghiệm khác nhau vô cùng.[2]*

Tia nắng mặt trời trong cuộc đời của chúng ta là thứ ánh sáng giống như vậy. Nó soi sáng trên đường chúng ta đi. Nhưng lại có mục đích cao cả hơn thế nữa. Đức Chúa Trời muốn chúng ta nhận được nhiều hơn thế, chứ không chỉ đứng ở ngoài ánh sáng đó, và còn phải say mê sự sáng ấy nữa. Hơn nữa, Ngài còn muốn chúng ta sống trong sự sáng và nhìn thấy ánh mặt trời rạng rỡ kia. Ý định của Đức Chúa Trời đó là Ngài không chỉ muốn chúng ta yêu thích những gì Ngài ban cho, mà còn phải say mê sự vinh hiển của Ngài nữa.

Chúng ta chết đi với thế gian dễ dàng hơn trong ánh sáng vinh hiển của Đấng Christ

Bây giờ, trọng tâm là sự vinh hiển của Đấng Christ, được bày tỏ cách đặc biệt trong sự chết và sự sống lại của Ngài, là vinh hiển đến từ trên cao và là lý do đằng sau mọi phước hạnh mà chúng ta nhận được. Ngài đã chuộc lại mọi sự tốt lành cho chúng ta. Sự vinh hiển của Ngài là vạch đích cuối cùng cho tình yêu của chúng ta. Mọi thứ khác đều là biển chỉ đường – tức là ẩn dụ để nói lên sự đẹp đẽ nầy. Khi tấm lòng của chúng ta quay trở lại với tia nắng mặt trời phước hạnh để nhìn thấy nguồn cội là sự vinh hiển rực rỡ của thập tự giá, thì mọi phước hạnh mà thế gian bày ra đều sẽ chết đi, còn thập tự giá của Đấng Christ là tất cả.

Cuộc đời duy nhất làm vinh hiển Đức Chúa Trời

Không có điều gì khác hơn ngoài mục tiêu tán dương sự vinh hiển của Đức Chúa Trời mà chúng ta đã nhìn thấy ở trong chương hai. Đấng Christ là sự vinh hiển của Đức Chúa Trời. Thập tự giá nhuộm đầy máu của Ngài là tâm điểm chói sáng của sự vinh hiển đó. Nhờ thập tự giá mà Ngài đã chuộc lại cho chúng ta mọi phước hạnh – tạm thời và đời đời. Còn chúng ta không hề xứng đáng nhận lãnh những điều đó. Ngài đã chuộc lại cho chúng ta hết rồi. Vì cớ thập tự giá của Đấng Christ, mà những kẻ lựa chọn của Đức Chúa Trời được gọi là con trai của Đức Chúa Trời. Vì cớ thập tự giá mà cơn thịnh nộ của Đức Chúa Trời đã được cất đi. Vì cớ thập tự giá mà tội lỗi được xoá bôi và được tha thứ, cho chúng ta mặc lấy sự công bình, tình yêu của Đức Chúa Trời được đầy dẫy trong lòng của chúng ta nhờ Đức Thánh Linh, chúng ta được trở nên giống như hình ảnh của Đấng Christ.

Do đó, mọi sự trong đời nầy và đời sau không còn là hình tượng để thờ lạy nữa mà trở thành ống dẫn để chúng ta hướng đến giá trị đời đời của thập tự giá mà Đấng Christ đã gánh chịu – tức là tâm điểm chói sáng trong sự vinh hiển của Đức Chúa Trời. Như vậy, một cuộc đời xoay quanh thập tự giá của Đấng Christ là đời sống tôn vinh hiển Đức Chúa Trời – tức là cuộc đời duy nhất làm vinh hiển Đức Chúa Trời. Còn sống cho những điều khác đều là lãng phí.

---

1. Xem http://www.268generation.com/#!declaration.

2. C.S. Lewis, "Những suy gẫm trong cái nhà kho", trong quyển C.S. Lewis: Tuyển tập các bài tiểu luận và những mẩu chuyện ngắn khác, biên soạn bởi Lesley Walmsley (London: Harper Collins, 2000), 607.

4

TÔN VINH ĐẤNG CHRIST TRONG SỰ CHỊU KHỔ VÀ SỰ CHẾT

Một đời sống tôn cao Đấng Christ là một cuộc đời phải trả giá. Điều nầy chẳng có gì phải ngạc nhiên. Chính Ngài đã bị đóng đinh vào thập tự giá. Chính Ngài bị gọi là quỷ. Chính Ngài kêu gọi chúng ta theo Ngài. "Nếu ai muốn theo ta, phải liều mình, vác thập tự giá mình mà theo ta" (Mác 8:34). Ngài phán rằng cuộc sống của chúng ta sẽ chẳng hơn kém gì cuộc đời của Ngài. "Nếu người ta đã gọi chủ nhà là Bê-ên-xê-bun,[1] phương chi là người nhà!" (Ma-thi-ơ 10:25).

Nhưng chịu khổ cùng Chúa Jêsus trên con đường Gô-gô-tha vì cớ tình yêu thương không chỉ là kết quả của một đời sống tôn cao Đấng Christ; mà đó còn là phương cách nữa. Ngài được tôn cao nhất khi chúng ta được thoả vui nhất ở trong Ngài, hầu cho chúng ta có thể "ghét của cải và người thân trong đời nầy" mà chịu khổ vì cớ tình yêu thương. Sự vinh hiển của Ngài được tôn cao nhất khi Ngài là Đấng quý hơn cả sức khoẻ, của cải và chính mạng sống của chúng ta. Đức Chúa Jêsus biết điều nầy. Ngài biết rằng sự chịu khổ (dù là những điều khó chịu rất nhỏ nào đó hay là sự hành hạ đến khổ sở) chính là con đường để Ngài được tôn lên rất cao trong đời nầy. Đó là lý do vì sao Ngài mời gọi chúng ta cùng dự phần. Ngài yêu chúng ta. Mà yêu thương không có nghĩa là nuông chiều chúng ta hay ban cho chúng ta cuộc sống dễ dãi. Nhưng yêu thương có nghĩa là cho phép chúng ta sống để tôn cao Ngài đến đời đời – cho dù phải trả giá đắt.

Chúng ta khoe mình về thập tự giá tốt nhất khi chúng ta vác thập tự giá

Chúng ta sẽ trả giá đắt vì điều nầy. Đời sống Cơ Đốc nhân vốn là cuộc đời chỉ khoe mình về thập tự giá – tức là tâm điểm chói sáng trong sự vinh hiển của Đức Chúa Trời – và chúng ta làm điều đó khi vác thập tự giá của mình. "Còn ai không vác thập tự giá mình mà theo ta, cũng không được làm môn đồ ta" (Lu-ca 14:27). Vác thập tự giá là lối sống mang lại sự tự do cho chúng ta nhiều nhất để khoe mình về thập tự giá. Sự chịu khổ là ý định của Đức Chúa Trời trong thế giới tràn ngập tội lỗi nầy (Rô-ma 8:20). Nó bày tỏ sự ghê gớm của tội lỗi để cả thế giới nhìn thấy. Nó là sự hình phạt tội lỗi dành cho người nào không tin vào Đấng Christ. Nó phá vỡ quyền lực của tội lỗi ở trên người nào vác thập tự giá theo Chúa Jêsus. Vì tội lỗi là coi thường sự vinh hiển của Đức Chúa Trời, nên chịu khổ là sự thương xót rất lớn để phá vỡ quyền lực của tội lỗi.

Bất kể điều gì giúp chúng ta sống tôn vinh Đức Chúa Trời đều là sự thương xót. Vì chẳng có niềm vui nào lớn hơn là được vui mừng trong sự vĩ đại của Đức Chúa Trời. Còn nếu chúng ta phải chịu khổ để nhìn thấy và say mê vinh hiển ấy, thì sự chịu khổ chính là sự thương xót của Ngài. Đấng Christ mời gọi chúng ta vác thập tự giá và dự phần cùng với Ngài trên con đường Gô-gô-tha vì cớ tình yêu thương.

Quyển sách của Bonhoeffer làm đảo lộn thế hệ của tôi

Dietrich Bonhoeffer là món quà dành cho thế hệ sinh viên của tôi. Tôi cầu nguyện rằng sứ điệp mà ông đã trả giá đắt sẽ được các thế hệ sau đón nhận. Ngay cả khi ông đã chết ở tuổi 39, cuộc đời của ông không hề lãng phí. Đời sống và sự chết của ông sẽ tiếp tục nói lên thật mạnh mẽ hơn nữa. Ông đã bị treo cổ trong trại tập trung ở Flossenburg của nước Đức vào ngày 9 tháng 4 năm 1945. Ông đã từng là mục sư, giáo sư và lãnh đạo một trường huấn luyện nhỏ cho một Hội thánh và đã dự phần vào phong trào phản đối Đức quốc xã của những người theo Tin lành.

Quyển sách Giá trả của người môn đồ nầy đã thổi bùng ngọn lửa đức tin của hàng ngàn người trong thế hệ của tôi. Tôi đọc nó vào dịp lễ Giáng Sinh suốt năm cuối cùng trong trường Cao đẳng. Hầu như câu nói nổi tiếng và làm thay đổi cuộc đời của nhiều người trong quyển sách đó là: "Thập tự giá không phải là kết cuộc khủng khiếp của một đời sống kính sợ Chúa và vui sướng ở trong Ngài, nhưng thập tự giá là sự thông công đầu tiên giữa chúng ta với Đấng Christ. Khi Đấng Christ kêu gọi một ai đó, Ngài mời người đó đến cùng Ngài và từ bỏ mạng sống mình".[2] Né tránh sự chết là con đường tắt dẫn đến một cuộc đời lãng phí.

Quyển sách của Bonhoeffer là một bản cáo trạng khủng khiếp về việc "coi thường ân điển" mà ông đã nhìn thấy trong Hội thánh Cơ Đốc ở cả hai phía của Đại Tây Dương. Ông tin vào việc được xưng công bình bởi ân điển nhờ đức tin. Nhưng ông không tin vào chuyện người nào đã tiếp nhận Đấng Christ bằng đức tin đã được xưng công bình ấy lại chẳng có sự thay đổi nào trong đời sống của họ. Đó là một đáp ứng quá nghèo nàn đối với Phúc âm. Ông nói rằng: "Người duy nhất có thể nói rằng mình đã được xưng công bình chỉ bởi ân điển là người đã từ bỏ hết thảy mọi thứ để theo Đấng Christ".[3]

Nghịch lý của cuộc đời tôn cao Đấng Christ

Một đời sống tôn cao Đấng Christ phải trả giá đắt. Giá phải trả vừa là kết quả vừa là phương cách để tôn vinh Ngài. Nếu chúng ta không dám sống trên con đường có yêu thương mà cũng có đau đớn, có niềm vui mà cũng có mệt nhọc, thì chúng ta sẽ lãng phí cuộc đời mình. Nếu chúng ta không bắt chước tấm gương của sứ đồ Phao-lô trong nghịch lý của cuộc đời tôn cao Đấng Christ, thì chúng ta sẽ phung phí tháng ngày trên đất của mình để theo đuổi những thứ tạm bợ chóng qua của đời nầy. Ông đã từng "ngó như buồn rầu, mà thường được vui mừng; ngó như nghèo ngặt, mà thật làm cho nhiều người được giàu có; ngó như không có gì cả, mà có đủ mọi sự!" (2 Cô-rinh-tô 6:10). Con đường Gô-gô-tha là quãng đường đầy đau đớn và phải trả giá đắt, nhưng không thiếu niềm vui.

Khi chúng ta vui mừng đón nhận giá phải trả để tin theo Đấng Christ, thì giá trị của Ngài sẽ chiếu sáng trong thế giới nầy. Giá phải trả ấy sẽ trở thành phương cách để tôn vinh Đấng Christ lên vị trí cao nhất. Sứ đồ Phao-lô có một đam mê vĩ đại trong đời mình. Chúng ta đã thấy ông nói bằng nhiều cách khác nhau: tôi chẳng biết sự gì khác ngoài Đức Chúa Jêsus Christ và Đức Chúa Jêsus Christ bị đóng đinh trên cây thập tự (1 Cô-rinh-tô 2:2); chỉ khoe mình về thập tự giá (Ga-la-ti 6:14).

Đam mê duy nhất của Phao-lô trong sự sống và sự chết

Ông đã nói về đam mê lớn nhất của mình bằng cách khác để cho chúng ta thấy một đời sống phải trả giá đắt cũng là cách để tôn vinh Đấng Christ. Ông nói với Hội thánh Phi-líp rằng: "Tôi có lòng trông cậy chắc chắn nầy, việc chi tôi cũng chẳng hổ thẹn cả, nhưng bao giờ cũng thế, tôi nói cách tự do mọi bề, như vậy, dầu tôi sống hay chết, Đấng Christ sẽ được cả sáng trong mình tôi. Vì Đấng Christ là sự sống của tôi, và sự chết là điều ích lợi cho tôi vậy" (Phi-líp 1:20-21). Câu hỏi và câu trả lời được đưa ra đó là: Làm thế nào để tôn cao Đấng Christ qua sự chết? Làm thế nào từ bỏ hết mọi thứ trong thế giới nầy lại là cách để tôn vinh Chúa Jêsus? Hãy nghe kỹ lời của sứ đồ Phao-lô. Đấng Christ đã kêu gọi chúng ta sống vì sự vinh hiển của Ngài và chết vì sự vinh hiển của Ngài. Nếu chúng ta biết phải chết thế nào, thì chúng ta sẽ biết phải sống thế nào. Câu Kinh Thánh nầy cho thấy cả hai điều đó.

Một lần nữa, chúng ta thấy niềm đam mê duy nhất của sứ đồ Phao-lô trong đời mình đó là: "như vậy, dầu tôi sống hay chết, Đấng Christ sẽ được cả sáng trong mình tôi". Nếu Đấng Christ không được vinh hiển trong đời sống chúng ta, thì chúng ta đang lãng phí cuộc đời. Chúng ta sống để bày tỏ cho thế giới biết Ngài là ai – là Đấng đáng được vinh hiển. Nếu đời sống và sự chết của chúng ta không bày tỏ sự cao cả của Chúa Jêsus, thì chúng ta đang lãng phí cuộc đời. Đó là vì sao sứ đồ Phao-lô nói rằng mục tiêu của ông trong đời sống và sự chết đó là "Đấng Christ sẽ được cả sáng..."

Sự hổ thẹn và của báu của chúng ta

Hãy để ý sự bất thường mà ông làm rõ trong câu 20 là: "Tôi có lòng trông cậy chắc chắn nầy, việc chi tôi cũng chẳng hổ thẹn cả". Hãy dừng lại ở đây một chút. Sự hổ thẹn là cảm giác kinh khủng của tội lỗi hay của sự thất bại khi bạn không đáp ứng được tiêu chuẩn của người khác. Đó là những gì một đứa trẻ phải trải qua khi nó không kịp xếp hàng để lãnh quà Giáng Sinh, nó khóc lên, rồi sự im lặng kéo dài không dứt, còn những đứa trẻ khác thì cười cợt. Tôi nhớ rõ những lần kinh khủng như thế. Sự hổ thẹn là cảm giác của vị tổng thống phát hiện ra cuộn băng bí mật được phát lên, những lời lẽ thô tục và sự dối trá bày ra, thế là mọi người kết tội và ghét bỏ ông.

Ngược lại với sự hổ thẹn là gì? Đó là khi đứa trẻ nhớ đến lượt xếp hàng và nghe thấy những tràng vỗ tay. Đó là khi vị tổng thống điều hành đất nước thật tốt và được tái đắc cử. Ngược lại với việc bị hổ thẹn là được khen ngợi. Phải đấy, thường là vậy. Nhưng sứ đồ Phao-lô là một người khác thường. Cơ Đốc nhân cũng nên là những người khác thường nữa. Đối với Phao-lô, trái với hổ thẹn không phải là ông được khen ngợi, mà Đấng Christ được cả sáng qua cuộc đời của ông. "Tôi có lòng trông cậy chắc chắn nầy, việc chi tôi cũng chẳng hổ thẹn cả, nhưng... Đấng Christ sẽ được cả sáng trong mình tôi".

Điều bạn yêu mến nhất cũng là điều khiến bạn cảm thấy hổ thẹn nhất. Nếu bạn thích người khác tôn vinh mình, thì bạn sẽ cảm thấy hổ thẹn khi họ không làm điều đó. Nhưng nếu bạn thích người khác tôn vinh Đấng Christ, thì bạn sẽ cảm thấy hổ thẹn nếu Ngài bị coi thường qua cuộc đời bạn. Còn sứ đồ Phao-lô kính mến Đấng Christ nhiều hơn tất cả mọi thứ khác hay người nào khác mà ông yêu thích. "Nhưng vì cớ Đấng Christ, tôi đã coi sự lời cho tôi như là sự lỗ vậy. Tôi cũng coi hết thảy mọi sự như là sự lỗ, vì sự nhận biết Đức Chúa Jêsus Christ là quí hơn hết, Ngài là Chúa tôi, và tôi vì Ngài mà liều bỏ mọi điều lợi đó. Thật, tôi xem những điều đó như rơm rác, hầu cho được Đấng Christ" (Phi-líp 3:7-8).

Khi bạn có điều quý giá trong đời, bạn thích cái hay của nó hoặc là sức mạnh của nó hoặc là tính độc nhất của nó, bạn muốn người khác chú ý nó và cũng muốn họ thích nó giống như bạn. Đó là vì sao mục tiêu trọn đời của sứ đồ Phao-lô là tôn vinh hiển Đấng Christ. Ngài là Đấng có giá trị đời đời đối với Phao-lô, còn ông muốn người khác nhìn thấy và say mê giá trị đời đời ấy. Đó là ý nghĩa của việc tán dương Đấng Christ bằng kính thiên văn – để bày tỏ giá trị bậc nhất của Ngài.

Đã chết rồi thì làm sao tán dương Đấng Christ được nữa?

Nhưng nếu ai đó phản đối điều nầy và nói với sứ đồ Phao-lô rằng: "Thưa Phao-lô, chúng tôi biết đối với ông thì Đấng Christ là quý hơn hết – ông vui vẻ trong sự thông công với Chúa, Ngài cho ông có một chức vụ đầy kết quả và giải cứu ông khỏi sự tuột dốc về mặt thuộc linh. Nhưng tất cả mọi sự sẽ có ý nghĩa như thế nào trong sự chết? Giá trị của Đấng Christ sẽ như thế nào trong sự chết? Nếu trở thành Cơ Đốc nhân tức là phải từ bỏ mạng sống mình, thì làm sao tôn vinh hiển Đấng Christ được? Chết đi thì làm sao sống để tán dương Đấng Christ được nữa?"

Sứ đồ Phao-lô cho thấy sự mong đợi của ông khi

nói thêm ở cuối câu 20 rằng: "như vậy, dầu tôi sống hay chết, Đấng Christ sẽ được cả sáng trong mình tôi" (Phi-líp 1:20). Sự chết là mối đe doạ khi nó khiến bạn không đạt được mục tiêu cuộc đời của mình. Sự chết là điều đáng sợ khi nó cướp đi điều quý nhất của bạn. Nhưng Đấng Christ là điều quý hơn hết của sứ đồ Phao-lô và mục tiêu cuộc đời của ông là tôn cao Đấng Christ. Đối với ông, sự chết không hề cản trở mục tiêu của ông, mà còn là cơ hội để hoàn thành mục tiêu ấy nữa.

Sự sống và sự chết! Cả hai dường như hoàn toàn đối lập nhau – cả hai là kẻ thù của nhau. Nhưng đối với sứ đồ Phao-lô – cũng như đối với tất cả những ai có cùng niềm tin với ông – thì hai điều nầy có một điểm chung, vì sự đam mê lớn nhất khi còn sống và lúc phải chết đều được đáp ứng một cách trọn vẹn – đó là Đấng Christ được cả sáng trong mình tôi – tức là thân thể của ông – dù sống hay chết.

Trong Phi-líp 1:21, sứ đồ Phao-lô đưa ra lời kết luận để giải thích làm thế nào ông có thể sống với hy vọng Đấng Christ sẽ được cả sáng khi ông còn sống và lúc phải chết rằng: "Vì Đấng Christ là sự sống của tôi, và sự chết là điều ích lợi cho tôi vậy". Sau đó, từ câu 22 – 26, sứ đồ Phao-lô giải thích hai vế của câu nầy một cách chi tiết hơn làm thế nào Đấng Christ được cả sáng trong sự sống và sự chết.

Hãy cùng phân tích từng vế một.

Sứ đồ Phao-lô khám phá bí mật của sứ đồ Phi-e-rơ

Vế đầu tiên, "Vì...sự chết là điều ích lợi cho tôi vậy". Tôi tự hỏi có phải Phao-lô đã trò chuyện với Phi-e-rơ tại thành Giê-ru-sa-lem về sự chết không? Tôi tự hỏi có phải Phi-e-rơ kể với ông về kinh nghiệm trong Giăng 21 khi Chúa Jêsus đã sống lại phán cùng Phi-e-rơ rằng: "Quả thật, quả thật, ta nói cùng ngươi, khi ngươi còn trẻ, ngươi tự mình thắt lưng lấy, muốn đi đâu thì đi; nhưng khi ngươi già, sẽ giơ bàn tay ra, người khác thắt lưng cho và dẫn ngươi đi đến nơi mình không muốn" (Giăng 21:18). Sau đó, Giăng giải thích thêm trong sách Phúc âm của mình rằng: "Ngài nói điều đó để chỉ về Phi-e-rơ sẽ chết cách nào đặng sáng danh Đức Chúa Trời" (Giăng 21:19). Đức Chúa Trời đã phán trước cho Phi-e-rơ biết sự chết của ông sẽ làm sáng danh Đức Chúa Trời. Tôi tin rằng khi Phi-e-rơ và Phao-lô trao tay hữu giao kết, thì cái bắt tay và ánh mắt nhìn nhau của họ đã nói lên niềm đam mê duy nhất đó là: tán dương sự chết của Đấng Christ trên thập tự giá là tâm điểm chói sáng nhất trong sự vinh hiển của Đức Chúa Trời – cho dù phải chết đi nữa.

Nhưng chúng ta sẽ tán dương Đấng Christ trong sự chết như thế nào? Nói cách khác: chúng ta phải chết như thế nào để, qua sự chết của chúng ta, giá trị cao trọng của Đấng Christ được bày tỏ ra? Câu trả lời của sứ đồ Phao-lô trong Phi-líp 1:20-21 là mấu chốt của vấn đề. Hai câu Kinh Thánh nầy có một mấu nối chung là chữ "vì". Tối giản mấy lời nầy về sự chết như sau: "Mong đợi của tôi đó là Đấng Christ được tôn vinh khi tôi chết đi, vì sự chết là ích lợi cho tôi". Nói cách khác, nếu bạn biết rằng sự chết là ích lợi, thì bạn làm sáng danh Đấng Christ qua sự chết.

Làm sao biết sự chết là ích lợi?

Tại sao vậy? Câu 23 cho thấy lý do vì sao sự chết là ích lợi đối với sứ đồ Phao-lô: "Tôi bị ép giữa hai bề muốn đi [tức là chết] ở với Đấng Christ, là điều rất tốt hơn". Đó là tác dụng của sự chết: nó cho chúng ta được ở gần hơn với Đấng Christ. Chúng ta chết đi và được ở với Đấng Christ là điều mà Phao-lô nói là ích lợi. Khi bạn kinh nghiệm sự chết như thế, thì sứ đồ Phao-lô nói rằng: bạn đang tôn cao Đấng Christ. Khi biết rằng Đấng Christ là ích lợi sau sự chết, thì bạn đang tán dương Đấng Christ bằng kính thiên văn. Điều ấy có nghĩa là chết đi "còn tốt hơn" là sống.

Thật sao? Điều nầy tốt hơn việc có bạn bè ở trường sao? Tốt hơn việc có người yêu sao? Tốt hơn việc ôm con cái vào lòng sao? Tốt hơn việc có được thành công trong sự nghiệp sao? Tốt hơn việc nghỉ hưu và có cháu chắt sao? Phải. Tốt hơn đến ngàn lần. Khi tôi chia sẻ bài giảng ứng cử cho vị trí mục sư quản nhiệm lúc bấy giờ, đoạn Kinh Thánh nầy là nền tảng cho bài giảng của tôi. Đó là ngày 27 tháng 1 năm 1980. Tôi muốn cho mọi người thấy Kinh Thánh nói về một đam mê duy nhất đang chi phối mọi thứ trong cuộc sống của tôi – đó là sự tán dương Đấng Christ bằng kính thiên văn trong mọi sự dù sống hay chết.

Ngay tại chỗ nầy trong bài giảng ấy, câu hỏi đưa ra đó là: có phải sự chết tốt hơn sự sống chăng? Muốn đi ở với Đấng Christ tốt hơn là ở lại trong thế gian nầy chăng? Tôi nói với mọi người rằng:

Nếu tôi không tin điều đó, làm sao tôi có thể ước ao bước vào vị trí mục sư quản nhiệm – ở bất kỳ Hội thánh nào – chứ không chỉ ở Hội thánh Báp-tít Bethlehem là nơi có 108 tín hữu đã hơn tám mươi tuổi và 171 tín hữu đã hơn sáu mươi tuổi? Nhưng tôi tin điều đó và nói với từng người tín hữu có mái tóc bạc phơ trong Hội thánh, bằng tất cả thẩm quyền từ người sứ đồ của Đấng Christ, rằng: điều tốt nhất vẫn chưa đến đâu! Điều tốt nhất mà tôi nói không phải là sẽ nhận được lương hưu hậu hĩnh và một căn hộ xa xỉ nào đó đâu. Mà ý tôi nói điều tốt nhất là Đấng Christ.[4]

Tôi đã tổ chức trung bình ba tuần có một lễ tang trong vòng một năm rưỡi đầu tiên từ khi nhận chức quản nhiệm. Rất nhiều lần sau đó nữa. Đó là một giai đoạn đầy ngọt ngào và tươi tỉnh dành cho một mục sư trẻ như tôi. Giai đoạn ấy giúp thắt chặt tấm lòng của tôi và nhiều gia đình lại với nhau trong khi tất cả chúng tôi tạm biệt hết người nầy đến người khác. Còn sự tạm biệt chính là những gì chúng tôi tin quyết về sự chết.

Nếu chúng ta biết chết thế nào, thì chúng ta sẽ biết sống thế nào

Những gì chúng ta học được từ Phi-líp 1 cho đến thời điểm nầy đó là sự chết (dù là tự nhiên hay bị bách hại) đều là phương cách để tôn cao Đấng Christ. Nếu chúng ta chịu khổ hoặc chịu chết trên con đường Gô-gô-tha để vâng lời Đấng Christ, thì giá phải trả cho việc theo Chúa không chỉ là kết quả của đời sống tôn cao Chúa, mà còn là phương cách để tôn vinh Ngài nữa. Sự chết sẽ cho thấy điều quý nhất của chúng ta là gì! Cách chúng ta chết sẽ cho thấy giá trị của Đấng Christ trong lòng của chúng ta. Đấng Christ được tán dương bằng kính thiên văn qua sự chết của tôi khi tôi được thỏa mãn ở với Ngài trong sự chết của tôi – sự chết là điều ích lợi vì tôi được ở cùng Chúa. Nói cách khác: điều cốt lõi trong việc ngợi khen Đấng Christ là tôn cao giá trị của Đấng Christ. Đấng Christ sẽ được ngợi khen qua sự chết của tôi nếu Ngài được tôn cao hơn cả mạng sống của tôi.

Chúa Jêsus phán rằng: "Ai yêu cha mẹ hơn ta thì không đáng cho ta; ai yêu con trai hay là con gái hơn ta thì cũng không đáng cho ta" (Ma-thi-ơ 10:37). Khi giờ đến là lúc mọi thứ bị cất khỏi chúng ta ngoài Đấng Christ, thì chúng ta sẽ tán dương Ngài khi nói rằng: "Tôi có được mọi thứ và nhiều điều khác nữa ở trong Ngài. Chết là ích lợi".

Nếu chúng ta biết phải chết như thế nào, thì chúng ta sẽ sống khác đi. Nếu không, chúng ta sẽ lãng phí cuộc đời của mình. Hầu hết chúng ta đều có những năm tháng để sống trên đất nầy trước khi được ở cùng Đấng Christ. Thậm chí người lớn tuổi nhất trong chúng ta cũng cần phải hỏi rằng: "Nếu chúng ta yêu Đấng Christ, thì Ngài sẽ được tôn cao qua cách cư xử của tôi chiều nay, tối nay và tuần nầy như thế nào?" Cho nên, chúng ta phải phân tích vế còn lại của Phi-líp 1:21 chép rằng: "Vì Đấng Christ là sự sống của tôi".

Đấng Christ là sự sống của tôi

Sứ đồ Phao-lô nói "Vì Đấng Christ là sự sống của tôi" là có ý gì? Ông bắt đầu giải thích trong câu 22 rằng: "Ví thử tôi cứ sống trong xác thịt, là ích lợi cho công khó tôi". Nhưng lời giải thích "tôi cứ sống trong xác thịt là ích lợi cho công khó tôi" dành cho câu "vì Đấng Christ là sự sống của tôi" thật là kỳ lạ. Lợi ích cho công khó của Phao-lô là gì? Làm thế nào "Đấng Christ là sự sống của tôi"? Câu trả lời nằm ở các câu 24-26.

Trong câu 22, sứ đồ Phao-lô nói rằng: "Ví thử tôi cứ sống trong xác thịt, là ích lợi cho công khó tôi, thì tôi chẳng biết nên lựa điều chi". Sau đó, ông nói trong câu 24 rằng: "nhưng tôi cứ ở trong xác thịt, ấy là sự cần hơn cho anh em". Vậy thì, Phao-lô còn sống không phải là ích lợi cho chính ông mà là điều rất cần thiết cho các tín hữu ở Phi-líp. Cho nên, câu "Vì Đấng Christ là sự sống của tôi" được hiểu là "Vì tôi còn sống là để mang đến ích lợi mà hết thảy anh em rất cần". Câu 25 cho chúng ta biết ích lợi mà Hội thánh cần và được nhìn thấy trong đời sống của Phao-lô là: "tôi biết rằng tôi sẽ cứ còn lại và ở với hết thảy anh em, để giúp đức tin anh em được tấn tới và vui vẻ". Vậy, chúng ta có thể thấy sứ đồ Phao-lô đã làm rõ ý của mình khi ông nói rằng: "Vì Đấng Christ là sự sống của tôi".

Thứ nhất, nó có nghĩa là: tôi còn sống là để mang lại ích lợi (câu 22). Thứ hai, nó có nghĩa là: tôi còn sống để mang lại ích lợi mà anh em rất cần (câu 24). Thứ ba, nó có nghĩa là: tôn còn sống để giúp đức tin của anh em được tấn tới và vui vẻ (câu 25).

Bây giờ, câu hỏi quan trọng là: Tại sao sứ đồ Phao-lô lại nghĩ rằng khi nói "Vì Đấng Christ là sự sống của tôi" cũng giống như nói "tôi biết rằng tôi sẽ cứ còn lại và ở với hết thảy anh em, để giúp đức tin anh em được tấn tới và vui vẻ"? Tôi nghĩ đối với sứ đồ Phao-lô, hai câu Kinh Thánh nầy là đồng nghĩa trong bối cảnh nầy.

Tôi còn sống để giúp đức tin anh em được tấn tới và vui vẻ

Để thấy được điều nầy, chúng ta cần phải định nghĩa về đức tin. Thông thường, đức tin có nghĩa là tin cậy hay sự tự tin mà bạn dành cho người nào đã chứng minh được họ là người có khả năng, vui lòng và đáng tin cậy để cung ứng điều bạn cần. Nhưng khi Đức Chúa Jêsus Christ là đối tượng của đức tin thì lại khác. Ngài chính là Đấng bạn cần. Nếu chúng ta chỉ tin Đấng Christ vì Ngài sẽ ban cho chúng ta một điều gì đó mà không phải là chính Ngài, là Đấng gồm tóm mọi sự trong mọi loài, thì chúng ta không hề tin cậy Ngài để tôn vinh Ngài là Của báu của chúng ta. Chúng ta chỉ muốn nhận quà của Ngài mà thôi. Quà là những gì chúng ta muốn, chứ Ngài thì không phải. Vì vậy, tin Chúa Jêsus theo đúng những gì Kinh Thánh đã chép có nghĩa là chúng ta tin cậy Ngài sẽ ban cho chúng ta điều cần nhất – tức là chính Ngài. Điều nầy có nghĩa là đức tin của chúng ta phải tôn cao Đấng Christ lên vị trí cao nhất.

Bây giờ, chúng ta đang có một quan điểm giúp nhìn thấy tại sao sứ đồ Phao-lô lại cho rằng hai điều trên là một trong đời sống của ông. Trong câu 20, ông nhắm đến việc tán dương Đấng Christ trong đời sống của mình; còn trong câu 25, ông nhắm đến việc giúp cho đức tin của các tín hữu Phi-líp được tấn tới và vui vẻ. Đó là vì sao ông tin rằng Đức Chúa Trời cho phép ông còn sống. Ông còn sống là "để giúp đức tin anh em được tấn tới và vui vẻ".

Nhưng bây giờ, chúng ta thấy rằng có đức tin như thế tức là phải tôn cao Đấng Christ là Đấng quý hơn hết. Chữ "vui vẻ" trong câu 25 ("để giúp đức tin anh em được...vui vẻ") cho thấy điều quý hơn hết là điều vui vẻ nhất. Còn nếu Đấng Christ là điều vui vẻ nhất, thì Ngài được vinh hiển nhất. Đó là đam mê duy nhất chi phối tất cả mọi sự trong đời sống của Phao-lô. Nói cách khác, sứ đồ Phao-lô đang nói rằng: "Tôi còn sống là để giúp cho tấm lòng của anh em kinh nghiệm được một điều vĩ đại, đó là Đấng Christ được tán dương bằng kính thiên văn – tức là anh em sẽ được sống thỏa mãn ở trong Ngài, anh em sẽ sống tôn Ngài lên rất cao bằng cả tấm lòng. Đó là ý tôi muốn nói: 'Vì Đấng Christ là sự sống của tôi'. Tức là, tôi còn sống để đức tin của anh em tôn Đấng Christ lên vị trí cao nhất".

Đời sống Cơ Đốc nhân phải chết đi rất nhiều lần

Chúng ta sẽ mắc sai lầm lớn ngay tại chỗ nầy nếu tách rời cách sự chết tôn cao Đấng Christ và cách sự sống tôn cao Đấng Christ. Lý do vì sao đó là một sai lầm lớn chính là vì đời sống Cơ Đốc nhân phải chết đi rất nhiều lần. Sứ đồ Phao-lô nói rằng: "tôi chết hằng ngày" (1 Cô-rinh-tô 15:31). Chúa Jêsus phán rằng: "Nếu ai muốn theo ta, phải tự bỏ mình đi, mỗi ngày vác thập tự giá mình mà theo ta" (Lu-ca 9:23). Cơ Đốc nhân sống mỗi ngày là Cơ Đốc nhân chết mỗi ngày. Sự chết mà tôi nghĩ tới trong đầu là chết đi sự thoải mái, an ninh, danh tiếng, sức khoẻ, gia đình, bạn bè, tài sản và quê hương. Những điều nầy có thể bị cất khỏi chúng ta bất cứ lúc nào trên chặng đường sống vâng phục để tôn cao Đấng Christ. Sứ đồ Phao-lô đã chết đi mỗi ngày, còn vác thập tự giá mỗi ngày như Chúa Jêsus đã phán là chấp nhận từ bỏ mạng sống mình vì cớ Đấng Christ và coi đó là ích lợi.

Nói cách khác, cách chúng ta tôn cao Đấng Christ qua sự chết là cho thấy Chúa Jêsus quý hơn mọi sự trong đời nầy, cách chúng ta tôn cao Đấng Christ qua sự sống là cho thấy Chúa Jêsus quý hơn mọi sự trong đời nầy. Đó là vì sao sứ đồ Phao-lô đã dùng chữ "ích lợi" để liên hệ Đấng Christ trong sự chết và Đấng Christ trong sự sống. Ông không chỉ nói rằng: "sự chết là điều ích lợi cho tôi", mà ông còn nói rằng: "Nhưng vì cớ Đấng Christ, tôi đã coi sự lời cho tôi như là sự lỗ vậy. Tôi cũng coi hết thảy mọi sự như là sự lỗ, vì sự nhận biết Đức Chúa Jêsus Christ là quí hơn hết, Ngài là Chúa tôi, và tôi vì Ngài mà liều bỏ mọi điều lợi đó. Thật, tôi xem những điều đó như rơm rác, hầu cho được Đấng Christ" (Phi-líp 3:7-8).

Đau khổ và khoái lạc là cách để tôn cao Đấng Christ

Đối với Cơ Đốc nhân, tất cả mọi sự là phương cách để tán dương Đấng Christ. Điều nầy có thể xảy ra trong sự khoái lạc và cũng có thể xảy ra trong sự đau khổ. Chúng ta đang tập trung nói về sự đau khổ. Lý do không phải là vì hàng ngàn điều khoái lạc nào đó sẽ không bao giờ xảy ra cho Cơ Đốc nhân. Cũng không phải có ý nói rằng chúng ta không nên hưởng thụ những gì Chúa ban và làm vinh hiển Ngài bằng sự cảm tạ. Chúng ta nên làm như vậy. Đó là điều Kinh Thánh dạy. "Vả, mọi vật Đức Chúa Trời đã dựng nên đều là tốt lành cả, không một vật chi đáng bỏ, miễn là mình cảm ơn mà ăn lấy thì được; vì nhờ lời Đức Chúa Trời và lời cầu nguyện mà vật đó được nên thánh" (1 Ti-mô-thê 4:4-5). Điều nầy là đúng vì "kẻ nào dâng sự cảm tạ làm của lễ, tôn vinh ta" (Thi thiên 50:23).

Lý do tôi không nhấn mạnh điều đó là vì chúng ta rất dễ nhìn thấy khía cạnh khoái lạc của lẽ thật. Chúng ta là những tạo vật sa ngã ưa thích sự thoải mái. Chúng ta thường tìm cách bảo vệ mình, nuông chiều bản thân và giữ cho đời sống mình được an toàn. Tôi biết điều nầy có ở trong chính tôi nữa. Tôi rất vui vì chúng không phải là những điều xấu. Đức

Chúa Trời "là Đấng mỗi ngày ban mọi vật dư dật cho chúng ta được hưởng" (1 Ti-mô-thê 6:17).

Cách chúng ta đối diện với sự mất mát cho thấy điều quý nhất của chúng ta

Nhưng điều tôi biết chắc đó là sự vui mừng lớn nhất ở trong Đức Chúa Trời đến từ việc ban cho người khác những gì Chúa đã ban cho chúng ta, không phải chất chứa những điều đó cho riêng mình. Làm việc để có được những điều đó là tốt. Thà làm việc để có của cải ban cho thì tốt hơn. Sự vinh hiển của Đức Chúa Trời được tôn cao nhất khi Ngài làm thỏa mãn chúng ta trong những lúc bị mất mát còn hơn là tiếp trợ cho chúng ta trong những lúc dư dật. "Phúc âm thịnh vượng, sức khoẻ và giàu có đang cướp đi sự vinh hiển của Đấng Christ thông qua việc chất chứa những gì Ngài đã ban cho và khiến chúng trở thành thần tượng ở trong cuộc đời của chúng ta. Thế giới nầy không hề bị ấn tượng khi Cơ Đốc nhân làm giàu và nói lời cảm tạ Chúa đâu. Họ bị ấn tượng vì Đức Chúa Trời chính là Đấng làm cho chúng ta được thỏa mãn khi chúng ta ban phát của cải cho người khác vì cớ Đấng Christ và xem việc làm đó là ích lợi.

Chưa hề có người nào nói rằng mình đã rút ra được những bài học quý giá nhất trong cuộc sống, hay gặp được Đức Chúa Trời một cách ngọt ngào nhất trong đời nầy, vào một ngày đẹp trời nào đó. Mọi người có được mối liên hệ sâu sắc với Đức Chúa Trời khi sự khô cằn xảy ra trong đời sống họ. Đó là cách

Đức Chúa Trời đã định trước cho đời nầy. Đấng Christ phải được tôn cao nhất trong đời nầy khi chúng ta gặp gỡ Ngài trong chỗ thấp nhất của mình. Sứ đồ Phao-lô là tấm gương cho chúng ta: "Vả, hỡi anh em, chúng tôi không muốn để anh em chẳng biết sự khốn nạn đã xảy đến cho chúng tôi trong xứ A-si, và chúng tôi đã bị đè nén quá chừng, quá sức mình, đến nỗi mất lòng trông cậy giữ sự sống. Chúng tôi lại hình như đã nhận án xử tử, hầu cho chúng tôi không cậy mình, nhưng cậy Đức Chúa Trời là Đấng khiến kẻ chết sống lại" (2 Cô-rinh-tô 1:8-9). Ý định để Phao-lô phải chịu khổ là để làm rõ trong tâm hồn của chính ông, và của chúng ta, rằng chính Đức Chúa Trời và chỉ có Đức Chúa Trời là điều quý nhất còn lại. Khi mọi sự trong đời nầy bị cuốn đi mất ngoại trừ Đức Chúa Trời, và chúng ta tin cậy Ngài hơn trong lúc bị mất mát ấy, thì đó là ích lợi cho chúng ta và chính Ngài được vinh hiển.

Lãng phí cuộc đời khi lãng tránh sự đau khổ

Đây là ý định quan trọng trong đời sống Cơ Đốc nhân đến nỗi chúng ta phải mở mắt ra để thấy rằng Kinh Thánh nói về điều nầy rất nhiều. Có nhiều Cơ Đốc nhân đến nỗi không thể đếm được đang lãng phí cuộc đời mình bằng cách né tránh giá phải trả vì tình yêu thương. Họ không thấy được đó là điều đáng làm. Vẫn còn rất nhiều điều về sự vinh hiển của Đức Chúa Trời mà chúng ta cần phải nhìn thấy và say mê trong sự chịu khổ hơn là né tránh điều đó bằng sự ích kỷ. Sứ đồ Phao-lô nói như rằng: "Vậy nên chúng ta chẳng ngã lòng, dầu người bề ngoài hư nát, nhưng người bề trong cứ đổi mới càng ngày càng hơn. Vì sự hoạn nạn nhẹ và tạm của chúng ta sanh cho chúng ta sự vinh hiển cao trọng đời đời, vô lượng vô biên" (2 Cô-rinh-tô 4:16-17). Chữ "tạm" là nói về đời nầy khi so sánh với cõi đời đời. Chữ "nhẹ" là nói về sự chịu khổ và sự chết khi so sánh với niềm vui đời đời trong sự hiện diện của Đức Chúa Trời. Đó là những gì chúng ta sẽ nhận được khi bền lòng trung tín với Đấng Christ. Nếu không thì chúng ta đang lãng phí cuộc đời.

Đức Chúa Trời đã định trước rằng sự hoạn nạn sẽ làm tăng thêm hy vọng của chúng ta trong sự vinh hiển của Đức Chúa Trời. Sứ đồ Phao-lô nói trong Rô-ma 5:2 rằng chúng ta cậy đức tin vào trong ơn nầy và "khoe mình trong sự trông cậy về vinh hiển Đức Chúa Trời". Sau đó, hai câu tiếp theo ông cho chúng ta biết làm thế nào sự trông cậy ấy là sự ngọt ngào đang được gìn giữ: "Nào những thế thôi, nhưng chúng ta cũng khoe mình trong hoạn nạn nữa, vì biết rằng hoạn nạn sanh sự nhịn nhục, sự nhịn nhục sanh sự rèn tập, sự rèn tập sanh sự trông cậy" (câu 3-4). Sự trông cậy được gia tăng, đâm rễ và làm thỏa mãn chúng ta trong sự chịu khổ nầy là sự trông cậy trong câu 2, "sự trông cậy về vinh hiển Đức Chúa Trời". Chúng ta được tạo nên để nhìn thấy và say mê sự vinh hiển nầy. Còn Đức Chúa Trời, bằng tình yêu thương, sẽ dùng những hoạn nạn là điều cần thiết để gia tăng sự say mê vinh hiển của Ngài trong chúng ta.

Sự khác biệt giữa hy sinh và tự tử

Cầu nguyện chữa lành, uống thuốc, khoá cửa nhà, bỏ chạy khỏi đám đông ngỗ ngược, không có gì sai cả. Kinh Thánh không dạy chúng ta tự sát. Vừa nhảy khỏi đền thờ vừa trích dẫn những lời hứa trong Kinh Thánh rằng Đức Chúa Trời sẽ gìn giữ mình là chuyện hoang đường. Đức Chúa Trời mới là Đấng quyết định khi nào con đường vâng phục sẽ dẫn đến sự chịu khổ. Sa-tan có chỗ của hắn rồi. Nó thích làm cho chúng ta phải khổ sở và cố gắng huỷ hoại đức tin của chúng ta. Nhưng Đức Chúa Trời là Đấng tể trị ở trên Sa-tan và tất cả mưu chước mà hắn muốn huỷ hoại các thánh đồ đều được Đức Chúa Trời cho phép vì ích lợi của tôi con Chúa và vì cớ sự vinh hiển của Danh Ngài.

Cho nên, bỏ chạy là đúng và ở lại cũng đúng nữa. Có người sẽ bỏ chạy và cũng có người sẽ chịu đựng sự hoạn nạn. Khi nào cần phải bỏ chạy và khi nào cần phải ở lại là câu hỏi không dễ trả lời đối với rất nhiều giáo sĩ, những con gặt trong thành phố và Cơ Đốc nhân trong các nơi làm việc thế tục, vì nó chứa đựng cơ hội rất lớn và cũng đầy sự tranh chiến nữa. Có một người đã từng suy nghĩ rất nhiều về điều nầy hơn đa số chúng ta là John Bunyan, ông là mục sư đã dành mười hai năm trong tù để viết ra quyển sách Thiên Lộ Lịch Trình. Có thể ông đã được ra khỏi tù sớm hơn nếu đồng ý ngậm miệng lại. Vợ con cần ông. Họ có một đứa con gái bị mù. Đó là một quyết định khó khăn. "Bị xa cách vợ và những đứa con tội nghiệp để tiếp tục ở lại nơi nầy, giống như xác thịt đang muốn rời xa bộ xương của tôi, là điều xảy ra rất thường xuyên".[5]

Dưới đây là những gì ông đã viết về sự tự do của Cơ Đốc nhân vừa muốn ở lại vừa muốn bỏ chạy khi gặp nguy hiểm.

Chúng ta có thể bỏ đi không? Bạn có thể làm theo điều lòng mình muốn. Nếu lòng bạn muốn bỏ đi, thì hãy bỏ đi: nếu lòng bạn muốn ở lại, thì hãy ở lại. Hãy làm điều gì cũng được ngoại trừ làm trái với lẽ thật. Người nào muốn bỏ đi đã được phép làm điều đó rồi; người nào muốn ở lại cũng đã được phép làm điều nầy. Phải đấy, một người có thể vừa muốn bỏ đi vừa muốn ở lại, thì có lẽ đó là sự kêu gọi và công việc của Đức Chúa Trời ở trong lòng người đó rồi. Môi-se đã bỏ đi (Xuất Ê-díp-tô-ký 2:15); Môi-se đã ở lại (Hê-bơ-rơ 11:27). Đa-vít đã bỏ đi (1 Sa-mu-ên 19:12); Đa-vít đã ở lại (1 Sa-mu-ên 24:8). Giê-rê-mi đã bỏ đi (Giê-rê-mi 37:11-12); Giê-rê-mi đã ở lại (Giê-rê-mi 38:17). Đấng Christ đã tự bỏ đi (Lu-ca 9:10); Đấng Christ đã ở lại (Giăng 18:1-8). Phao-lô đã bỏ đi (2 Cô-rinh-tô 11:33); Phao-lô đã ở lại (Công-vụ 20:22-23)...

Chỉ có vài quy tắc trong vấn đề nầy. Chính bản thân mới là người đánh giá được sức lực của mình để biết lý do vì sao trong lòng mình muốn ở lại hay muốn bỏ đi... Đừng bỏ đi vì nỗi sợ đê tiện nào đó, nhưng thà bỏ đi vì đó là ý muốn của Đức Chúa Trời, mở ra cánh cửa giải thoát cho nhiều người, tức là cánh cửa được mở ra theo ý chỉ của Ngài và sự giải thoát cũng phải theo Lời Chúa. Ma-thi-ơ 10:23... Nếu vậy, khi bạn bỏ đi, khi bạn ở lại, đừng làm hổ thẹn Đức Chúa Trời hay loài người: đừng làm hổ hẹn Đức Chúa Trời vì Ngài đã cho phép bạn làm vậy, sự sống và hết thảy những gì bạn có được là thuộc về Ngài; đừng làm hổ thẹn loài người vì loài người là cây trượng của Đức Chúa Trời đã được Ngài dùng để mang lại ích lợi cho bạn. Bạn bỏ đi chưa? Hãy cười lên. Bạn ở lại chăng? Hãy cười lên. Ý tôi nói là hãy vui mừng dù bạn chọn thế nào, vì cán cân vẫn đang ở trong tay Đức Chúa Trời.[6]

Lời hứa và ý định của Đức Chúa Trời

Nhưng khi hết thảy đã nói và làm rồi, thì lời hứa và ý định của Đức Chúa Trời dành cho người nào không lãng phí cuộc đời mình là rất rõ ràng. "Vả lại, hết thảy mọi người muốn sống cách nhân đức trong Đức Chúa Jêsus Christ, thì sẽ bị bắt bớ" (2 Ti-mô-thê 3:12). Khi sự bắt bớ dừng lại, sự than thở của đời nầy vẫn còn đó. "Lại chúng ta, là kẻ có trái đầu mùa của Đức Thánh Linh, cũng than thở trong lòng, đang khi trông đợi sự làm con nuôi, tức là sự cứu chuộc thân thể chúng ta vậy" (Rô-ma 8:23). Chúng ta sẽ than thở cách nầy hay cách khác. Sứ đồ Phao-lô đã nói

rằng: "ngó như buồn rầu, mà thường được vui mừng" (2 Cô-rinh-tô 6:10).

Đó là lời hứa. Còn đây là ý định. Chúa Jêsus đã phán với sứ đồ Phao-lô trong sự đau khổ – và tất cả chúng ta là những người đã tiếp nhận Ngài là quý hơn mọi sự đau khổ trong đời nầy – rằng "Ân điển ta đủ cho ngươi rồi, vì sức mạnh của ta nên trọn vẹn trong sự yếu đuối" (2 Cô-rinh-tô 12:9). Rất nhiều Cơ Đốc nhân ngày nay sẽ nổi giận vì ý định nầy. Thậm chí, họ còn hét lên rằng: "Tôi không cần sức mạnh của Ngài! Tôi cảm thấy khổ quá! Nếu Ngài yêu tôi, thì hãy cất điều nầy khỏi tôi!" Đó không phải là đáp ứng của sứ đồ Phao-lô. Ông đã nhận được bài học tình yêu thương là gì. Yêu thương không có nghĩa là Đấng Christ sẽ nuông chiều chúng ta hay làm cho cuộc sống của chúng ta thoải mái. Yêu thương là làm điều Ngài phải làm, dù chính Ngài phải trả giá đắt (và dù chúng ta phải trả giá đắt), để giúp chúng ta tôn vinh hiển Ngài đến đời đời. Vậy nên, sứ đồ Phao-lô đã đáp ứng với ý định của Đức Chúa Trời rằng: "Vậy tôi sẽ rất vui lòng khoe mình về sự yếu đuối tôi, hầu cho sức mạnh của Đấng Christ ở trong tôi. Cho nên tôi vì Đấng Christ mà đành chịu trong sự yếu đuối, nhuốc nhơ, túng ngặt, bắt bớ, khốn khó; vì khi tôi yếu đuối, ấy là lúc tôi mạnh mẽ." (2 Cô-rinh-tô 12:9-10).

Niềm vui đời đời ở trên con đường Gô-gô-tha

Thật lãng phí vô cùng khi mọi người ngoảnh mặt khỏi con đường Gô-gô-tha để bày tỏ tình yêu

113

thương và sự chịu khổ. Hết thảy sự giàu có của vinh hiển Đức Chúa Trời ở trong Đấng Christ đều ở trên con đường Gô-gô-tha. Mối thông công ngọt ngào với Chúa Jêsus cũng ở đó nữa. Mọi sự tốt lành đã được đảm bảo. Mọi điều vui sướng vô cùng. Mọi góc nhìn rõ ràng nhất về cõi đời đời. Mọi sự cao quý của tình bạn mật thiết. Mọi thứ tình cảm có sự dè giữ. Mọi hành động tử tế bày tỏ sự tha thứ một cách nhân từ nhất. Mọi khám phá sâu sắc về Lời Chúa. Mọi lời cầu nguyện sốt sắng nhất. Tất cả đều ở trên con đường Gô-gô-tha mà Chúa Jêsus đang bước đi cùng tôi con của Ngài. Hãy vác thập tự giá theo Chúa Jêsus. Trên con đường duy nhất nầy, Đấng Christ là sự sống và sự chết là ích lợi của chúng ta. Còn bước đi trên con đường nào khác đều là lãng phí.

---

1. Trong thời của Chúa Jêsus, đây là tên mà người ta dùng để gọi chúa của các quỷ – tức là Sa-tan hay Ma quỷ.
2. Dietrich Bonhoeffer, Giá trả của người môn đồ (New York: Macmillan, 1967), 99.
3. Ibid., 55.
4. Bài giảng nầy được lưu giữ tại trang điện tử www.desiringGod.org dưới tiêu đề "John Piper's Candidate Sermon at Bethlehem Baptist Church" (ngày 27 tháng 1 năm 1980).
5. John Bunyan, Ân điển dư dật cho kẻ tội lỗi nhất (Hertfordshire: Nhà in Evangelical, 1978), 123.
6. John Bunyan, Những lời khuyên đúng lúc, or Lời khuyên cho kẻ chịu khổ, trong Các tác phẩm của John Bunyan, biên soạn bởi George Offor, tập 3 (bản gốc 1854; Edinburgh: Ngọn cờ chân lý, 1991), 2:726.

5

LIỀU LĨNH LÀ ĐÚNG - THÀ TỪ BỎ MẠNG SỐNG MÌNH, CÒN HƠN LÃNG PHÍ NÓ

Nếu đam mê duy nhất của chúng ta là vì cớ Đấng Christ dù sống hay chết, nếu cuộc đời tôn cao Ngài nhất là cuộc đời phải trả giá vì tình yêu thương, vậy thì sống là liều lĩnh, còn liều lĩnh như thế là đúng đắn. Né tránh điều nầy tức là lãng phí cuộc đời mình.

Liều lĩnh là gì?

Tôi định nghĩa sự liều lĩnh rất đơn giản, là thực hiện một hành động nào đó cho dù bản thân phải chịu mất mát hay tổn hại. Nếu bạn dám liều lĩnh, bạn có thể mất tiền, bạn có thể mất đi thể diện, bạn có thể mất đi sức khỏe hay thậm chí là mạng sống của mình. Tệ nhất là gì, nếu bạn liều lĩnh, bạn có thể khiến người khác gặp nguy hiểm theo chứ không chỉ bạn thôi đâu. Liệu một người khôn ngoan và có tình yêu thương dám liều mình mạo hiểm chăng? Tự đặt mình vào tình trạng bị mất mát như vậy có khôn ngoan không? Từ bỏ mạng sống có giống như lãng phí cuộc đời không?

Điều nầy còn tùy. Tất nhiên, bạn có thể phung phí cuộc đời mình vào hàng trăm con đường tội lỗi và kết quả là sự chết. Trong trường hợp nầy thì từ bỏ mạng sống và lãng phí cuộc đời là hoàn toàn giống nhau. Nhưng việc từ bỏ mạng sống và lãng phí cuộc đời không phải lúc nào cũng giống nhau đâu. Nếu có những hoàn cảnh không cần phải liều lĩnh mà vẫn bị mất mát hay tổn hại thì sao? Vậy thì cố gắng sống an toàn là thiếu khôn ngoan. Nếu một sự liều lĩnh thành công đem lại nhiều ích lợi cho người khác, còn những điều tổn hại chỉ nhận lấy về phần mình thì sao? Vậy thì không nên lựa chọn sự sung túc hay an ninh trong khi có những điều tốt hơn có thể thực hiện vì cớ Đấng Christ và vì cớ ích lợi của nhiều người.

Sự liều lĩnh đã được thêu dệt trong đời sống của chúng ta

Tại sao phải liều lĩnh? Bởi vì có những thứ đại loại như sự không biết. Nếu tương lai rõ ràng thì cần gì phải liều lĩnh. Nhưng có sự liều lĩnh là vì chúng ta không biết mọi thứ sẽ diễn ra như thế nào. Điều nầy có nghĩa là Đức Chúa Trời không cần phải liều lĩnh.[1] Ngài biết kết cuộc của mọi lựa chọn trước khi những sự đó xảy ra. Đây mới là Đức Chúa Trời thực sự trái ngược hẳn với những thần tượng của các dân tộc (Ê-sai 41:23; 42:8-9; 44:6-8; 45:21; 46:8-11; 48:3). Khi Ngài biết mọi hành động sẽ có kết quả thế nào trước khi những điều đó xảy ra, thì Ngài đã định trước kế hoạch xảy ra như thế. Sự toàn tri của Ngài thống trị mọi sự liều lĩnh nào có thể xảy ra.[2]

Nhưng với chúng ta thì không như vậy. Chúng ta không phải là Đức Chúa Trời; chúng ta là những kẻ không biết gì về tương lai. Chúng ta không biết ngày mai sẽ như thế nào. Đức Chúa Trời không cho chúng ta biết Ngài dự định làm gì vào ngày mai hay chừng 5 năm nữa. Rõ ràng Đức Chúa Trời dự định để chúng ta sống và hành động trong sự không biết và không chắc chắn về rất nhiều điều.

Thí dụ, Ngài phán với chúng ta trong Gia-cơ 4:13-15 như sau:

> Hỡi anh em, là kẻ nói rằng: Hôm nay hoặc ngày mai, ta sẽ đi đến thành kia, ở đó một năm, buôn bán và phát tài, song ngày mai sẽ ra thể nào, anh em chẳng biết! Vì, sự sống của anh em là chi? Chẳng qua như hơi nước, hiện ra một lát rồi lại tan ngay. Anh em phải nói trái lại: Ví bằng Chúa muốn, và ta còn sống, thì ta sẽ làm việc nọ việc kia.

Bạn không biết trái tim của mình có ngừng đập trước khi đọc xong trang nầy hay không. Bạn không biết sẽ có một gã lái xe nào đi chệch làn đường của anh ta rồi đâm sầm vào bạn để được lên báo trong tuần tới đâu. Bạn cũng chẳng biết thức ăn trong nhà hàng có con vi khuẩn chết người nào hay không. Bạn không biết cơn đột quy bất ngờ sẽ xảy ra khi nào trong tuần nầy đâu, hay một gã nào đó cầm khẩu súng bắn chết bạn ngay tại trung tâm mua sắm nào đó chăng! Chúng ta không phải là Đức Chúa Trời. Chúng ta không biết ngày mai sẽ như thế nào.

Đập tan ảo tưởng về sự an toàn

Do đó, sự mạo hiểm được thêu dệt trong cuộc đời có giới hạn của chúng ta. Chúng ta không thể né tránh được cho dù chúng ta có muốn cách mấy đi nữa. Sự không biết và sự không chắc chắn về ngày mai là bầu không khí rất tự nhiên của chúng ta. Tất cả kế hoạch dành cho ngày mai có thể bị đảo lộn bởi hàng ngàn sự kiện không biết trước được khi chúng ta đang ở nhà hay trên đường đi đâu đó. Một trong những mục tiêu của tôi đó là đập tan ảo tưởng về sự an toàn và giải phóng bạn thoát khỏi niềm vui được ở trong sự an toàn đó. Bởi vì đó là sự ảo tưởng. Sự an toàn ấy không hề tồn tại. Mọi khuynh hướng mà bạn chọn, đều có những sự kiện và nhiều thứ vượt quá tầm kiểm soát của chúng ta.

Có một thái độ đạo đức giả đang lèo lái chúng ta sẵn sàng chịu lấy rủi ro mỗi ngày cho bản thân mình, nhưng lại khiến chúng ta bị tê liệt khi buộc phải liều lĩnh vì người khác trên con đường Gô-gô-tha để bày tỏ tình yêu thương. Chúng ta hoàn toàn bị lừa vì cho rằng liều lĩnh như thế có thể gây nguy hiểm cho sự an toàn, mà thực chất làm gì có sự an toàn tồn tại.

Cách đơn giản nhất mà tôi hy vọng có thể đập tan ảo tưởng về sự an toàn và làm tan biến ảo tưởng nầy trong bạn đó là nhờ Lời Chúa, rồi cho bạn thấy rằng liều lĩnh vì có Đấng Christ là đúng, không liều lĩnh tức là lãng phí cuộc đời.

Nguyện Đức Giê-hô-va làm theo ý ngài lấy làm tốt"

Hãy bắt đầu với 2 Sa-mu-ên 10. Người Am-môn sỉ nhục các sứ giả của dân Y-sơ-ra-ên và khiến họ trở nên ghê tởm trước mặt Đa-vít. Để bảo vệ chính mình, người Am-môn đã chiêu mộ dân Sy-ri để hiệp lại với họ đặng chống nghịch với dân Y-sơ-ra-ên. Giô-áp, là tổng binh dân Y-sơ-ra-ên, thấy rằng mình đang bị bao vây bởi dân Am-môn ở phía nầy và dân Sy-ri ở phía còn lại. Vì thế, ông chia quân đội của mình thành hai đạo, đặt em mình là A-bi-sai chịu trách nhiệm một đạo quân tinh nhuệ và đạo quân còn lại do chính ông chỉ huy.

Trong câu 11, họ hứa với nhau đặng vùa giúp nhau. Thế là những lời đầy mạnh mẽ nầy xuất hiện trong câu 12 như sau: "Hãy vững lòng bền chí, đánh giặc cách can đảm, vì dân sự ta và vì các thành của Đức Chúa Trời chúng ta; nguyện Đức Giê-hô-va làm theo ý Ngài lấy làm tốt!" Những lời cuối cùng nầy có ý nghĩa gì: "Nguyện Đức Giê-hô-va làm theo ý Ngài lấy làm tốt"? Những lời nầy có nghĩa là Giô-áp đã đưa ra một quyết định mang tính chiến lược cho thành phố của Đức Chúa Trời và ông chẳng biết mọi sự sẽ diễn ra sau đó như thế nào. Ông không hề nhận được khải tượng đặc biệt nào từ Đức Chúa Trời trong vấn đề nầy. Ông phải đưa ra quyết định dựa vào sự khôn ngoan. Ông phải hoặc là liều lĩnh hoặc là bỏ chạy. Ông không biết kết quả cuộc chiến sẽ như thế nào. Vì thế ông đã quyết định phó thác kết quả cho Đức Chúa Trời. Điều nầy hoàn toàn đúng đắn.

"Nếu tôi phải chết thì tôi chết"

Hoàng hậu Ê-xơ-tê là một ví dụ khác về sự liều lĩnh can đảm trong sự phục vụ vì tình yêu thương và vì cớ sự vinh hiển của Đức Chúa Trời. Lúc bấy giờ, có một người Giu-đa tên là Mạc-đô-chê, là người sống ở thế kỷ thứ năm trước Đấng Christ vào thời kỳ dân Giu-đa bị lưu đày. Ông có một đứa con gái nuôi mồ côi, con của cậu mình, tên là Ê-xơ-tê. Nàng lớn lên rất đẹp và thậm chí được vua A-suê-ru xứ Ba-tư chọn làm nữ hoàng. Ha-man, một trong những tể tướng của vua A-suê-ru, căm ghét Mạc-đô-chê cùng tất cả người Giu-đa đang tạm cư trong xứ, ông cũng là người thuyết phục nhà vua ban chiếu lệnh trừ diệt họ. Nhà vua không ngờ hoàng hậu của mình là người Giu-đa.

Mạc-đô-chê truyền nói sự việc nầy với Ê-xơ-tê để đi đến trước mặt vua và cầu xin cho hoàn cảnh của dân sự. Nhưng Ê-xơ-tê biết ở trong cung vua có luật định rằng hễ ai đến cùng vua mà không được mời đến sẽ bị xử tử, trừ khi nhà vua giơ cây phủ việt vàng ra. Bà cũng biết rằng mạng sống của dân sự mình đang bị đe dọa. Ê-xơ-tê truyền nói cùng Mạc-đô-chê những lời sau:

"Hãy đi nhóm hiệp các người Giu-đa ở tại Su-sơ, rồi hãy vì tôi kiêng cữ ăn trong ba ngày và đêm, chớ ăn hay uống gì hết; tôi và các nàng hầu tôi cũng sẽ kiêng cữ ăn nữa; như vậy, tôi sẽ vào cùng vua, là việc trái luật pháp; nếu tôi phải chết thì tôi chết" (Ê-xơ-tê 4:15-16).

"Nếu tôi phải chết thì tôi chết". Điều nầy có nghĩa gì? Điều đó có nghĩa là Ê-xơ-tê không hề biết được hậu quả của những gì mà bà sắp sửa làm. Bà không hề có sự mặc khải đặc biệt nào từ Đức Chúa Trời. Bà đưa ra quyết định dựa trên sự khôn ngoan và tình yêu của bà dành cho dân tộc mình, bà chỉ biết tin cậy nơi Đức Chúa Trời. Bà phải mạo hiểm hay bỏ chạy. Bà không biết mọi sự sẽ xảy ra như thế nào. Vì vậy, bà quyết định và trao phó kết quả cho Đức Chúa Trời. "Nếu tôi phải chết thì tôi chết". Đây là hành động đúng đắn.

"Chúng tôi không hầu việc các thần của vua"

Hãy xét thêm một thí dụ nữa trong Cựu Ước. Bối cảnh bấy giờ là tại xứ Ba-by-lôn. Người Do Thái đang bị lưu đày. Nhà vua trị vì tên là Nê-bu-cát-nết-sa. Ông dựng nên một pho tượng vàng, rồi ra lệnh rằng khi tiếng kèn vang lên, tất cả mọi người đều phải quỳ lạy trước pho tượng đó. Nhưng chỉ riêng Sa-đơ-rắc, Mê-sác và A-bết-nê-gô không làm điều đó. Họ thờ phượng Đức Chúa Trời chân thật của Y-sơ-ra-ên.

Thế là, vua Nê-bu-cát-nết-sa đe dọa họ và nói

rằng nếu họ không quỳ lạy trước pho tượng, họ sẽ bị quăng vào lò lửa hừng. Họ trả lời rằng:

"Hỡi Nê-bu-cát-nết-sa, về sự nầy, không cần chi chúng tôi tâu lại cho vua. Nầy, hỡi vua! Đức Chúa Trời mà chúng tôi hầu việc, có thể cứu chúng tôi thoát khỏi lò lửa hực, và chắc cứu chúng tôi khỏi tay vua. Dầu chẳng vậy, hỡi vua, xin biết rằng chúng tôi không hầu việc các thần của vua, và không thờ phượng pho tượng vàng mà vua đã dựng" (Đa-ni-ên 3:16-18).

Đây quả thật là sự liều lĩnh. "Chúng tôi tin rằng Đức Chúa Trời của chúng tôi sẽ giải cứu chúng tôi. Nhưng thậm chí nếu Ngài không làm điều đó, thì chúng tôi sẽ không thờ phượng pho tượng vàng của vua đâu". Họ không biết sự việc sẽ ra sao. Họ nói điều tương tự như hoàng hậu Ê-xơ-tê nói rằng: "Nếu tôi phải chết thì tôi chết". Rồi họ phó thác mọi sự trong tay Chúa giống như Giô-áp và A-bi-sai đã làm: "Nguyện Đức Giê-hô-va làm theo ý Ngài lấy làm tốt". Điều nầy quả thật rất phải. Mà chỉ đúng khi liều lĩnh vì Đức Chúa Trời.

"Tôi sẵn lòng vì danh Đức Chúa Jêsus chịu chết"

Người liều lĩnh vĩ đại trong Tân Ước là sứ đồ Phao-lô. Hãy hình dung, lần đầu tiên, sứ đồ Phao-lô, sau nhiều năm chịu khổ vì cớ Đấng Christ ở khắp nơi, ông quay trở lại thành Giê-ru-sa-lem. Ông đã buộc mình vào Đức Thánh Linh (Công vụ 19:21) để trở lại thành Giê-ru-sa-lem. Ông đã gom góp tiền của cho người nghèo và đang trên đường nhìn thấy công việc trung tín nầy. Ông đi thật xa đến thành Sê-ra-sê, một tiên tri tên là A-ga-bút ở xứ Giu-đê xuống, rồi lấy dây lưng của Phao-lô trói chân tay mình cách tượng trưng mà nói rằng: "Nầy là lời Đức Thánh Linh phán: Tại thành Giê-ru-sa-lem, dân Giu-đa sẽ trói người có dây lưng nầy như vậy, mà nộp trong tay người ngoại đạo" (Công vụ 21:11).

Khi các tín hữu nghe xong, họ nài xin Phao-lô đừng đi lên thành Giê-ru-sa-lem. Ông trả lời rằng: "Anh em làm chi mà khóc lóc cho nao lòng tôi? Vì phần tôi sẵn lòng chẳng những để bị trói thôi, lại cũng sẵn lòng vì danh Đức Chúa Jêsus chịu chết tại thành Giê-ru-sa-lem nữa" (Công vụ 21:13). Sau đó, trước giả Lu-ca cho chúng ta biết rằng, mọi người trở nên dịu lại: "Người chẳng khứng chịu khuyên dỗ, thì chúng ta không ép nữa, mà nói rằng: Xin cho ý muốn của Chúa được nên!" (Công vụ 21:14).

Nói cách khác, sứ đồ Phao-lô tin rằng chuyến đi nầy đến thành Giê-ru-sa-lem là cần thiết vì danh của Đấng Christ. Ông không biết cách chi tiết điều gì sẽ xảy ra ở đó hay hậu quả ra sao. Bị bắt và hoạn nạn là điều chắc chắn. Nhưng sau đó là gì? Cái chết? Bị bỏ tù? Bị trục xuất? Chẳng ai biết cả. Vậy, họ đã nói gì với nhau? Họ đồng ý với nhau rằng: "Xin cho ý muốn của Chúa được nên!" Giống như Giô-áp đã nói rằng: "Nguyện Đức Giê-hô-va làm theo ý Ngài lấy làm tốt". Điều nầy là đúng đắn!

"Từ thành nầy sang thành khác...hoạn nạn đương đợi tôi đó"

Thật ra, trọn cuộc đời của sứ đồ Phao-lô là sự liều lĩnh hết lần nầy đến lần khác. Ông nói trong Công vụ 20:23 như sau: "Duy Đức Thánh Linh đã bảo trước cho tôi rằng từ thành nầy sang thành khác dây xích và hoạn nạn đang đợi tôi đó". Nhưng ông chẳng hề biết những việc đó xảy đến với hình trạng như thế nào, hay lúc nào nó sẽ đến, hay bởi người nào đem đến. Phao-lô đã quyết định liều mạng sống mình trở về thành Giê-ru-sa-lem với một tâm trí hiểu rõ kết cuộc sẽ như thế nào. Những gì ông đã chịu đựng khiến ông không hề nghi ngại trước những điều sẽ xảy ra tại thành Giê-ru-sa-lem:

"Năm lần bị người Giu-đa đánh roi, mỗi lần thiếu một roi đầy bốn chục; ba lần bị đánh đòn; một lần bị ném đá; ba lần bị chìm tàu. Tôi đã ở trong biển sâu một ngày một đêm. Lại nhiều lần tôi đi đường, nguy trên sông bến, nguy với trộm cướp, nguy với giữa dân mình, nguy với dân ngoại, nguy trong các thành, nguy trong các đồng vắng, nguy trên biển, nguy với anh em giả dối; chịu khó chịu nhọc, lắm lúc thức đêm, chịu đói khát, thường khi phải nhịn ăn, chịu lạnh và lõa lồ. Còn chưa kể mọi sự khác, là mỗi ngày tôi phải lo lắng về hết thảy các Hội thánh".

Điều nầy nghĩa là sao? Nghĩa là sứ đồ Phao-lô chẳng bao giờ biết được điều gì sẽ xảy ra tiếp theo.

Mỗi ngày ông liều mạng sống mình vì cớ Đức Chúa Trời. Mọi nẻo đường trên đất chẳng hề có sự an toàn nào. Đường biển cũng chẳng đem đến sự bình yên. Chính dân tộc mình, là người Giu-đa, cũng không phải là chỗ an toàn. Đại dương cũng chẳng có sự tĩnh lặng. Thậm chí ngay cả những người xưng mình là Cơ Đốc nhân cũng không phải chỗ nương cậy. An toàn chỉ còn là ảo tưởng. Điều đó chẳng hề tồn tại đối với sứ đồ Phao-lô.

Ông có hai lựa chọn: lãng phí cuộc đời mình hay sống liều lĩnh. Ông đã trả lời cho lựa chọn nầy rất rõ ràng: "Nhưng tôi chẳng kể sự sống mình làm quí, miễn chạy cho xong việc đua tôi và chức vụ tôi đã lãnh nơi Đức Chúa Jêsus, để mà làm chứng về Tin lành của ơn Đức Chúa Trời" (Công vụ 20:24). Ông không biết điều gì sẽ xảy ra từ ngày nầy qua ngày khác. Nhưng con đường vác thập tự giá đang vẫy gọi ông. Ông đã liều mạng sống mình mỗi ngày. Điều nầy là đúng đắn!

"Nếu họ đã bắt bớ ta, ắt cũng bắt bớ các ngươi"

Để chúng ta khỏi nghĩ rằng chỉ có Phao-lô mới sống được cuộc đời liều lĩnh như thế, thì ông đã khuyên các Cơ Đốc nhân trẻ tuổi rằng họ sẽ phải đối diện với những khó khăn không lường trước được. Sau khi mở ra các Hội thánh mới trong chuyến hành trình truyền giáo đầu tiên của mình, ông quay trở lại vài tháng sau đó để "giục các môn đồ vững lòng, khuyên phải bền đỗ trong đức tin, và bảo trước rằng phải trải qua nhiều nỗi khó khăn mới vào được nước

Đức Chúa Trời" (Công vụ 14:22). Khi ông viết cho các tín hữu tại Hội thánh Tê-sa-lô-ni-ca, ông bày tỏ mối quan tâm của ông rằng họ chắc phải rúng động bởi những sự khốn khó và còn nói tiếp là: "vì anh em tự biết rằng ấy đó [tức là những hoạn nạn] là điều đã định trước cho chúng ta" (1 Tê-sa-lô-ni-ca 3:3). Nói cách khác, trở thành Cơ Đốc nhân tức là bạn được kêu gọi để liều lĩnh.

Chúa Jêsus đã phán rất rõ về điều nầy. Ngài phán trong Lu-ca 21:16 chép rằng: "Các ngươi cũng sẽ bị cha, mẹ, anh, em, bà con, bạn hữu mình nộp mình; và họ sẽ làm cho nhiều người trong các ngươi phải chết". Từ khóa ở đây đó là nhiều. "Nhiều người trong các ngươi phải chết". Chính từ nầy đặt mạng sống của các môn đồ vào tình trạng không hề chắc chắn. Không phải tất cả sẽ chết vì cớ Đấng Christ. Nhưng cũng không phải tất cả sẽ sống vì cớ Ngài. Nhiều người sẽ chết. Nhiều người sẽ sống. Đó là ý nghĩa mà tôi muốn nói về sự liều lĩnh. Đó là ý muốn của Đức Chúa Trời mà chúng ta không hề biết rõ cuộc sống trên đất nầy sẽ ra sao. Do đó, ý muốn của Đức Chúa Trời là chúng ta phải sống liều lĩnh vì cớ Ngài.

Cuộc sống đã từng rất khắc nghiệt với Chúa Jêsus, nên Ngài đã phán rằng nó cũng sẽ khắc nghiệt với người nào theo Ngài. "Hãy nhớ lời ta đã nói cùng các ngươi: Đầy tớ chẳng lớn hơn chủ mình. Nếu họ đã bắt bớ ta, ắt cũng bắt bớ các ngươi; bằng họ đã giữ lời ta, ắt cũng giữ lời các ngươi". Vì thế, sứ đồ Phi-e-rơ cảnh báo các Hội thánh tại Tiểu Á rằng sự ngược đãi là điều tất nhiên sẽ xảy đến. "Hỡi kẻ rất yêu dấu, khi anh em bị trong lò lửa thử thách, chớ lấy làm lạ như mình gặp một việc khác thường. Nhưng anh em có phần trong sự thương khó của Đấng Christ bao nhiêu, thì hãy vui mừng bấy nhiêu, hầu cho đến ngày vinh hiển của Ngài hiện ra, thì anh em cũng được vui mừng nhảy nhót. Ví bằng anh em vì cớ danh Đấng Christ chịu sỉ nhục, thì anh em có phước; vì sự vinh hiển và Thánh Linh của Đức Chúa Trời đậu trên anh em" (1 Phi-e-rơ 4:12-14).

Là Cơ Đốc nhân tức là sống liều lĩnh

Ba thế kỷ đầu tiên của Hội thánh Cơ Đốc đã cho thấy khuôn mẫu của việc trưởng thành dưới những đe dọa. Stephen Neill, trong quyển sách Lịch sử Truyền giáo của Cơ Đốc giáo, viết rằng: "Không còn nghi ngờ gì nữa, các Cơ Đốc nhân dưới thời Đế quốc La-mã không hề có quyền lợi nào cả, họ phải sống trong điều kiện rất khắc nghiệt của luật pháp...Mỗi Cơ Đốc nhân đều biết rằng sớm hay muộn cũng phải xưng nhận niềm tin của họ với cái giá phải trả là mạng sống của mình".[3]

Thật mạnh mẽ. Có một sự liều lĩnh. Nó luôn hiện hữu. Có thể chúng ta phải chết vì là Cơ Đốc nhân. Có thể không. Đó là mạo hiểm. Nó đã từng là chuyện rất bình thường. Cho nên, Cơ Đốc nhân phải sống trong những hoàn cảnh như thế là đúng.

Đúng vậy, tình yêu tôn cao Đấng Christ mà Cơ Đốc nhân đã bày tỏ trong sự liều lĩnh, nhưng đã làm cả thế giới ngoại đạo phải sững sốt. Hoàng đế La-mã Julian (332-363 SC) đã muốn thổi một luồng gió mới vào thứ tôn giáo ngoại đạo cũ kỹ nhưng lại chứng kiến ngày càng nhiều người đến với Cơ Đốc giáo. Ông đã viết những lời đầy thất vọng nầy chống lại "những kẻ vô thần" (là những người không tin vào các vị thần của La-mã, mà tin nơi Đấng Christ) như sau:

> *Thuyết vô thần [đó là nói đức tin Cơ Đốc giáo] đã phát triển một cách quá đặc biệt thông qua sự phục vụ bằng tình yêu thương dành cho những khách lạ và qua cách họ cẩn thận chôn cất người chết. Thật nhục nhã thay, chẳng có một tên Do Thái nào là ăn mày, và những kẻ vô thần đến từ Ga-li-lê nầy không chỉ quan tâm đến người nghèo giữa vòng họ, mà còn chăm sóc những kẻ nghèo giữa vòng chúng ta nữa; trong khi những kẻ đó ở giữa chúng ta thì lại chẳng nhận lấy một sự quan tâm nào.*[4]

Theo Đấng Christ phải trả giá. Sự mạo hiểm ở khắp mọi nơi. Nhưng vì sự liều lĩnh nầy mà giá trị của Đấng Christ được sáng ngời càng hơn.

Cách lãng phí bốn mươi năm và hàng ngàn cuộc đời

Nhưng chuyện gì sẽ xảy ra khi tôi con Chúa không thoát khỏi sở thích ở trong sự an toàn dối trá đó? Chuyện gì sẽ xảy ra nếu họ cứ cố gắng sống trong ảo tưởng an toàn của mình? Câu trả lời đó là: lãng phí cuộc đời. Bạn còn nhớ những lần đó không?

Điều nầy xảy ra chỉ sau 3 năm khi Đức Chúa Trời dùng quyền năng của Ngài đem dân Y-sơ-ra-ên ra khỏi xứ Ê-díp-tô. Lúc bấy giờ, họ đang đứng ngay đường biên giới của Đất hứa. Chúa phán cùng Môi-se rằng: "Hãy sai những người đi do thám xứ Ca-na-an, là xứ ta ban cho dân Y-sơ-ra-ên" (Dân số ký 13:2). Vậy, Môi-se sai Ca-lép, Giô-suê và 10 người khác. Sau đó 40 ngày, họ trở về với một chùm nho được treo trên cây sào hai người gánh. Ca-lép đưa ra vấn đề đầy triển vọng để kêu gọi dân sự: "Chúng ta hãy đi lên và chiếm xứ đi, vì chúng ta thắng hơn được" (Dân số ký 13:30). Nhưng các thám tử khác thì nói rằng: "Xứ mà chúng tôi đã đi khắp đặng do thám, là một xứ nuốt dân sự mình; hết thảy những người chúng tôi đã thấy tại đó, đều là kẻ hình vóc cao lớn" (câu 31).

Ca-lép lúc đó không thể làm tiêu tan ảo tưởng an toàn của mọi người. Vì sở thích muốn ở trong chỗ an toàn đã kìm hãm dân sự – còn khái niệm về sự an toàn trong cuộc sống không phải là con đường vâng phục để tôn cao Đấng Christ. Họ lằm bằm nghịch với Môi-se và A-rôn rồi quyết định quay trở lại xứ Ê-díp-tô – ảo tưởng an toàn thật lớn thay.

Giô-suê đã cố gắng đánh thức họ thoát khỏi tình trạng hờ hững nầy.

"Xứ mà chúng tôi đã đi khắp đặng do thám thật là một xứ rất tốt; nếu Đức Giê-hô-va đẹp lòng cùng chúng ta, ắt sẽ đem chúng ta vào xứ nầy mà ban cho; ấy là

một xứ đượm sữa và mật. Chỉ các ngươi chớ dấy loạn cùng Đức Giê-hô-va, và đừng sợ dân của xứ, vì dân đó sẽ là đồ nuôi chúng ta, bóng che chở họ đã rút đi khỏi họ rồi, và Đức Giê-hô-va ở cùng ta. Chớ sợ chi" (Dân số ký 14:7-9).

Giô-suê không những không thể làm tiêu tan ảo tưởng an toàn, mà dân sự còn bị đắm chìm hơn trong thế giới an toàn ảo tưởng đó. Họ còn muốn ném đá Giô-suê và Ca-lép nữa. Hậu quả là có đến hàng vạn cuộc đời và những năm tháng lãng phí. Thật là sai lầm khi dân sự không liều lĩnh đánh trận với những gã khổng lồ trong xứ Ca-na-an. Ôi! Sẽ còn bao nhiêu cuộc đời bị lãng phí nữa nếu chúng ta không liều lĩnh vì cớ Đức Chúa Trời!

Còn bạn thì sao?

Liều lĩnh là đúng. Còn lý do không đúng đó là Đức Chúa Trời hứa rằng mọi nỗ lực mạo hiểm của chúng ta vì cớ Ngài đều sẽ thành công. Không có lời hứa nào nói rằng mọi nỗ lực của chúng ta vì cớ Đức Chúa Trời đều sẽ thành công, ít ra là sẽ không xảy ra ngay tức thì. Khi Vua Hê-rốt ly dị vợ để cưới vợ của em mình, Giăng Báp-tít đã liều lĩnh khuyên can vua đừng phạm tội thông dâm. Vì hành động nầy mà Giăng đã bị chặt đầu. Ông đã làm điều đúng đó là liều mạng sống mình vì cớ Đức Chúa Trời và lẽ thật. Chúa Jêsus không phê phán, mà chỉ khen ngợi (Ma-thi-ơ 11:11).

Sứ đồ Phao-lô đã liều mạng lên thành Giê-ru-sa-lem để làm xong chức vụ cho người nghèo. Ông đã bị đánh và bỏ tù trong vòng 2 năm rồi bị chuyển sang La-mã cho đến đúng 2 năm sau thì bị hành hình. Ông đã làm đúng vì đã liều mạng sống mình vì cớ Đấng Christ. Tại châu Phi và châu Á có bao nhiêu ngôi mộ của hàng ngàn giáo sĩ trẻ tuổi, bởi quyền năng Đức Thánh Linh đã được giải phóng khỏi cái ảo tưởng an toàn, rồi liều mạng sống mình vì cớ Đấng Christ giữa vòng các dân tộc chưa được vươn đến trên thế giới!

Còn bạn thì sao? Bạn có đang mắc kẹt trong cái ảo tưởng an toàn nào không, bị tê liệt không dám liều lĩnh vì cớ Đức Chúa Trời chăng? Bạn đã nhờ Đức Thánh Linh được tự do khỏi ảo tưởng an toàn và thoải mái của xứ Ê-díp-tô chưa? Bạn có phải là những người đồng thanh với Giô-áp nói rằng: "Vì cớ danh Ngài, tôi sẽ đánh liều! Nguyện Đức Giê-hô-va làm theo ý Ngài lấy làm tốt" chăng? Còn các chị em có thể nói như Ê-xơ-tê rằng: "Vì cớ Đấng Christ, tôi sẽ đánh liều! Nếu tôi phải chết, thì tôi chết" được không?

Liều lĩnh vì những lý do sai trật

Có rất nhiều sự nguy hiểm khi kêu gọi Cơ Đốc nhân sống liều lĩnh. Thí dụ, chúng ta có thể trở nên quá sốt sắng trong việc từ bỏ chính mình đến nỗi không thể tận hưởng những thú vui đúng mực trong đời sống mà Đức Chúa Trời ban cho chúng ta. Một nguy hiểm khác còn tệ hơn nhiều, đó là chúng ta có thể buông mình vào lối sống mạo hiểm bằng những lý do tự tôn mình lên. Chúng ta có thể cảm thấy tuyến hóc-môn của tính anh hùng trào dâng trong cơ thể. Chúng ta sẽ coi thường sự lười biếng, hèn nhát và cảm thấy mình là siêu đẳng. Chúng ta có thể cho rằng sự mạo hiểm giống như một hành động công bình nào đó để được Đức Chúa Trời chấp nhận. Có một điều thiếu xót trong số những hành động nầy đó là đức tin của chúng ta phải trở nên giống như con trẻ, ở dưới sự tể trị của Đức Chúa Trời và ở trong tình yêu đắc thắng của Ngài.

Tôi đã và vẫn đang cho rằng sức lực và động cơ đằng sau việc liều lĩnh vì cớ Đức Chúa Trời không phải là chủ nghĩa anh hùng, hay tính ham thích phiêu lưu, hay sự dũng cảm tự lực cánh sinh nào đó, hay nhu cần muốn biết được ý muốn tốt lành của Đức Chúa Trời, mà là đức tin nương cậy vào sự tiếp trợ, sự tể trị và sự thỏa mãn hoàn toàn nơi Con của Đức Chúa Trời, là Đức Chúa Jêsus Christ. Nguồn sức mạnh để chúng ta liều lĩnh đầu phục Đấng Christ đó là đức tin trông cậy vào tình yêu thương của Đức Chúa Trời sẽ nâng đỡ bạn trong lúc cuối cùng của mình, và làm chứng cho động cơ của bạn. Sức mạnh của việc liều lĩnh từ bỏ tiền bạc vì cớ Phúc âm là đức tin biết rằng chúng ta có của cải ở thiên đàng, là nơi không bao giờ mất được. Sức mạnh của việc liều lĩnh từ bỏ mạng sống mình trong thế gian nầy là đức tin trông cậy vào lời hứa nói rằng ai mất sự sống mình trong thế gian sẽ được lại khi kỳ mãn.

Đây là điều hết sức khác biệt giữa chủ nghĩa anh hùng và tự lực cánh sinh. Khi chúng ta liều lĩnh từ bỏ sĩ diện, tiền bạc, sự sống vì cớ chúng ta tin rằng: Đức Chúa Trời sẽ luôn vùa giúp chúng ta và sử dụng sự mất mát đó để khiến chúng ta vui mừng trong sự vinh hiển của Ngài, thì chúng ta không phải là những kẻ nhận được sự tán dương vì mình quá dũng cảm; mà Đức Chúa Trời là Đấng xứng đáng nhận được sự ngợi khen vì Ngài là Đấng quan phòng của chúng ta. Như vậy, sự liều lĩnh phản ánh Đức Chúa Trời là Đấng đáng được tôn cao, không phải tinh thần dũng cảm nào đó của chúng ta đâu.

Chúng ta không nên đón nhận tinh thần dũng cảm như thế. Chúng ta bị cuốn vào việc phải liều lĩnh vì những lý do sai trật. Không có Đấng Christ, hết thảy chúng ta vốn dĩ là những kẻ làm theo luật pháp hay là kẻ phóng đãng nào đó – muốn làm điều mình muốn, hay muốn làm công việc của Đức Chúa Trời theo cách chúng tỏ khả năng hơn người của chúng ta mà thôi. Khi chúng ta bị cuốn vào những điều nầy, chúng ta cần sự bảo vệ. Đức Chúa Trời ban cho chúng ta cách khác để liều lĩnh. Hãy làm điều nầy "bởi sức lực mà Đức Chúa Trời cung ứng cho – hầu cho trong mọi sự Đức Chúa Trời được vinh hiển qua Đức Chúa Jêsus Christ" (I Phi-e-rơ 4:11). Còn sức lực mà Đức Chúa Trời cung ứng cho chúng ta đến từ đức tin trông cậy vào Lời hứa của Ngài. Mọi sự mất mát mà chúng ta đánh đổi khi liều lĩnh, chính là để làm vinh hiển Đấng Christ, Đức Chúa Trời hứa rằng Ngài sẽ làm ơn đến ngàn lần bằng mối liên hệ đầy thỏa mãn ở trong Ngài.

Sức mạnh cho sự liều lĩnh đến từ Lời hứa của Đức Chúa Trời

Trước đó, tôi đã đề cập Lu-ca 21:16 là câu Kinh Thánh mà Chúa Jêsus phán cùng các sứ đồ rằng: "Họ sẽ làm cho nhiều người trong các ngươi phải chết". Nhưng tôi chưa đề cập lời hứa kèm theo sau đó: "Các ngươi sẽ vì cớ danh ta bị mọi người ghen ghét. Nhưng một sợi tóc trên đầu các ngươi cũng không mất đâu" (câu 18). Đây là một trong những nghịch lý đau thương nhất trong Kinh Thánh: "Họ sẽ làm cho nhiều người trong các ngươi phải chết...nhưng một sợi tóc trên đầu các ngươi cũng không mất đâu"! Điều nầy nghĩa là sao? Chúa Jêsus đang muốn nói điều gì với chúng ta khi Ngài phán rằng: "Hãy đi ra và liều mình trong sự vâng phục; họ sẽ làm cho nhiều người trong các ngươi phải chết; nhưng một sợi tóc trên đầu các ngươi cũng không mất đâu"?

Tôi nghĩ phần chú giải hay nhất cho câu Kinh Thánh Lu-ca 21:16 nầy là Rô-ma 8:35-39.

Ai sẽ phân rẽ chúng ta khỏi sự yêu thương của Đấng Christ? Có phải hoạn nạn, khốn cùng, bắt bớ, đói khát, trần truồng, nguy hiểm, hay là gươm giáo chăng? Như có chép rằng: Vì cớ Ngài, chúng tôi bị giết cả ngày; Họ coi chúng tôi như chiên định đem đến hàng làm thịt. Trái lại, trong mọi sự đó, chúng ta nhờ Đấng yêu thương mình mà thắng hơn bội phần. Vì tôi chắc rằng bất kỳ sự chết, sự sống, các thiên sứ, các kẻ cầm quyền, việc bây giờ, việc hầu đến, quyền phép, bề cao, hay là bề sâu, hoặc một vật nào, chẳng có thể phân rẽ chúng ta khỏi sự yêu thương mà Đức Chúa Trời đã chứng cho chúng ta trong Đức Chúa Jêsus Christ, là Chúa chúng ta.

Hãy so sánh những lời lẽ đanh thép và tuyệt vời nầy với những gì Chúa Jêsus phán: "Họ sẽ làm cho nhiều người trong các ngươi phải chết...nhưng một sợi tóc trên đầu các ngươi cũng không mất đâu".

Giống như Chúa Jêsus, sứ đồ Phao-lô nói rằng tình yêu thương của Đấng Christ dành cho chúng ta không loại trừ sự chịu khổ. Ngược lại, việc chúng ta dính díu với Đấng Christ sẽ đem đến sự chịu khổ. Câu trả lời của Phao-lô dành cho câu hỏi của ông trong câu 35 là: "Ai sẽ phân rẽ chúng ta khỏi sự yêu thương của Đấng Christ? Có phải hoạn nạn, khốn cùng, bắt bớ, đói khát, trần truồng, nguy hiểm, hay là gươm giáo chăng?" Câu trả lời của ông trong câu 37 là KHÔNG vang rền! Nhưng không bỏ qua ẩn ý của câu hỏi: Lý do cho thấy những điều nầy không thể phân rẽ chúng ta khỏi sự yêu thương của Đấng Christ không phải vì những điều đó sẽ không xảy ra với những kẻ mà Đấng Christ yêu. Có đấy. Lời trích dẫn của sứ đồ Phao-lô từ Thi thiên 44:22 cho thấy rằng những điều nầy thật ra sẽ xảy ra với những ai thuộc về Đấng Christ. "Vì cớ Ngài, chúng tôi bị giết cả ngày; Họ coi chúng tôi như chiên định đem đến hàng làm thịt". Nói cách khác, tình yêu thương của Đấng Christ dành cho chúng ta không loại trừ sự chịu khổ. Sự liều lĩnh là có thật. Cuộc đời Cơ Đốc nhân là một đời sống đầy sự khó nhọc. Không thiếu sự vui mừng. Nhưng chẳng thiếu sự chịu khổ.

Đức Chúa Trời có tiếp trợ mọi sự chúng ta cần chăng?

Đây là ý nghĩa của chữ "trong" rất nhỏ được tìm thấy ở câu 37 chép rằng: "Trái lại, trong mọi sự đó, chúng ta nhờ Đấng yêu thương mình thắng hơn bội phần". Chúng ta thắng hơn bội phần trong mọi sự hoạn nạn, không phải bằng cách tránh né những điều đó. Vì vậy, sứ đồ Phao-lô đồng ý với Chúa Jêsus rằng: "Họ sẽ làm cho nhiều người trong các ngươi phải chết". Vâng lời Chúa tức là sống liều lĩnh. Mà sống liều lĩnh vì cớ Đức Chúa Trời là phải lắm! Một vài sự liều lĩnh được để cập trong câu 35:

- *"hoạn nạn"* – rắc rối và áp bức đủ mọi loại hình mà sứ đồ Phao-lô nói rằng chúng ta cần phải vượt qua trên chặng đường hướng về thiên đàng (Công vụ 14:22).

- *"khốn cùng"* – những đau khổ đem đến căng thẳng và đe dọa để bẻ gẫy chúng ta (2 Cô-rinh-tô 6:4; 12:10).

- *"sự bắt bớ"* – sự chống đối tích cực từ phía kẻ thù của Phúc âm (Ma-thi-ơ 5:11-12).

- *"nguy hiểm"* – bất kỳ mối đe dọa nào cho thân thể, linh hồn và gia đình (2 Cô-rinh-tô 11:26).

• *"gươm giáo" – thứ vũ khí đã giết Gia-cơ (Công vụ 12:2).*

• *"đói khát và trần truồng" – sự thiếu đồ ăn và áo quần.*

Tôi để sự "đói khát và trần truồng" ở phía sau cùng vì chúng là vấn đề lớn nhất. Không phải Chúa Jêsus nói rằng:

> *Vậy nên ta phán cùng các ngươi rằng: Đừng vì sự sống mình mà lo đồ ăn uống; cũng đừng vì thân thể mình mà lo đồ mặc. Sự sống há chẳng quí trọng hơn đồ ăn sao, thân thể há chẳng quí trọng hơn quần áo sao... Ấy vậy, các ngươi chớ lo lắng mà nói rằng: Chúng ta sẽ ăn gì? Uống gì? Mặc gì? Vì mọi điều đó, các dân ngoại vẫn thường tìm, và Cha các ngươi ở trên trời vốn biết các ngươi cần dùng những điều đó rồi. Nhưng trước hết, hãy tìm kiếm nước Đức Chúa Trời và sự công bình của Ngài, thì Ngài sẽ cho thêm các ngươi mọi điều ấy nữa. (Ma-thi-ơ 6:25, 31-33).*

"Vậy thì cái nào đây?" Chúng ta có thể đang thắc mắc như vậy. Số phận của Cơ Đốc nhân là bị "đói khát và trần truồng" chăng, hay Đức Chúa Trời sẽ tiếp trợ "mọi điều ấy nữa" khi chúng ta cần chăng? Cơ Đốc nhân sẽ không bao giờ đói hay thiếu ăn hay thiếu quần áo chăng? Không phải các sứ đồ vĩ đại trên thế giới đã từng bị lột trần truồng và bỏ đói sao? Thế còn Hê-bơ-rơ 11:37-38 thì sao? "Họ đã bị ném đá, tra tấn, cưa xẻ; bị giết bằng lưỡi gươm; lưu lạc rày đây mai đó, mặc những da chiên da dê, bị thiếu thốn mọi đường, bị hà hiếp, ngược đãi, thế gian không xứng đáng cho họ ở, phải lưu lạc trong đồng vắng, trên núi, trong hang, trong những hầm dưới đất".

Điều bạn cần làm theo ý muốn của Ngài và được vui mừng mãi mãi

Như vậy, Chúa Jêsus muốn nói gì: "Mọi điều ấy nữa – tất cả thức ăn và áo quần – sẽ được ban thêm cho các ngươi khi các ngươi trước hết tìm kiếm nước Đức Chúa Trời" phải không? Ý Ngài muốn nói trong câu Kinh Thánh nầy cũng giống như khi Ngài phán rằng: "Họ sẽ làm cho nhiều người trong các ngươi phải chết...nhưng một sợi tóc trên đầu các ngươi cũng không mất đâu" (Lu-ca 21:16-18). Ngài muốn nói rằng bạn sẽ có mọi thứ cần thiết để thực hiện ý muốn của Ngài và được vui mừng tột cùng và đời đời ở trong Ngài.

Bao nhiêu thức ăn và áo quần là cần thiết? Cần thiết cho việc gì? Chúng ta phải hỏi. Cần thiết để cảm thấy thoải mái chăng? Không, Chúa Jêsus không hứa là sẽ có sự thoải mái. Cần thiết để không bị hổ thẹn chăng? Không, Chúa Jêsus kêu gọi chúng ta chịu lấy sự sỉ nhục vì cớ Danh Ngài một cách vui mừng. Cần thiết để sống phải không? Không, Ngài không hứa sẽ miễn trừ chúng ta khỏi sự chết – dù phải chết như thế nào. Sự bắt bớ và dịch bệnh nuốt chửng các thánh đồ. Nhiều Cơ Đốc nhân phải chết trên đoạn đầu đài và chết vì dịch bệnh. Đó là lý do vì sao Phao-lô viết rằng: "Lại chúng ta, là kẻ có trái đầu mùa của Đức Thánh Linh, cũng than thở trong lòng, đang khi trông đợi sự làm con nuôi, tức là sự cứu chuộc thân thể chúng ta vậy" (Rô-ma 8:23).

Điều Chúa Jêsus muốn nói là Cha trên trời của chúng ta sẽ không bao giờ để chúng ta phải chịu thử thách quá sức mình đâu (1 Cô-rinh-tô 10:13). Là con của Đức Chúa Trời, nếu bạn cần một miếng bánh vụn để không từ bỏ đức tin của mình vì bị bỏ đói trong chỗ tối tăm nào đó, bạn sẽ nhận được miếng bánh vụn đó. Đức Chúa Trời không hứa là sẽ có đủ thức ăn để sống một cuộc đời thoải mái – lời hứa của Ngài là đủ dùng, hầu cho bạn có thể tin cậy Ngài và làm theo ý muốn của Ngài.[5]

Tôi làm được mọi sự nhờ Đấng Christ – ngay cả khi phải chịu đói

Khi sứ đồ Phao-lô hứa rằng: "Đức Chúa Trời tôi sẽ làm cho đầy đủ mọi sự cần dùng của anh em y theo sự giàu có của Ngài ở nơi vinh hiển trong Đức Chúa Jêsus Christ", ông cũng vừa nói trước đó rằng: "Tôi biết chịu nghèo hèn, cũng biết được dư dật. Trong mọi sự và mọi nơi, tôi đã tập cả, dầu no hay đói, dầu dư hay thiếu cũng được. Tôi làm được mọi sự nhờ Đấng ban thêm sức cho tôi" (Phi-líp 4:12-13, 19). "Mọi sự" tức là "Tôi có thể chịu đói nhờ Đấng ban thêm sức cho tôi. Tôi có thể bị thiếu ăn và áo quần nhờ Đấng ban thêm sức cho tôi". Đó là điều Chúa Jêsus hứa. Ngài sẽ không lìa chúng ta và bỏ chúng ta (Hê-bơ-rơ 13:5). Nếu chúng ta chịu đói khát, Ngài sẽ là bánh đời đời nuôi sống chúng ta. Nếu chúng ta bị tủi hổ vì cớ trần truồng, Ngài sẽ là sự công bình trọn vẹn cho chúng ta. Nếu chúng ta bị đòn roi và kêu gào trong sự đau đớn, Ngài sẽ gìn giữ chúng ta khỏi việc rủa sả Danh Ngài và sẽ phục hồi thân thể bị vùi dập của chúng ta trở nên đẹp đẽ đến đời đời.

Khía cạnh sâu xa của mọi sự liều lĩnh là tình yêu đắc thắng

Sự an ủi và sự đảm bảo cho mỗi lần liều lĩnh của chúng ta vì cớ Đấng Christ đó là chẳng có điều gì có thể phân rẽ chúng ta khỏi sự yêu thương của Đấng Christ. Sứ đồ Phao-lô nói: "Ai sẽ phân rẽ chúng ta khỏi sự yêu thương của Đấng Christ? Có phải hoạn nạn, khốn cùng, bắt bớ, đói khát, trần truồng, nguy hiểm, hay là gươm giáo chăng?" (Hê-bơ-rơ 8:35). Câu trả lời là KHÔNG! Nói cách khác, không có sự khổ sở nào mà Cơ Đốc nhân thật phải trải qua để làm bằng chứng nói rằng: mình đã bị phân rẽ khỏi sự yêu thương của Đấng Christ. Sự yêu thương của Đấng Christ đắc thắng mọi khổ sở. Rô-ma 8:38-39 cho thấy rõ điều nầy: "Vì tôi chắc rằng bất kỳ sự chết, sự sống, các thiên sứ, các kẻ cầm quyền, việc bây giờ, việc hầu đến, quyền phép, bề cao, hay là bề sâu, hoặc một vật nào, chẳng có thể phân rẽ chúng ta khỏi sự yêu thương mà Đức Chúa Trời đã chứng cho chúng ta trong Đức Chúa Jêsus Christ, là Chúa chúng ta".

Ở khía cạnh xa hơn của mỗi cuộc liều lĩnh – thậm

140

chí nếu kết cuộc là sự chết – thì tình yêu thương của Đức Chúa Trời vẫn đắc thắng. Đây là đức tin để chúng ta được tự do liều lĩnh vì cớ Đức Chúa Trời. Không phải là chủ nghĩa anh hùng hay thèm muốn những cuộc phiêu lưu kỳ thú nào đó, cũng không phải là sự tự tin can đảm hay cố gắng có được sự chú ý của Đức Chúa Trời. Đó là đức tin như con trẻ trong tình yêu đắc thắng của Đức Chúa Trời – tức là ở phía còn lại của tất cả các cuộc liều lĩnh mà chúng ta sẽ làm vì sự công bình, Đức Chúa Trời vẫn gìn giữ chúng ta. Chúng ta sẽ được thỏa mãn đời đời ở trong Ngài. Không có điều nào bị lãng phí cả.

Thắng hơn bội phần là sao?

Nhưng còn nhiều điều nữa trong lời hứa của Ngài sẽ giúp chúng ta bền đổ trong sự liều lĩnh vì cớ Đấng Christ. Sứ đồ Phao-lô hỏi rằng: "Đã vậy thì chúng ta sẽ nói làm sao? Nếu Đức Chúa Trời vùa giúp chúng ta, thì còn ai nghịch với chúng ta? (Rô-ma 8:31). Câu trả lời mà ông muốn chúng ta đưa ra là: "Không gì cả". Cũng giống như nói rằng: "Nếu Đức Chúa Trời vùa giúp chúng ta, chẳng ai nghịch với chúng ta được". Nghe có vẻ ngờ nghệch. Giống như sắp sửa bị chặt đầu thì nói rằng: "Không có sợi tóc nào trên đầu tôi mất được". Dường như đây là những lời tuyên bố quá dư thừa lại có ý nói nhiều hơn những điều chúng ta đã nói từ nãy đến giờ. Chúng được định trước để nói nhiều hơn điều nầy: các thánh đồ đang chết dần vì kiệt sức sẽ không bị phân rẽ khỏi Đấng Christ.

Cái "nhiều hơn" nầy đến từ những lời lẽ "thắng hơn bội phần". "Trái lại, trong mọi sự đó, chúng ta nhờ Đấng yêu thương mình mà thắng hơn bội phần" (Rô-ma 8:37). "Thắng hơn bội phần" có nghĩa là gì? Làm thế nào được thắng hơn bội phần khi bạn liều lĩnh chịu mọi hao tổn vì cớ Đức Chúa Trời?

Nếu bạn liều lĩnh hành động trong sự vâng lời, mà hành động đó tôn cao Đức Chúa Jêsus Christ, rồi bị tấn công bởi một trong những kẻ thù được đề cập trong câu 35 nói rằng: đói khát và gươm giáo, điều gì phải xảy ra với bạn để đơn giản được gọi là "người có sự thắng hơn bội phần"? Trả lời rằng: bạn không bị phân rẽ khỏi sự yêu thương của Đức Chúa Jêsus Christ. Mục đích của những kẻ tấn công bạn là muốn hủy hoại bạn, muốn phân rẽ bạn khỏi Đấng Christ, khiến bạn phải sụp đổ hoàn toàn mà không có Đức Chúa Trời. Bạn là người có sự thắng hơn nếu bạn đánh bại mục đích nầy và giữ mình trong tình yêu thương của Đấng Christ. Đức Chúa Trời đã hứa rằng điều nầy sẽ phải xảy ra. Hãy tin vậy, còn chúng ta thì: hãy liều lĩnh.

Nhưng điều gì sẽ xảy ra khi chiến đấu chống lại sự đói khát và gươm giáo nếu bạn được gọi là thắng hơn bội phần? Một câu trả lời mang tính Kinh Thánh đó là: người thắng hơn bội phần phải khuất phục được kẻ thù. Người thắng hơn bội phần sẽ vô hiệu hóa mục đích của kẻ thù; người thắng hơn bội phần luôn khiến kẻ thù phục vụ mục đích của mình. Người thắng hơn bội phần sẽ hạ gục kẻ thù của mình; người thắng hơn bội phần sẽ khiến kẻ thù làm nô lệ của mình.

Về mặt thực tiễn thì có nghĩa là gì? Hãy sử dụng chính những lời lẽ của sứ đồ Phao-lô trong 2 Cô-rinh-tô 4:17 "Vì sự hoạn nạn nhẹ và tạm của chúng ta sanh cho [tác động hay làm cho hay đem đến cho] chúng ta sự vinh hiển cao trọng đời đời, vô lượng vô biên". Ở đây chúng ta có thể nói rằng "sự hoạn nạn" là một trong những kẻ thù đang tấn công chúng ta. Điều gì xảy ra khi Phao-lô chạm trán nó? Thực chất thì sự hoạn nạn không thể phân rẽ ông khỏi sự yêu thương của Đấng Christ. Mà hơn thế, nó bị bắt phục. Nó bị bắt làm tôi mọi để phục vụ cho niềm vui đời đời của Phao-lô. "Sự hoạn nạn", trước đây là kẻ thù, bây giờ thì đang hầu việc cho Phao-lô. Nó đang chuẩn bị cho Phao-lô "một sự vinh hiển cao trọng đời đời". Kẻ thù xưa, nay đã trở thành nô lệ của ông. Ông không chỉ bắt phục được kẻ thù. Mà ông còn thắng hơn nó nữa.

Sự hoạn nạn giơ gươm của nó lên đặng chặt đứt cái đầu đức tin của Phao-lô. Nhưng thay vì thế, bàn tay đức tin liền bắt lấy cánh tay của sự hoạn nạn và ép nó chặt đứt con người xác thịt của Phao-lô. Sự hoạn nạn bị xui khiến phải trở thành nô lệ của sự tin kính, sự khiêm nhường và tình yêu thương. Sa-tan toan làm điều ác, nhưng Đức Chúa Trời khiến điều ác trở nên tốt lành. Kẻ thù xưa, nay đã trở thành nô lệ của Phao-lô, khiến ông được sự vinh hiển cao trọng hơn cả trước khi chạm trán với nó. Nhờ đó, sứ đồ Phao-lô – và mỗi người đi theo Chúa Jêsus – được thắng hơn bội phần.

Con đường duy nhất dẫn đến sự vui mừng dài lâu

Đây là lời hứa thêm sức cho chúng ta để chọn sự liều lĩnh vì cớ Đấng Christ. Nó không phải là những thôi thúc cho chủ nghĩa anh hùng, hay thèm muốn một cuộc phiêu lưu kỳ thú nào đó, cũng không phải là lòng tự tin dũng cảm hay nhu cầu muốn có được sự chú ý của Đức Chúa Trời. Mà chỉ đơn giản là tin cậy Đấng Christ – tức là trong Ngài, Đức Chúa Trời sẽ làm mọi điều cần thiết hầu cho chúng ta có thể sống làm vinh hiển Ngài đến đời đời. Mọi sự tốt lành cốt là để ban phước cho chúng ta, và mọi sự dữ lần lượt nghịch cùng chúng ta, sẽ giúp chúng ta khoe mình về thập tự giá, tán dương Đấng Christ và làm vinh hiển Đấng Tạo Hóa của chúng ta khi kỳ mãn. Đức tin dựa trên những lời hứa nầy sẽ giải phóng chúng ta để liều lĩnh và để tìm thấy trong chính kinh nghiệm của chúng ta một điều, đó là: thà từ bỏ mạng sống mình còn hơn lãng phí nó.

Như vậy, liều lĩnh vì cớ Đấng Christ là đúng. Đúng hơn là giao tranh với kẻ thù rồi nói rằng: "Nguyện Đức Giê-hô-va làm theo ý Ngài lấy làm tốt". Đúng hơn là phục vụ dân sự của Đức Chúa Trời rồi nói rằng: "Nếu tôi phải chết thì tôi chết!" Đúng hơn là đứng trước lò lửa hoạn nạn và từ chối quỳ lạy trước các tượng thần của thế gian. Còn vạch đích cuối cùng của bất kỳ con đường nào khác – tức là sự an toàn và liều lĩnh theo ý riêng – đó là chúng ta sẽ phải vuốt mặt rồi nói rằng: "Tôi đã lãng phí cuộc đời!"

---

1 Cách nhìn nầy rõ ràng và có ý nghịch lại với cái gọi là "thuyết hữu thần tự do", là

thuyết tin rằng Đức Chúa Trời liều lĩnh với ý nói rằng Ngài không biết kết cuộc của những sự kiện mà chính Ngài cho phép diễn ra. *Thí dụ, quan điểm nầy được trình bày bởi John Sanders, The God Who Risks: A Theology of Providence (Downers Grove, IL: InterVasity, 1998); và Gregory A. Boyd, Satan and The Problem of Evil: Constructing a Trinitarian Warfare Theodicy (Downers Grove, IL: InterVasity, 2001), và tôi tin là có sự phê bình rất mạnh mẽ, R. K. McGregor Wright, Không chỗ cho sự chủ quyền: Ý chí tự do hữu thần có gì sai? (Downers Grove, IL: InterVasity, 1996); Bruce A. Ware, Vinh hiển kém cõi của Đức Chúa Trời: Đức Chúa Trời nhỏ bé của Chủ nghĩa hữu thần mở (Phillipsburg, NJ: P&R, 2001); và John Piper, Justin Taylor, Paul Kjoss Helseth, Xuyên biên giới: Chủ nghĩa hữu thần mở và sự coi thường Cơ Đốc giáo (Wheaton, IL: Crossway, 2003).*

2 *Xem thêm lý do tại sao Đức Chúa Trời không phải là một nhà liều lĩnh trong quyển sách của John Piper, Niềm vui của Đức Chúa Trời: Những suy gẫm về Đức Chúa Trời thích làm Đức Chúa Trời, tái bản lần 3 (Colorado Springs: Multonanh, 2012), 40-46.*

3 *Stephen Neil, Lịch sử truyền giáo của Cơ Đốc giáo (Middlesex, UK: Penguin, 1964), 42-43.*

4 *Ibid., 42.*

5 *Đây là cách tôi hiểu những lời hứa chung trong Cựu Ước đối với hệ quả và nhu cần của người công bình sẽ luôn được đáp ứng. Thí dụ, Châm ngôn 10:3 chép rằng: "Đức Giê-hô-va không để linh hồn người công bình chịu đói khát; nhưng Ngài xô đuổi sự ước ao của kẻ ác đi". Tôi nghĩ đây là (1) sự thật nói chung trong cách Đức Chúa Trời vận hành thế giới nầy – người ngay thẳng, chăm chỉ được thịnh vượng và có đủ thứ; và (2) luôn và hoàn toàn đúng trong ý thức đó là người công bình sẽ không phải chịu đói khát quá khả năng mà họ có thể chịu đựng vì cớ Đấng Christ. Xem John Piper, "'Không sự ác nào sẽ xảy ra với ngươi'. Thật sao? Hãy coi chừng Sa-tan dùng Thi thiên" trong quyển Thử mà xem: Say mê uy quyền của Đức Chúa Trời trong mọi khía cạnh đời sống (Sisters, OR: Multnomah, 2005), 46-48.*

6

MỤC TIÊU CUỘC ĐỜI - GIÚP NGƯỜI KHÁC SỐNG VUI MỪNG Ở TRONG ĐỨC CHÚA TRỜI

Bạn không thể liều mạng sống mình để giúp người khác vui vẻ trong Đức Chúa Trời nếu bạn vẫn còn sống trong sự không tha thứ. Nếu bạn bị cuốn vào việc chỉ nhìn thấy lỗi lầm, thất bại và sự xúc phạm của người khác, rồi đối xử với họ thật khắc nghiệt, thì bạn không thể liều lĩnh để giúp người khác sống vui vẻ trong Ngài được. Điều nầy – cũng xảy ra đối với tất cả mọi người trên thế giới – phải bị tháo gỡ khỏi cuộc đời chúng ta. Chúng ta không thể liều lĩnh một cách vui vẻ để giúp người khác vui vẻ trong Đức Chúa Trời nếu chúng ta vẫn còn sống cay nghiệt với họ, hoặc là vẫn còn oán giận họ, hay là khó chịu trước những lỗi lầm và khuyết điểm của họ. Chúng ta phải là những người sống trong sự tha thứ.

Đừng sống với thái độ chống đối trước những tình huống khó khăn trong cuộc đời. Tôi đang nói về tinh thần của chúng ta, chứ không có ý nói về một danh sách những tiêu chuẩn nào đó để làm việc nầy việc kia. Tôi cũng không nói đến việc sống quá ân điển đến nỗi không có sự quở trách, hay kỷ luật, hay đấu tranh cho một điều nào đó. Câu hỏi là: chúng ta có sự thương xót hay không? Chúng ta có sống mặc định trong ân điển không? Chúng ta có sự tha thứ không? Không có điều nầy, chúng ta sẽ sống bất cần và lãng phí cuộc đời.

Tha thứ là điều tốt lành vì sự tha thứ cho chúng ta có Đức Chúa Trời

Động cơ đúng đắn theo Kinh Thánh để tha thứ cho người khác có lẽ còn sâu sắc hơn là chỉ tha thứ một cách đơn thuần. Thật đúng khi nói rằng: động cơ để sống tha thứ cho người khác đó là chúng ta đã được Đức Chúa Trời tha thứ khi chúng ta chẳng đáng được tha thứ. "Hãy ở với nhau cách nhân từ, đầy dẫy lòng thương xót, tha thứ nhau như Đức Chúa Trời đã tha thứ anh em trong Đấng Christ vậy" (Ê-phê-sô 4:32). Nhưng ngọn nguồn của động cơ nầy không phải là sự tha thứ của Đức Chúa Trời, mà sự tha thứ ấy cho chúng ta điều gì. Sự tha thứ ấy cho chúng ta có Đức Chúa Trời.

Tại sao chúng ta nên quý trọng sự tha thứ của Đức Chúa Trời? Có nhiều câu trả lời cho câu hỏi nầy không hề làm vinh hiển Ngài, vì trong sự tha thứ có những lợi ích mà chúng ta yêu mến những điều đó hơn là kính mến Đức Chúa Trời. Chúng ta có thể nói rằng: "Tôi thích được Đức Chúa Trời tha thứ hơn vì tôi ghét cảm giác bị khổ sở trong sự mặc cảm tội lỗi". Hoặc là "...vì tôi ghét viễn cảnh phải bị đau đớn trong địa ngục". Hoặc là "... vì tôi muốn ở thiên đàng để gặp lại người thân và có một thân thể mới không còn bệnh tật nữa". Đức Chúa Trời ở đâu trong những lý do trên? Có thể Ngài là điều quý báu thật trong tất cả những lý do đó.

Nếu vậy thì những điều đó là cách đúng đắn để kính mến Đức Chúa Trời. Một lương tâm trong sạch cho phép chúng ta nhìn thấy Đức Chúa Trời nhiều hơn nữa và giúp chúng ta sống với Ngài một cách vui mừng. Được thoát khỏi địa ngục nhờ huyết của Đấng Christ cho chúng ta thấy sự thương xót của Đức Chúa Trời thánh khiết và tấm lòng của Ngài muốn chúng ta được vui mừng nhiều hơn nữa. Được gặp lại người thân là món quà cho thấy mối quan hệ yêu thương là điều tuyệt vời mà Đức Chúa Trời đã tạo nên. Có được thân thể mới giúp chúng ta nhận diện bản thân mình sâu sắc hơn trong sự vinh hiển của Đấng Christ. Nhưng nếu Đức Chúa Trời không hiện hữu trong những món quà tuyệt vời nầy – cũng là điều tôi e rằng rất nhiều Cơ Đốc nhân không nhìn thấy – thì chúng ta không thực sự hiểu rõ mục đích của sự tha thứ là gì.

Sự tha thứ là công cụ để Đức Chúa Trời cất đi rào cản lớn nhất trong mối liên hệ của chúng ta với Ngài. Khi Con một của Ngài đền tội và xoá sạch tội lỗi của cả thế gian bằng cách chịu chết trên thập tự giá, Đức Chúa Trời đã mở ra con đường để chúng ta có thể nhìn thấy, nhận biết và sống với Ngài đời đời. Nhìn thấy và say mê chính Ngài là mục tiêu của sự tha thứ. Mục tiêu của thập tự giá là để linh hồn của chúng ta được thỏa mãn trong mối liên hệ với Đức Chúa Cha. Nếu chúng ta chỉ thích tha thứ vì những lý do khác, thì chúng ta không được tha thứ và chúng ta sẽ lãng phí cuộc đời mình.

Vậy thì, động cơ thực sự để sống tha thứ là gì? "tha thứ nhau như Đức Chúa Trời đã tha thứ anh em trong Đấng Christ vậy". Chúng ta phải tha thứ "như Đức Chúa Trời đã tha thứ" chúng ta. Đức Chúa Trời đã tha thứ chúng ta hầu cho sự vui mừng đời đời ở trong mối thông công của Ngài cũng đầy dẫy trong mối liên hệ của chúng ta. Đức Chúa Trời là mục tiêu của sự tha thứ. Ngài cũng là nền tảng và phương cách của sự tha thứ. Sự tha thứ đến từ Ngài; sự tha thứ được hoàn thiện qua Con Ngài; sự tha thứ còn dẫn mọi người trở lại cùng Ngài khi tội lỗi của họ đã bị ném xuống đáy biển. Do đó, động cơ để chúng ta sống tha thứ chính là được ở cùng Đức Chúa Trời một cách tự do và vui sướng. Đức Chúa Trời đã trả giá đắt để cho chúng ta điều cần thiết nhất đó là chúng ta được có Ngài đến đời đời. Sự tha thứ của Đức Chúa Trời là điều rất quan trọng vì một lý do duy nhất đó là: chúng ta được có Ngài.[1]

Người biết sống tha thứ sẽ cho đi điều gì

Động cơ thúc đẩy chúng ta tha thứ cho người khác là niềm vui mà chúng ta nhận được ở trong Đấng đã tha thứ cho chúng ta. Không chỉ vì mình đã được

Ngài tha thứ, mà cũng vì chúng ta nhận được niềm vui khi Đức Chúa Trời tha thứ cho chúng ta. Nếu chúng ta không thấy và kinh nghiệm điều nầy, chúng ta sẽ làm cho động cơ vì cớ Ngài trở thành hành động tử tế từ thiện, tức là chỉ biết làm điều tốt cho người khác mà không hề biết lợi ích lợi lớn nhất của việc nầy là gì – đó là chúng ta sẽ được vui sướng vô cùng ở trong Đức Chúa Trời. Nhưng nếu chúng ta đã kinh nghiệm được sự tha thứ là có được niềm vui miễn phí mà chúng ta chẳng đáng nhận lãnh ở trong Đức Chúa Trời, thì niềm vui ấy sẽ lèo lái cuộc đời của chúng ta, cùng với sự yêu thương, để sống giữa thế gian tội lỗi và nhiều khổ đau nầy. Mục tiêu của chúng ta đó là người khác sẽ tìm thấy sự tha thứ và sự vui mừng đời đời ở trong Đức Chúa Trời qua Đức Chúa Jêsus Christ.

Chính niềm vui ở trong Đức Chúa Trời sẽ bày tỏ sự thương xót đối với người khác một cách vui mừng, bởi vì niềm vui ở trong Đức Chúa Trời hay thương xót khiến chúng ta không thể không bày tỏ sự thương xót. Sự vui mừng ở trong Đức Chúa Trời, là Đấng đã không tiếc chính Con mình mà ban Con ấy cho những kẻ có tội đáng chết, khiến chúng ta không thể lấy ác trả ác. Chính sự vui mừng ấy sẽ khiến chúng ta thích bày tỏ lòng thương xót (Mi-chê 6:8). Sự vui mừng ở trong Đức Chúa Trời, là Đấng chậm nóng giận, khiến chúng ta không thể không kiên nhẫn với người khác. Niềm vui ấy sẽ đấu tranh quyết liệt cho những điều khiến chúng ta say mê ở trong Đức Chúa Trời. Sự vui mừng trong Đức Chúa Trời, là Đấng bày tỏ "sự giàu có vô hạn của ân điển Ngài, mà

Ngài bởi lòng nhân từ đã dùng ra cho chúng ta" (Ê-phê-sô 2:7) suốt cõi đời đời, khiến chúng ta muốn sống cách rộng rãi và luôn tìm cách để ban cho.

Không phải là Cơ Đốc nhân khi họ không ban cho

Robert Murray M'Cheyne, là mục sư người Xcốt-len đã qua đời lúc hai mươi chín tuổi vào năm 1843, đã nói rằng sự thương xót và sự rộng rãi của Cơ Đốc nhân là bằng chứng cho thấy họ thực sự là Cơ Đốc nhân. Ông yêu thương người nghèo trong giáo khu của mình, mà ông cũng sợ rằng có những người không hề tìm cách bày tỏ lòng thương xót với họ.

Tôi có lo lắng cho người nghèo nhưng tôi lại lo lắng nhiều hơn cho anh em. Tôi không biết Đấng Christ sẽ nói gì với anh em trong ngày cuối cùng ấy... Tôi sợ rằng có nhiều người nghe thấy điều tôi nói sẽ không vui: họ không phải là Cơ Đốc nhân vì họ không thích ban cho. Để có thể ban cho một cách rộng rãi và tự do, chứ không phải miễn cưỡng, thì đòi hỏi người đó phải có một tấm lòng mới; một tấm lòng cũ kỹ sẽ thà mất mạng còn hơn mất đi tiền bạc. Hỡi các bạn của tôi! Hãy giữ lấy tiền bạc của mình; hãy tiêu xài hết đi; đừng cho ai cả; hãy nhanh chóng hưởng thụ nó vì tôi nói cho anh em biết rằng anh em sẽ là những kẻ ăn xin trong cõi đời đời.²

Chúng ta không còn lưỡng lự nữa

Bản chất và mục tiêu trong lối sống ban cho của Cơ Đốc nhân nào có tấm lòng vui mừng là gì? Đó chính là nỗ lực – đầy sáng tạo và hy sinh một cách cần thiết – để cho người khác biết niềm vui đời đời và còn mãi[3] – tức là niềm vui ở trong Đức Chúa Trời. Nếu Đức Chúa Trời được vinh hiển nhất trong chúng ta khi chúng ta được thỏa mãn nhất ở trong Ngài, giống như chúng ta đã nói trong chương 2, thì sống vì sự vinh hiển của Đức Chúa Trời có nghĩa là chúng ta rất vui khi biết mình sống để giúp người khác cũng được vui mừng trong Đức Chúa Trời. Sự vui mừng của chúng ta và đời sống giúp người khác cũng được vui mừng đều làm vinh hiển Đức Chúa Trời. Vì sự vui mừng trong Đức Chúa Trời là niềm vui lớn nhất và còn mãi, nên sống theo đuổi niềm vui ấy cũng là cách để bày tỏ tình yêu thương. Vì niềm vui ở trong Đức Chúa Trời vừa làm vinh hiển Đức Chúa Trời vừa làm cho người khác được vui mừng, nên chúng ta không cần phải băn khoăn có nên yêu thương người khác hay là làm vinh hiển Đức Chúa Trời chi nữa.[4] Khi chúng ta sống để giúp người khác được vui mừng trong Đức Chúa Trời – cho dù phải trả giá đắt bằng chính cuộc đời của mình – thì chúng ta đang yêu thương họ và tôn vinh Đức Chúa Trời. Đây là điều ngược lại với việc sống lãng phí.

Chúng ta không thể khiến người khác vui mừng trong Chúa

Vậy thì, chúng ta phải làm thế nào để người khác

được vui mừng trong Đức Chúa Trời? Đó là chương kế tiếp. Nhưng trước tiên, có hai điều mà tôi cần làm rõ. Điều cần làm rõ thứ nhất đó là: tất nhiên, chúng ta không thể khiến người khác vui mừng trong Chúa được. Sự vui mừng trong Đức Chúa Trời là trái của Thánh Linh (Ga-la-ti 5:22). Nó được gọi là "sự vui vẻ của Đức Thánh Linh" (1 Tê-sa-lô-ni-ca 1:6). Nó là công việc của Đức Chúa Trời: "Vậy xin Đức Chúa Trời của sự trông cậy, làm cho anh em đầy dẫy mọi điều vui vẻ và mọi điều bình an trong đức tin" (Rô-ma 15:13). Nó là kết quả của ân điển Đức Chúa Trời: "Hỡi anh em, chúng tôi muốn anh em biết ơn Đức Chúa Trời đã làm cho các Hội thánh ở xứ Ma-xê-đoan: Đang khi họ chịu nhiều hoạn nạn thử thách, thì lòng quá vui mừng, và cơn rất nghèo khó của họ đã rải rộng ra sự dư dật của lòng rộng rãi mình" (2 Cô-rinh-tô 8:1-2). Sự vui mừng trong Đức Chúa Trời mở mắt chúng ta để nhìn thấy sự vinh hiển chói lói của Tin lành Đấng Christ (2 Cô-rinh-tô 4:4).

Tuy nhiên, cho dù niềm vui trong Đức Chúa Trời là món quà mà Đức Chúa Trời ban tặng, thì Ngài vẫn dùng nhiều cách để đem tôi con Chúa vào trong sự vui mừng trọn vẹn đó. Sứ đồ Phao-lô đã nói rằng chức vụ của ông là giúp người khác được vui mừng. "Không phải chúng tôi muốn cai trị đức tin anh em, nhưng chúng tôi muốn giúp thêm sự vui của anh em" (2 Cô-rinh-tô 1:24). Ông nói với Hội thánh tại Phi-líp rằng lý do Đức Chúa Trời cho ông còn sống là "để giúp đức tin anh em được tấn tới và vui vẻ" (Phi-líp 1:25). Chúa Jêsus phán rằng Lời của Ngài là công cụ mà Đức Chúa Trời dùng để ban niềm vui cho các môn đồ của Ngài: "Ta nói cùng các ngươi những điều đó, hầu cho sự vui mừng của ta ở trong các ngươi, và sự vui mừng các ngươi được trọn vẹn" (Giăng 15:11). Ngài còn phán rằng sự cầu nguyện là cách để có được sự vui mừng: "Đến bây giờ, các ngươi chưa từng nhân danh ta mà cầu xin điều chi hết. Hãy cầu xin đi, các ngươi sẽ được, hầu cho sự vui mừng các ngươi được trọn vẹn" (Giăng 16:24). Danh sách nầy sẽ còn nhiều cách khác nữa. Nhưng điều tôi muốn nói chỉ đơn giản là cho thấy rằng chúng ta có thể làm nhiều cách để giúp người khác được vui mừng trong Đức Chúa Trời, mà chính Ngài sẽ chúc phước cho những nỗ lực đó của chúng ta bằng ân điển quyết đoán của Ngài.

Giúp người khác được vui mừng trong Chúa là điều hệ trọng

Điều cần làm rõ thứ hai đó là sự vui mừng trong Đức Chúa Trời không phải là một kinh nghiệm tôn giáo. Khi tôi nói đến việc giúp người khác được vui mừng trong Đức Chúa Trời, tôi nghĩ tới toàn bộ công tác cứu rỗi mà Đức Chúa Trời đã làm từ ban đầu cho đến cuối cùng. Tôi không nói rằng sự vui mừng là toàn bộ công tác cứu rỗi. Tôi đang nói rằng sự vui mừng trong Đức Chúa Trời là mục tiêu của toàn bộ công tác cứu rỗi và là kinh nghiệm cần thiết để biết được sự cứu rỗi là gì. Không có sự vui mừng trong Đức Chúa Trời, tức là không có sự cứu rỗi.

Cho nên, khi tôi nói đến việc giúp người khác được vui mừng trong Đức Chúa Trời, tôi cũng nói đến kế hoạch và ân điển của Đức Chúa Trời "đã ban cho chúng ta trong Đức Chúa Jêsus Christ từ trước muôn đời vô cùng (2 Ti-mô-thê 1:9). Tôi cũng nói đến công tác cứu rỗi của Đấng Christ một lần và đủ cả trong sự chết và sự sống lại (Rô-ma 3:24-26). Tôi cũng nói đến sự sanh lại mà Chúa làm để chúng ta trở nên tạo vật mới (Giăng 3:3-7; 1 Phi-e-rơ 1:3, 23). Tôi cũng nói đến sự thay đổi tâm trí mà Đức Chúa Trời làm ra trong chúng ta gọi là sự ăn năn để chúng ta trừ bỏ tội lỗi mà cầu xin Chúa giúp đỡ (2 Ti-mô-thê 2:25; Công-vụ 3:19; 26:20). Tôi cũng nói đến việc tiếp nhận Đức Chúa Jêsus Christ là Cứu Chúa, là Chủ và là Đấng quý hơn hết trong đời sống của chúng ta bằng đức tin (Phi-líp 3:7-9). Tôi cũng nói đến sự thay đổi liên tục trở nên giống với Đấng Christ gọi là sự nên thánh (Rô-ma 6:22; 8:29). Tôi cũng nói đến đời sống bày tỏ tình yêu thương có phước hơn là nhận lãnh (Công-vụ 20:35). Tôi cũng nói đến sự đổi mới của thân thể, tâm trí, tấm lòng, các mối quan hệ và xã hội đang xảy ra chỉ một phần nào đó trong đời nầy, nhờ sự can thiệp của Nước Đức Chúa Trời, và sẽ xảy ra cách trọn vẹn để hoàn thành mục đích của Đức Chúa Trời trong đời sau (Công-vụ 3:21; Rô-ma 8:23).

Do đó, khi tôi nói về sự vui mừng trong Đức Chúa Trời thì tôi có ý nói về sự vui mừng được đâm rễ trong điều răn đời đời của Đức Chúa Trời, đã được chuộc lại bằng huyết của Đấng Christ, tuôn tràn trong tấm lòng đã được sanh lại bởi Thánh Linh của Đức Chúa Trời, được thức tỉnh bằng sự ăn năn và đức tin, được hình thành trong sự nên thánh và trở nên giống với Đấng Christ, và dứt dấy đời sống bày tỏ tình yêu thương và sự đam mê để cứu rỗi thế giới đã được tạo ra theo ảnh tượng của Đức Chúa Trời. Sự vui mừng trong Đức Chúa Trời là một thực tại to lớn đã được định sẵn, được chuộc lại, được tạo nên bởi Đức Chúa Trời trong đời sống của những kẻ mà Ngài đã chọn vì sự vinh hiển của Danh Ngài.

Chúng ta phải làm gì đây?

Với hai điều đã được làm rõ ở trên, tôi lại hỏi nữa rằng chúng ta phải làm gì để giúp người khác được vui mừng trong Đức Chúa Trời đây? Chúng ta phải trải qua con đường đầy rủi ro và hy sinh như thế nào để bày tỏ đam mê của chúng ta về uy quyền tối thượng của Đức Chúa Trời trong mọi sự, để bày tỏ sự sốt sắng của chúng ta trong việc tán dương Đấng Christ, và để bày tỏ sự cam kết không đổi dời của chúng ta trong việc chỉ khoe mình về thập tự giá? Chương tiếp theo sẽ nói về điều nầy.

---

1. Để hiểu hơn, hãy đọc quyển Đức Chúa Trời là Phúc âm: Những suy gẫm về tình yêu thương của Đức Chúa Trời chính là Ngài của John Piper (Wheaton, IL: Crossway, 2005).

2. Robert Murray M'Cheyne, Những bài giảng của M'Cheyne (Edinburgh: n.p., 1848), 482, phần nhấn mạnh đã được thêm vào; trích từ quyển Các mục vụ thương xót: Lời kêu gọi bước đi trên con đường Giê-ri-cô của Timothy J. Keller (Phillipsburg, NJ: P&R, 1997), 40.

3. Tôi nói "còn thêm mãi" không phải vì chúng ta sẽ chuyển từ sự buồn rầu đến vui mừng trong thiên đàng, mà vì chúng ta sẽ được vui mừng một cách trọn vẹn nhiều lần hơn nữa. Tôi nói như thế vì tâm trí giới hạn – mà chúng ta sẽ mãi bị giới hạn – không thể hiểu được hết về Đức Chúa Trời. Ngài là Đấng vô hạn. Cho nên, Ngài luôn bày tỏ sự đời đời của Ngài cho chúng ta bằng những cấp độ. Tâm trí giới hạn của chúng ta sẽ còn nhìn thấy nhiều điều nữa về Đức Chúa Trời vô hạn. Khi chúng ta thấy rõ hơn, thì chúng ta sẽ càng được vui mừng nhiều hơn nữa. Bạn có thể tìm thấy những tư tưởng nầy từ Jonathan Edwards trong quyển Tấm lòng của

Đức Chúa Trời dành cho sự vinh hiển của Ngài: Sống với khải tượng của Jonathan Edwards của John Piper (Wheaton, IL: Crossway, 1998), 37.

4. *Để biết thêm hai động cơ trong đời sống Cơ Đốc nhân nầy là một, hãy đọc chương: "Một đam mê dành cho uy quyền và lòng thương xót của Đức Chúa Trời đối với linh hồn của loài người: Jonathan Edwards và Động cơ hiệp nhất dành cho công tác truyền giáo thế giới" trong quyển Hãy để mọi dân tộc reo vui: Uy quyền tối thượng của Đức Chúa Trời trong công tác truyền giáo của John Piper, ấn bản thứ 2. (Grand Rapids, MI: Baker, 2003), 203-14.*

7

SỐNG ĐỂ CHỨNG MINH NGÀI LÀ QUÝ HƠN HẾT

Để giúp người khác được vui mừng trong Đức Chúa Trời bằng sự vui mừng đời đời, thì đời sống của chúng ta phải cho thấy Ngài là quý hơn mạng sống. "Vì sự nhân từ Chúa tốt hơn mạng sống; môi tôi sẽ ngợi khen Chúa" (Thi thiên 63:3). Để làm được điều nầy, chúng ta phải có những lựa chọn hy sinh mạng sống mình vì biết chắc rằng hành động ban cho và thương xót để làm vinh hiển Đấng Christ còn quý giá hơn việc sống ích kỷ. Nếu chúng ta lãng tránh những rủi ro để bảo toàn tính mạng của mình, thì chúng ta sẽ lãng phí cuộc đời. Trong chương nầy, chúng ta sẽ nói về một lối sống không có thái độ lãng tránh như vậy xảy ra.

Làm thế nào để phản bội Chúa Jêsus

Nếu Đấng Christ là quý hơn hết và Ngài hứa sẽ tiếp

trợ mọi nhu cầu của chúng ta, ngay cả trong sự đói kém và trần truồng, mà chúng ta vẫn còn sống với thái độ cho rằng thế gian là quý hơn, thì chúng ta đang phản bội Ngài. Trong đầu tôi đang nghĩ tới cách chúng ta sử dụng tiền bạc và thái độ của chúng ta đối với tài sản của mình. Tôi nghe thấy mấy lời của Chúa Jêsus phán rằng: "các ngươi chớ lo lắng mà nói rằng: Chúng ta sẽ ăn gì? Uống gì? Mặc gì? Vì mọi điều đó, các dân ngoại vẫn thường tìm, và Cha các ngươi ở trên trời vốn biết các ngươi cần dùng những điều đó rồi" (Ma-thi-ơ 6:31-32). Nói cách khác, nếu chúng ta cho rằng: sống là để có tất cả và bảo toàn mọi thứ, thì chúng ta sẽ sống như thế gian, sống như thế không làm vinh hiển Đấng Christ. Ngài chỉ giống như một sở thích tôn giáo có thể cứu bạn ra khỏi địa ngục vào lúc cuối đời, nhưng chẳng hề chi phối được gì trong cách chúng ta sống và yêu. Ngài không phải là quý hơn hết nữa. Sống như vậy không làm cho người khác được vui mừng trong Đức Chúa Trời đâu.

Nếu chúng ta là những khách lạ và kẻ tha hương trên đất nầy (1 Phi-e-rơ 2:11), nếu quyền công dân của chúng ta là ở thiên đàng (Phi-líp 3:20), nếu không gì có thể phân rẽ chúng ta khỏi tình yêu thương của Đấng Christ (Rô-ma 8:35), nếu sự nhân từ của Ngài tốt hơn mạng sống (Thi thiên 63:3), nếu mọi gian truân là để làm cho chúng ta được vinh hiển (2 Cô-rinh-tô 4:17), thì chúng ta sẽ gửi nỗi sợ của mình vào gió mà "trước hết tìm kiếm nước Đức Chúa Trời và sự công bình của Ngài" (Ma-thi-ơ 6:33). Chúng ta sẽ coi mọi sự như là rơm rác để được Đấng Christ (Phi-líp 3:7-8). Chúng ta sẽ "vui lòng chịu của cải mình bị cướp" (Hê-bơ-rơ 10:34). Chúng ta sẽ "đành cùng dân Đức Chúa Trời chịu hà hiếp hơn là tạm hưởng sự vui sướng của tội lỗi" và chúng ta sẽ "coi sự sỉ nhục về Đấng Christ là quí hơn của châu báu xứ Ê-díp-tô" (Hê-bơ-rơ 11:25-26).

Tại sao không ai hỏi về sự trông cậy của chúng ta?

Chẳng còn nghi ngờ gì nữa, nếu chúng ta sống như thế, thì thế gian sẽ cho rằng Chúa Jêsus có phải là quý hơn hết chăng. Ngài chỉ giống như một của báu nào đó thôi. Lần cuối cùng ai đó hỏi bạn về "sự trông cậy trong anh em" là khi nào? Đó là những gì Phi-e-rơ khuyên chúng ta phải sẵn sàng để trả lời: "Hãy thường thường sẵn sàng để trả lời mọi kẻ hỏi lẽ về sự trông cậy trong anh em" (1 Phi-e-rơ 3:15).

Tại sao không ai hỏi về sự trông cậy của chúng ta? Câu trả lời có thể là vì chúng ta có cùng sự trông cậy giống như họ vậy. Cuộc đời của chúng ta không giống như đang ở trên đường Gô-gô-tha, không giống như bị lột trần vì tình yêu hy sinh cho người khác, không giống như phục vụ người khác với sự chắc chắn rằng chúng ta không cần ban thưởng trong đời nầy. Phần thưởng của chúng ta là rất lớn ở thiên đàng (Ma-thi-ơ 5:12)! "Đến kỳ kẻ công bình sống lại, ngươi sẽ được trả" (Lu-ca 14:14). Nếu chúng ta tin chắc điều nầy, thì người khác sẽ thấy được sự cao cả của Đức Chúa Trời và tìm được sự vui mừng ở trong Ngài.

Giá trị của Đấng Christ tuỳ thuộc vào cách chúng ta sử dụng tiền bạc của mình

Vấn đề tiền bạc và lối sống không phải là vấn đề phụ trong Kinh Thánh. Giá trị của Đấng Christ trong thế giới nầy tuỳ thuộc vào những điều đó. "Trong tất cả những điều Đấng Christ đã phán, có đến mười lăm phần trăm liên quan đến đề tài nầy – còn nhiều hơn những gì Ngài đã phán dạy về thiên đàng và địa ngục cộng lại".[1] Hãy lắng nghe nhịp điệu thường xuất hiện trong những Lời dạy dỗ của Ngài:

- *"Ngươi còn thiếu một điều. Hãy đi, bán hết gia tài mình, bố thí cho kẻ nghèo khổ, chắc sẽ được của báu ở trên trời, rồi hãy đến mà theo ta" (Mác 10:21).*

- *"Phước cho các ngươi nghèo khó, vì nước Đức Chúa Trời thuộc về các ngươi!... Song, khốn cho các ngươi là người giàu có, vì đã được sự yên ủi của mình rồi! (Lu-ca 6:20, 24).*

- *"Như vậy, nếu ai trong các ngươi không bỏ mọi sự mình có, thì không được làm môn đồ ta (Lu-ca 14:33).*

- *"Lạc đà chui qua lỗ kim còn dễ hơn người giàu vào nước Đức Chúa Trời!" (Lu-ca 18:25).*

- *"...vì sự sống của người ta không phải cốt tại của cải mình dư dật đâu" (Lu-ca 12:15).*

- *"Nhưng trước hết, hãy tìm kiếm nước Đức Chúa Trời và sự công bình của Ngài, thì Ngài sẽ cho thêm các ngươi mọi điều ấy nữa"* (Ma-thi-ơ 6:33).

- *"Hãy bán gia tài mình mà bố thí. Hãy sắm cho mình túi không hư, và của báu không hề hao kém ở trên trời"* (Lu-ca 12:33).

- *"Song Xa-chê đứng trước mặt Chúa, thưa rằng: Lạy Chúa, nầy, tôi lấy nửa gia tài mình mà cho kẻ nghèo,... Đức Chúa Jêsus bèn phán rằng: Hôm nay sự cứu đã vào nhà nầy, vì người nầy cũng là con cháu Áp-ra-ham"* (Lu-ca 19:8-9).

- *"Nước thiên đàng giống như của báu chôn trong một đám ruộng kia. Một người kia tìm được thì giấu đi, vui mừng mà trở về, bán hết gia tài mình, mua đám ruộng đó"* (Ma-thi-ơ 13:44).

- *"[Đức Chúa Jêsus] lại thấy một mụ góa nghèo bỏ vào hai đồng tiền. Ngài phán rằng: Quả thật, ta nói cùng các ngươi, mụ góa nghèo nầy đã bỏ vào nhiều hơn hết mọi người khác"* (Lu-ca 21:2-3).

- *"Song Đức Chúa Trời phán cùng người rằng: Hỡi kẻ dại! Chính đêm nay linh hồn ngươi sẽ bị đòi lại; vậy những của cải ngươi đã sắm sẵn sẽ thuộc về ai? Hễ ai thâu trữ của cho mình mà không giàu có nơi Đức Chúa Trời thì cũng như vậy"* (Lu-ca 12:20-

21).

• *"Đức Chúa Jêsus đáp rằng: Con cáo có hang, chim trời có ổ; song Con người không có chỗ mà gối đầu... Ngươi hãy theo ta" (Lu-ca 9:58-59).*

Tự do liều lĩnh

Hết lần nầy đến lần khác Chúa Jêsus vẫn tiếp tục đưa ra lời kêu gọi không hề mệt mỏi về một lối sống thời chiến và sự tự do liều lĩnh. Tôi nói "liều lĩnh" vì cớ câu chuyện về người đàn bà goá. Bà đã dâng những đồng xu cuối cùng cho mục vụ tại đền thờ. Hầu hết chúng ta sẽ nói bà thật dại dột, hay nói cách tế nhị hơn là thiếu suy nghĩ. Nhưng Chúa Jêsus không hề phán một lời chê bai nào cả:

Có lắm người giàu bỏ nhiều tiền; cũng có một mụ góa nghèo kia đến bỏ hai đồng tiền ăn một phần tư xu. Ngài bèn kêu môn đồ mà phán rằng: Quả thật, ta nói cùng các ngươi, mụ góa nghèo nầy đã bỏ tiền vào rương nhiều hơn hết thảy những người đã bỏ vào. Vì mọi kẻ khác lấy của dư mình bỏ vào, còn mụ nầy nghèo cực lắm, đã bỏ hết của mình có, là hết của có để nuôi mình. (Mác 12:42-44).

Điểm cần lưu ý không phải là mọi người nên dâng hết mọi thứ mình có. Mà điểm nhấn đó là: Chúa Jêsus yêu mến sự liều lĩnh bằng đức tin vì cớ sự vinh hiển của Đức Chúa Trời. Tôi không có những quy tắc để bạn quản lý việc tiêu xài tiền bạc của mình, không có quy tắc nào cả ngoài những gì Chúa Jêsus đã làm. Tôi chỉ muốn nhắm vào Chúa Jêsus và để Lời của Ngài tác động cách lạ lùng và giải cứu chúng ta.

Hãy sử dụng tiền bạc để bày tỏ Đức Chúa Trời, không phải của cải, là của báu của chúng ta

Sự nhấn mạnh của Chúa Jêsus về tiền bạc và của cải được nhìn thấy khắp Tân Ước. Có những câu chuyện trong sách Công-vụ ("Bán hết gia tài điền sản mình mà phân phát cho nhau, tùy sự cần dùng của từng người" trong Công-vụ 2:45). Có những lời khuyên từ sứ đồ Phao-lô ("Đang khi họ chịu nhiều hoạn nạn thử thách, thì lòng quá vui mừng, và cơn rất nghèo khó của họ đã rải rộng ra sự dư dật của lòng rộng rãi mình...vì Đức Chúa Trời yêu kẻ dâng của cách vui lòng" trong 2 Cô-rinh-tô 8:2, 9:7). Có những lời khuyên từ sứ đồ Gia-cơ, là em của Chúa Jêsus ("Mặt trời mọc lên, nắng xẳng, cỏ khô, hoa rụng, sắc đẹp tồi tàn: kẻ giàu cũng sẽ khô héo như vậy trong những việc mình làm" trong Gia-cơ 1:11).

Đây là vấn đề rất bao quát vì nó là lời chứng quan trọng của Hội thánh. Nếu chúng ta muốn giúp người khác được vui mừng trong Đức Chúa Trời, thì cuộc đời của chúng ta phải bày tỏ Đức Chúa Trời, không phải của cải, là sự vui mừng của chúng ta. Cuộc đời của chúng ta phải cho thấy cách sử dụng của cải để giúp người khác được vui mừng trong Đức Chúa Trời – đặc biệt là những người đang gặp khó khăn.

Tại sao tôi lại dùng mấy chữ "lối sống thời chiến"

Đôi khi tôi sử dụng mấy chữ "lối sống thời chiến" hay "tâm lý thời chiến". Những chữ nầy rất hữu ích – nhưng cũng không công bằng. Đối với tôi thì nó rất hữu ích. Những chữ ấy cho tôi biết rằng có một cuộc chiến đang diễn ra trong thế giới nầy, giữa Đấng Christ và Sa-tan, giữa lẽ thật và sự dối trá, giữa đức tin và sự vô tín. Những chữ đó cho tôi biết rằng có những vũ khí sẽ được tài trợ và sử dụng, mà những vũ khí đó không phải là súng ống hay gươm giáo hay bom đạn mà chính là Phúc âm, sự cầu nguyện và tình yêu hy sinh thân mình (2 Cô-rinh-tô 10:3-5). Những chữ ấy cho tôi biết về tình trạng nguy hiểm đang diễn ra trong cuộc chiến nầy còn nghiêm trọng hơn bất kỳ cuộc chiến nào khác trong lịch sử; cuộc chiến ấy có tầm quan trọng đời đời và mãi mãi: thiên đàng hay địa ngục, sự vui mừng đời đời hay đau khổ mãi mãi (Ma-thi-ơ 25:46).

Tôi cần nghe đi nghe lại sứ điệp nầy, vì tôi rất dễ bị cuốn vào tâm lý thời bình giống như cảm giác khi trời mưa dập tắt những ngọn lửa hừng. Tôi tự nhiên ưa thích những trò chơi quen thuộc của thế gian. Tôi bắt đầu thích sống như vậy hơn. Tôi bắt đầu yêu những điều người khác cũng yêu. Tôi bắt đầu gọi thế gian là "nhà". Trước khi bạn giật mình tỉnh giấc, thì tôi đang gọi những "nhu cầu" đó là xa xỉ và sử dụng tiền bạc của mình theo cách người không tin Chúa đang làm. Tôi bắt đầu quên đi thời chiến. Tôi không còn nghĩ đến những người đang hư mất. Công tác truyền giáo và các nhóm dân tộc chưa được vươn đến không còn hiện hữu trong tâm trí của tôi nữa. Tôi không còn tưởng đến về ân điển đắc thắng nữa. Tôi chìm đắm vào tâm lý thế tục để tìm kiếm trước hết những gì con người có thể làm, mà không phải những gì Đức Chúa Trời có thể làm nữa. Đó là một căn bệnh kinh khủng. Tôi cảm tạ Đức Chúa Trời vì cớ những người đã thúc ép tôi hết lần nầy đến lần khác về việc phải có một tâm lý thời chiến.

Thời chiến trông thế nào

Tôi cảm tạ Chúa vì Ralph Winter, là một tấm gương, ông không chỉ viết mạnh mẽ về lối sống thời chiến, mà còn sống với vai trò là người giáo sĩ, giáo sư, người sáng lập Trung tâm Truyền giáo Thế giới của Hoa kỳ, ông kêu gọi không mệt mỏi cho các nhóm dân tộc chưa được vươn đến trên thế giới. Ông đưa ra một thí dụ sinh động sau đây về sự khác nhau giữa việc sử dụng của cải bằng tâm lý thời chiến và tâm lý thời bình.

Con tàu Queen Mary nằm ung dung tại bến cảng ở Long Beach, thuộc tiểu bang California, là một bảo tàng hết sức quyến rũ kể về quá khứ. Con tàu nầy vừa là du thuyền thượng hạng trong thời bình và cũng là tàu chiến trong suốt Chiến tranh Thế giới thứ II, hiện nay nó là một bảo tàng có chiều dài bằng ba sân bóng bầu dục với những hình ảnh tương phản tuyệt vời để nói lên hai lối sống thời bình và thời chiến. Bạn có thể nhìn thấy phòng ăn ở một bên hông của con tàu được tái thiết để miêu tả cách sắp xếp bàn ăn trong thời bình phù hợp với những thực khách thuộc tầng lớp thượng lưu với những con dao, cái nĩa và cái thìa thật óng ánh. Phía bên hông còn lại của con tàu là những bằng chứng khắc khổ của thời chiến được trình bày một cách rõ rệt. Một cái khay bằng kim loại với những vết lõm thay thế mười lăm cái đĩa và tách. Phòng ngủ, không phải là giường tầng mà có đến tám tầng rất cao, giải thích vì sao thời bình chỉ chứa được 3000 người, mà thời chiến có thể chứa được tới 15,000 người. Những ông chủ tàu thời bình chắc đã xung đột với nhau dữ lắm vì con tàu phải thay đổi quá nhiều! Để làm được như thế, tất nhiên cần phải huy động cả nước. Sự tồn vong của đất nước tuỳ thuộc vào con tàu nầy. Bản chất của Đại Mạng Lệnh ngày hôm nay cũng vậy, đó là sự tồn vong của hàng triệu người tuỳ thuộc vào cách hoàn thành sứ mạng.[2]

Điều nầy làm tan vỡ tấm lòng của tôi trước sự quyến rũ của tâm lý thời bình, nó thường áp đảo tâm trí tôi mỗi ngày bằng phương tiện truyền thông và các kênh giải trí, tôi cần những hình ảnh và lời nhắc nhở giống như trên nhiều hơn. Chúng ta đang ở trong trận chiến, cho dù thị trường chứng khoán có trồi sục thế nào, cho dù các băng nhóm khủng bố đang trổi dậy hay ẩn náu, cho dù chúng ta đang khoẻ mạnh hay bệnh tật. Sự khoái lạc và đau khổ đều được trộn vào chất độc nầy, nó sẵn sàng giết chết chúng ta bằng những căn bệnh của sự kiêu ngạo hay tuyệt vọng. Lời cảnh báo liên tục của Kinh Thánh về sự "tỉnh thức"³ rất đúng với hình ảnh về thời chiến. Tôi cần nhớ tới lời cảnh báo nầy mỗi ngày.

Tại sao không nói về "lối sống giản dị"?

Nghĩ tới lối sống thời chiến còn hữu ích hơn là tưởng về lối sống giải dị đơn sơ. Sự giản dị có một cảm giác lãng mạn và một lời mời khó cưỡng, hoàn toàn khác xa các việc làm bày tỏ lòng thương xót chẳng đẹp đẽ gì ở những nơi khó khăn trên thế giới. Sự bình dị có thể phớt lờ sự thật đó là: những hao tổn trong thời chiến đều được dùng để tàn trữ vũ khí và đào tạo quân lính cần thiết. Có thể những điều nầy không hề giản dị, mà còn rất đắt đỏ, nhưng cả nước phải hy sinh nhiều lắm mới làm được như thế. Sự giản dị có thể tập trung vào cái tôi mà chẳng đem lại ích lợi cho ai cả. Lối sống thời chiến ngụ ý rằng: có một lý do cao cả và xứng đáng hơn để sống và hy sinh (2 Cô-rinh-tô 12:15).

Lãng phí cuộc đời nghĩa là bị hư mất vì đã tự cứu bản thân mình

"Hy sinh" nghe có vẻ khắc khổ. Không phải đâu. Chúng ta có được sức sống khi biết sống hy sinh để giúp người khác sống vui mừng ở trong Đức Chúa Trời. Chúa Jêsus đã dạy chúng ta rằng "vì ai muốn cứu sự sống mình thì sẽ mất; còn ai vì cớ ta và đạo Tin lành mà mất sự sống, thì sẽ cứu" (Mác 8:35). Điều nầy có thể áp dụng cho từng cá nhân đang trên đường về thiên đàng và cho các nền văn hoá đang trên đà suy thoái. Một lần nữa, Ralph Winter minh hoạ như sau:

> Nước Mỹ ngày hôm nay là một xã hội "tự cứu mình" nếu họ không thay đổi. Nhưng làm như vậy có hiệu quả chăng? Rất nhiều xã hội đang phát triển phải sống với bệnh: lao phổi, suy dinh dưỡng, viêm phổi, ký sinh trùng, thương hàn, dịch tả, sốt phát ban... Nước Mỹ giàu có đã gần như phát minh ra một tập hợp những căn bệnh hoàn toàn mới: béo phì, xơ cứng động mạch, tim mạch, đột quy, ung thư phổi, hoa liễu, xơ gan, nghiện ma tuý, nghiện rượu, ly dị, trẻ dị hình, tự sát, giết người. Bạn có thể kể tiếp nữa. Những cỗ máy tiết kiệm lao động đã trở thành các phương tiện giết người. Sự giàu có của chúng ta đã cho phép vừa có tính di động vừa có tính cô lập trong gia đình, kết quả là những vụ việc ly dị trước toà, các nhà tù và các bệnh viện tâm lý đầy ắp những bệnh nhân. Trên con đường tự cứu bản thân mình, chúng ta gần như mất đi chính mình.[4]

Sử dụng của cải của chúng ta để giúp những người

gặp cảnh khó khăn nhất tìm được niềm vui ở trong Đức Chúa Trời sẽ cứu rỗi chúng ta bằng rất nhiều cách. Sống như thế sẽ khẳng định rằng: Đấng Christ là Của báu của chúng ta và Ngài là Đấng gìn giữ chúng ta trên đường trở về thiên đàng. Sống như thế sẽ biến đổi xã hội đang lèo lái mọi người tự sát để giải thoát bản thân mình, mà không hề có được sự vui mừng trong Đấng Christ và không bày tỏ tình yêu thương với những người cùng khốn. Để giải thoát chúng ta thoát khỏi bi kịch nầy, chúng ta cần càng phải suy xét kỹ tầm quan trọng của lối sống thời chiến.

Chiến trận ở cấp độ vi trùng học

Vào những năm gần đây, Ralph Winter đã giơ cao một ngọn cờ thời chiến khác. Thật đáng để vẫy cao ngọn cờ nầy. Đức Chúa Trời có thể dùng vài người trong chúng ta để làm một điều gì đó mà bạn chưa từng nghĩ sẽ trở thành một mục vụ. Winter vẫn đang vẫy gọi sự chú ý của chúng ta về hậu quả của tội lỗi và Sa-tan ở cấp độ vi trùng học đang huỷ hoại những tạo vật của Ngài một cách đáng kể nhất.

Sa-tan đã lợi dụng sự tự do nổi loạn của nó để phát triển một loại vi khuẩn chết người ở cấp độ vi trùng học, mà cho đến nay đã ghi nhận khoảng một phần ba trường hợp tử vong trên hành tinh nầy. Những gì Kinh Thánh gọi là "dịch bệnh" lại là một tai hoạ xảy ra đối với động vật và con người. Nhưng nền thần học của chúng ta dù có phổ biến mấy đi nữa cũng không hề nhận ra được đó là công việc của Sa-tan mà Đức Chúa Trời muốn chúng ta phải đấu tranh chống lại, vì đó là một phần của công tác truyền giáo.

Nhưng, nếu các giáo sĩ không chia sẻ về Đức Chúa Trời là Đấng quan tâm đến mọi khổ đau, mọi sự méo mó xảy ra với những tạo vật mà Ngài đã dựng nên, ở trên mọi phương diện thì chúng ta đang bày tỏ sai tình yêu thương và sự quan phòng của Ngài – mà đó lại là bản chất của Chúa...

Ở Việt Nam, cứ trung bình có khoảng mười người Mỹ phải bỏ mạng mỗi ngày trong suốt mười năm chiến tranh. Chính phủ Mỹ đã gửi thêm hàng tỷ đô-la không hề cân nhắc để giải cứu người dân của họ ra khỏi tình trạng nầy.

Tuy nhiên, hiện nay không phải chỉ có mười người nữa mà có đến 1,500 người Mỹ phải chết mỗi ngày vì căn bệnh ung thư. Nhưng chính phủ Mỹ chỉ đầu tư vài xu lẻ để giải quyết tình trạng nầy bằng cách: 80% số tiền đó dùng để nghiên cứu HIV/AIDS, còn 20% dùng để nghiên cứu bệnh ung thư, nhưng tất cả lại đầu tư vào việc đánh giá các phương pháp điều trị mà không nhắm đến việc phòng ngừa. Tôi hiểu rằng tất cả 40 dự án được Viện Ung thư Quốc gia Hoa kỳ hỗ trợ đầu tư đều tập *trung vào phương pháp xạ trị và liệu pháp hoá học, chú không phải để phòng ngừa.*

Làm như vậy khác nào tạo ra thêm 150 cuộc chiến tranh Việt Nam – mà số người chết mới là điều đáng lo ngại. Nhưng chúng ta vẫn giải quyết mọi thứ giống như không hề có chiến tranh xảy ra! Làm thế nào lương tâm của nước Mỹ bị đánh thức trước thực trạng một phần ba số phụ nữ và một nửa số đàn ông sẽ mắc chứng ung thư trước khi họ qua đời?[5]

Đó là tinh thần của quyển sách, tức là có hàng ngàn Cơ Đốc nhân sau khi nghe thấy lời thách thức của Tiến sĩ Winter sẽ dấn thân vào lĩnh vực nghiên cứu khoa học, cũng giống như thực hiện công tác truyền giáo bằng y tế, để đấu tranh chống lại bệnh tật và đau khổ, qua đó bày tỏ sự đẹp đẽ và quyền phép của Đấng Christ. Chúng ta cần phải hy sinh như thế nào để chống lại kẻ thù giống như vậy?

Cái kẹp tóc nhỏ lợi hại

Chúng ta đã nhìn thấy những hy sinh mà quân đội đã gánh chịu trong Chiến tranh Thế giới thứ 2. Nhưng không chỉ có quân đội đã thay đổi thứ tự ưu tiên của họ. Cả nước đã cùng làm điều đó, cũng giống như cả Hội thánh dự phần vào công tác truyền giáo ngày hôm nay. Trong suốt Chiến tranh Thế giới thứ 2:

Cả nước...dường như chỉ sau một đêm đã thoát khỏi sự thờ ơ của thời đại trì trệ. Mọi người tranh nhau đóng góp hỗ trợ. Cần phải có cao su, xăng dầu và kim loại để hỗ trợ công tác thời chiến. Trận đấu bóng rỗ của phụ nữ tại trường Đại học Tây Bắc đã bị dừng lại để trọng tài và mười cầu thủ tìm kiếm một cái kẹp tóc bị đánh rơi. Người Mỹ đã tham gia hỗ trợ các chương trình phân phối nghiêm ngặt và cánh đàn ông hoá ra là những tình nguyện viên để "lèo lái" nhiều bộ phận khác nhau. Chẳng mấy chốc, bơ và sữa đã bị hạn chế cùng với đồ hộp và thịt. Giầy dép trở nên khan hiếm, ngay cả giấy và lụa cũng vậy. Người dân xây dựng "vườn thắng lợi" và lái xe với "tốc độ thắng lợi" ba mươi dặm một giờ để tiết kiệm xăng. "Sử dụng tiết kiệm, ăn mặc tiết kiệm, làm hết sức, hoặc đừng lãng phí?" trở thành một khẩu hiệu phổ biến. Còi báo động không kích và những lần cúp điện được tuân thủ nghiêm ngặt. Nước Mỹ đã cùng nhau hy sinh.[6]

Đối với tôi, những hình ảnh trên rất mạnh mẽ. Thứ hai, những hình ảnh đó khiến tôi biết trân trọng ích lợi của sự tự do và sự phồn vinh. Nhưng mà những hình ảnh đó chủ yếu khiển trách lối sống nông nổi của tôi, chúng còn truyền cảm hứng để tôi sống vì một lý do khác hơn là sống trong sự thoải mái và thành công của đời nầy − một điều gì đó tôn cao Đức Chúa Trời và có sự đời đời.

Phải đấy, đúng là nói về thời chiến có phần thiếu công bằng

Nhưng tôi phải thừa nhận, giống như đã nói ở trên, rằng phạm trù "lối sống thời chiến" hoặc là "tâm lý thời chiến" có phần thiếu công bằng. Sau khi chia sẻ một bài giảng mà tôi đã sử dụng những phạm trù nầy, có người đã viết thư nói rằng: "Khi ông nhấn mạnh về hình ảnh thời chiến, ông có chừa ra những khía cạnh không thuộc về thời chiến giống như nghệ thuật hay sự nhàn rỗi chăng? Không có những hình ảnh khác để mô tả về đời sống Cơ Đốc thoải mái hơn là thời chiến sao?

Đây là câu trả lời mà tôi đã chia sẻ trong sứ điệp tiếp sau đó:

Câu trả lời chắc chắn là có, đúng là có những hình ảnh khác để mô tả đời sống Cơ Đốc thoải mái hơn. "Đức Giê-hô-va là Đấng chăn giữ tôi; tôi sẽ chẳng thiếu thốn gì. Ngài khiến tôi an nghỉ nơi đồng cỏ xanh tươi, dẫn tôi đến mé nước bình tịnh" (Thi thiên 23:1-2). Đó là hình ảnh rất khác so với bom đạn và sự đổ máu. "Hỡi những kẻ mệt mỏi và gánh nặng, hãy đến cùng ta, ta sẽ cho các ngươi được yên nghỉ" (Ma-thi-ơ 11:28). "Cho đến chừng các ngươi già cả, đầu râu tóc bạc, ta cũng sẽ bồng ẵm các ngươi. Ta đã làm ra, thì sẽ còn gánh vác các ngươi nữa. Ta sẽ bồng ẵm và giải cứu các ngươi" (Ê-sai 46:4).

Đúng là có một thời điểm và một chỗ nhất

định để Cơ Đốc nhân có thể đánh giá và thay đổi toàn bộ văn hoá của loài người. Kỳ thực, điều nầy có thể xảy ra trong thời hiện đại của chúng ta ở Tây phương; còn nếu chúng ta không suy nghĩ một cách đàng hoàng theo đánh giá của Kinh Thánh và thay đổi tư tưởng của mình, thì chúng ta sẽ dễ dàng bị lèo lái bởi văn hoá và sẽ không nhận biết rằng chúng ta càng giống người Mỹ hơn là những Cơ Đốc nhân thực thụ.

Vậy thì, đúng là phải sử dụng tất cả hình ảnh trong Kinh Thánh (không chỉ có thời chiến) để uốn nắn đời sống của chúng ta. Sau đó, hãy sống cuộc đời Cơ Đốc thật quyết liệt để tôn cao Đức Chúa Trời, coi Đấng Christ là quý hơn hết, sống hy sinh để tiếp cận và uốn nắn văn hoá của chúng ta.

Nhưng theo tôi, đối với sự thịnh vượng của Tây phương thì mối nguy hiểm trong Hội thánh không phải là đang có quá nhiều người sốt sắng nhấn mạnh quá nhiều về những người hư mất, kêu gọi mọi người sống liều lĩnh vì cớ Phúc âm, rồi khuyến khích họ sống trả giá để bày tỏ lòng thương xót đối với những người khó khăn đâu. Đối với từng thánh đồ đang làm việc quên mình, khiến cả gia đình tan nát vì sự sốt sắng sai lệch của mình, tôi dám nói rằng có hàng ngàn người đang lao mình vào trong thế gian, đối xử với Chúa Jêsus giống như Ngài chỉ là một phụ kiện, chứ không phải là nhà Vua đang nắm trọn hết thảy quyền phép và có thể làm thỏa mãn tất cả vì có tình yêu thương.

Phá vỡ lối sống né tránh trách nhiệm

Một trong những dấu hiệu về tâm lý thời bình mà tôi thường gọi là né tránh trách nhiệm. Trong thời chiến, chúng ta thường đưa ra những câu hỏi phải sống như thế nào hơn là giữ nguyên thái độ sống của thời bình. Chúng ta hỏi rằng: Tôi có thể làm gì để giúp ích cho đại nghĩa? Tôi có thể làm gì để mang lại sự chiến thắng? Tôi có thể hy sinh điều gì hoặc là tôi có thể gánh vác gì để mang lại sự toàn thắng cho mọi người? Trong thời bình, chúng ta thường hỏi rằng: Tôi có thể làm gì để sống thoải mái hơn? Để vui vẻ hơn? Để không gặp rủi ro mà vẫn không phạm tội?

Nếu chúng ta dám liều lĩnh chịu trả giá để giúp người khác sống vui mừng ở trong Đức Chúa Trời, thì chúng ta sẽ không còn bị mắc kẹt trong lối sống né tránh trách nhiệm nữa. Đây là lối sống không đủ khả năng để đánh thức mọi người nhìn thấy sự đẹp đẽ của Đấng Christ. Né tránh rủi ro và những hành vi bị cấm cản hầu như chẳng gây ấn tượng với ai cả. Né tránh trách nhiệm không hề tôn cao Đấng Christ, hoặc là làm vinh hiển Đức Chúa Trời. Rất nhiều người chưa tin Chúa dẫu có đời sống kỷ luật nhưng vẫn thường né tránh những hành vi giống như Cơ Đốc nhân đang làm. Chúa Jêsus kêu gọi chúng ta phải sống quyết liệt hơn thế.

Những câu hỏi sai và những câu hỏi đúng

Người nào thấy thỏa lòng với tình trạng né tránh trách nhiệm đều đưa ra câu hỏi sai về hành vi của họ. Họ hỏi rằng: Làm vậy thì có gì sai? Bộ phim nầy có gì sai? Bài nhạc nầy có gì sai? Trò chơi nầy có gì sai? Có bạn bè là sai sao? Thư giãn là sai ư? Đầu tư như thế có gì sai? Nhà hàng đó thì sao? Đi mua sắm là sai à? Cuối tuần ngủ nướng cũng sai hả? Phòng nầy có gì sai? Những câu hỏi đại loại như thế sẽ không có lối sống tôn cao Đấng Christ là Đấng gồm tóm hết mọi sự và giúp người khác có được niềm vui ở trong Đức Chúa Trời đâu. Cuộc đời ấy thường có một danh sách những điều không nên làm. Mà sống như thế tức là nuôi dưỡng tình trạng né tránh trách nhiệm.

Những câu hỏi hay hơn cần phải đưa ra về cách cư xử đó là: Điều nầy giúp tôi tôn cao Đấng Christ nhiều hơn như thế nào? Điều nầy giúp tôi bày tỏ Đấng Christ là quý hơn hết như thế nào? Điều nầy giúp tôi nhận biết Đấng Christ hoặc là bày tỏ Đấng Christ như thế nào? Kinh Thánh nói rằng: "Vậy, anh em hoặc ăn, hoặc uống, hay là làm sự chi khác, hãy vì sự vinh hiển Đức Chúa Trời mà làm" (1 Cô-rinh-tô 10:31). Vậy, câu hỏi đều phải có hướng tích cực, chứ không tiêu cực. Tôi có thể bày tỏ Đức Chúa Trời là Đấng đáng được vinh hiển qua hành động nầy như thế nào? Tôi có thể sống tôn cao Ngài bằng cách cư xử như thế nào?

Lỗ mũi đẹp và thời gian chất lượng cho gia đình không phải là sự sống

Còn bao nhiêu cuộc đời nữa đang lãng phí bởi những người tin rằng đời sống Cơ Đốc nghĩa là né tránh sự tồi tệ và kiếm tiền nuôi gia đình. Vậy thì, không ngoại tình, không trộm cắp, không giết người, không tham ô, không lừa lọc – mà đi làm chăm chỉ mỗi ngày, xem truyền hình và những đoạn phim ngắn có sự kiểm soát của cha mẹ vào buổi tối (thời gian chất lượng dành cho gia đình), làm thật nhiều thứ hay ho vào cuối tuần – đan xen vào đó là các buổi nhóm lại với Hội thánh (hầu như vậy). Đây là cuộc đời của hàng triệu người. Những cuộc đời lãng phí. Chúng ta được tạo nên vì những mục đích cao xa hơn thế nữa.

Câu nói ngày xưa như thế nầy: "Không ai than khóc trên giường bệnh của mình rằng: 'Ước gì mình dành thời gian nhiều hơn ở văn phòng'". Điểm nhấn trong câu nói nầy đó là: thông thường, khi bạn sắp sửa qua đời, đột nhiên tiền bạc trở về đúng với giá trị của nó, tức là không hề có ích cho niềm vui đời đời, trong khi các mối quan hệ trở nên vô cùng quý giá. Điều nầy đúng quá phải không! Khi mẹ tôi bị sát hại vào năm 1974, tôi đã viết cho người lãnh đạo bộ phận của tôi tại trường Bethel, là nơi tôi đang làm công tác giảng dạy, và bảo lưu các tiết dạy học của tôi sang nửa năm còn lại để kiếm tiền nhiều hơn. Đứng bên cạnh mộ của mẹ cùng với người vợ và đứa con khiến mọi thứ trở nên hoàn toàn khác biệt hẳn. Tiền bạc không còn sự hấp dẫn của nó nữa.

Nhưng khi nói rằng nên dành ít thời gian ở văn

phòng có thể bị hiểu sai. Chúng ta cần phải thêm điều nầy: Không ai muốn nói với Chúa là Đấng cai trị cõi hoàn vũ sau khi chết rằng: Tôi dành mỗi đêm chơi trò chơi và xem phim sạch trên sóng truyền hình cùng với gia đình vì tôi yêu họ rất nhiều. Tôi nghĩ Chúa sẽ phán rằng: "Điều đó không khiến Ta trở thành Đấng quý hơn hết trong thị trấn của ngươi. Ngươi phải làm gì đó ngoài việc dành thời gian cho gia đình và bản thân. Còn ti-vi thì ngươi đã biết rồi, nó không phải là cách tốt nhất để nuôi dưỡng gia đình hay linh hồn của ngươi".

Ti-vi, sự lãng phí cuộc đời lớn nhất

Ti-vi là một trong những thứ lãng phí cuộc đời nhất trong thời đại ngày nay. Tất nhiên, Internet cũng đang cố gắng theo kịp vị trí nầy, có lẽ sẽ đuổi kịp ngay thôi. Bạn có thể sử dụng Internet một cách tùy chọn, nhưng bạn cũng có thể chọn những điều tệ hơn khi vị Quan Án tối cao của vũ trụ đang dõi theo bạn. Ti-vi vẫn đứng đầu trong danh sách lãng phí cuộc đời nhất. Vấn đề của ti-vi không phải có nhiều lời tục tĩu, mặc dù đó cũng là một nan đề. Những chương trình quảng cáo thôi cũng đủ gieo rắc sự tham lam và dục vọng, cho dù bạn có đang xem chương trình gì đi nữa. Vấn đề lớn nhất đó là sự sáo rỗng. Một tâm trí bị nhồi nhét bởi các kênh truyền hình mỗi ngày sẽ bị thu nhỏ lại. Tâm trí của bạn được tạo nên để nhận biết và kính mến Đức Chúa Trời. Lợi ích của tâm trí được dùng để phục vụ cho sự kêu gọi vĩ đại nầy đang bị huỷ hoại bởi việc xem ti-vi. Nội dung trên ti-vi rất tầm thường và vô cùng nông cạn đến nỗi làm cho khả năng suy nghĩ đến những điều có giá trị hơn của tâm trí bị thu hẹp lại, còn khả năng cảm nhận những điều sâu sắc hơn của tấm lòng cũng bị giới hạn. Neil Postman cho biết lý do vì sao.

Những gì đang xảy ra ở Mỹ đó là ti-vi đang khiến tất cả mọi việc nghiêm túc trở thành rác rưởi... Ti-vi đang coi thường sự diễn giải, là điều cần phải có nội dung nghiêm túc, liên tục, hợp lý và có tổ chức. Thay vì thế, ti-vi lại diễn giải mọi thứ dễ dàng, đơn điệu, cứng rắn và hơn hết là mang tính giải trí. Kết quả là nước Mỹ trở thành nền văn hoá đầu tiên trên thế giới có nguy cơ cho thấy sự giải trí dẫn đến cái chết.[7]

Đức Chúa Trời không còn trọng lượng nữa

Kể từ khi hết thảy chúng ta sống trong một thế giới bị ảnh hưởng bởi ti-vi, hầu như rất khó để nhìn thấy chuyện gì đã xảy ra với chúng ta. Hy vọng duy nhất đó là tìm hiểu về đời sống của nhân loại trong các thế kỷ trước. Các tài liệu tiểu sử là phương thuốc giải độc cho tình trạng cận thị trong văn hoá và sự đua đòi tăng dần theo thời gian. Chúng ta đã gần như không còn đủ khả năng để trình bày lẽ thật một cách nghiêm túc và sâu sắc nữa. Những điều nguy nga, đặc biệt là sự vinh hiển của Đức Chúa Trời, giống như David Wells từng nói, "thiếu trọng lượng" ngay cả trong Hội thánh.

Một trong những dấu hiệu mang tính quyết định trong thời đại của chúng ta đó là Đức Chúa Trời không còn trọng lượng nữa. Tôi không có ý nói về cân nặng của Ngài mà tôi đang nói rằng Ngài không còn quan trọng nữa. Đối với thế gian, Ngài chỉ là thứ vụn vặt chứ không còn là Đấng đáng được chú ý nữa. Ngài không còn vị thế nổi bật trong đời sống của loài người nữa. Những ai đã từng đặt niềm tin vào sự hằng hữu của Đức Chúa Trời đang khiến Ngài trở nên kém quan trọng hơn các kênh truyền hình, mạng lệnh của Ngài không có sức ảnh hưởng bằng những ham muốn giàu sang và uy thế, góc nhìn của Ngài không còn đủ tầm ảnh hưởng bằng bảng tin buổi tối, và lẽ thật của Ngài không có sức thuyết phục bằng sự tâng bốc và những lời dối trá ngọt ngào của các chương trình quảng cáo. Đó là ý tôi nói về sự thiếu trọng lượng. Đó là tình trạng mà chúng ta đã gán cho Ngài sau khi đẩy Ngài ra khỏi lối sống thế tục của chúng ta... Sự thiếu trọng lượng như thế chẳng cho chúng ta biết gì hơn về Đức Chúa Trời ngoài mọi thứ về bản thân chúng ta, về tình trạng của chúng ta, về khuynh hướng tâm lý của chúng ta muốn loại trừ Đức Chúa Trời ra khỏi đời sống thực của mình.[8]

Trộn lẫn tình hình Sudan và quần tất

Chúng ta đã đánh mất khả năng nhìn thấy và say mê sự phức tạp của lẽ thật, cũng như chiều sâu của sự giản dị. Douglas Groothuis giải thích mối liên hệ giữa sự yếu đuối nầy và ti-vi như sau.

Sự thắng lợi của phim ảnh truyền hình trước Lời Chúa tạo nên sự nông cạn của tính đa cảm thời hiện đại... Không ai có thể trầm tư về một chương trình truyền hình nào đó giống như cách người ta ngẫm nghĩ về một nhân vật trong William Shakespeare hay C.S. Lewis, hay là truyện dụ ngôn của Blaise Pascal, hoặc là một câu trong bài thơ của T.S. Eliot, như "Số phận của chúng ta nằm giữa bộ xương sườn khô / Để giữ ấm những thứ trừu tượng". Không ai xem truyền hình có thể thốt ra một câu đầy nghiêm như thế được. Mà làm được như thế thì hẳn phải là "phim ảnh truyền hình rất tệ" – tức là rất trừu tượng, đầy chất thơ ca, vô cùng sâu sắc, mà không hề mang tính giải trí... [Không chỉ thế thôi] những hình ảnh xuất hiện và biến mất rồi lại xuất hiện không hề có bối cảnh hợp lý nào cả. Một nỗ lực khiêm tốn thuật lại câu chuyện về tình trạng nô lệ ở Sudan bị xen lẫn bởi một chương trình quảng cáo sống động về khu vui chơi Disneyland, sau đó là một quảng cáo mua quần tất rất hấp dẫn khiến phụ nữ nào cũng muốn sắm cho mình một cái...đến nỗi phát ngán. [9]

Vì vậy, người nào đứng trước mặt Đức Chúa Trời với lối sống né tránh trách nhiệm và lời bào chữa nói rằng: mình đã không dành quá nhiều thời gian tại văn phòng để về nhà xem ti-vi cùng gia đình, sẽ không thoát khỏi bản cáo trạng là người đã lãng phí cuộc đời. Chúa Jêsus đã quở trách các môn đồ của Ngài bằng những lời lẽ rất dễ áp dụng cho người nầy: "Ngay cả tội nhân vẫn có thể làm việc chăm chỉ, lãng tránh những tội ác, xem ti-vi vào buổi tối và làm mấy chuyện giải trí vào cuối tuần. Ngươi có làm gì khác họ chăng?" (xem Lu-ca 6:32-34; Ma-thi-ơ 5:37).

Hy sinh vì những lý do kém hơn vẫn chứa đầy cảm hứng

Quả thật, trong thời chiến, tội nhân thường hy sinh ở mức độ đáng nể vì những lý do không thể so sánh bằng Đấng Christ. Lý do lớn nhất trên thế giới đó là vui mừng giải cứu người khác ra khỏi địa ngục, đáp ứng nhu cầu thiết yếu của họ, giúp họ được vui mừng ở trong Đức Chúa Trời, và làm hết thảy những điều đó bằng sự nghiêm túc đến chân thành để tôn cao Đấng Christ là Đấng quý hơn hết. Không có trận chiến nào trên đất nầy có thể đấu tranh vì lý do nào lớn, hoặc cho vị vua nào vĩ đại hơn, thế nữa.

Nhưng, có những cuộc liều lĩnh và những hy sinh đầy mạo hiểm vì nhiều lý do kém cỏi hơn mà vẫn truyền cảm hứng cho người khác! Vào ngày 19 tháng 2 năm 1945, cuộc chiến vì Iwo Jima bắt đầu.

Đó là một hòn đảo cằn cỗi có diện tích tám dặm vuông cách thành phố Tokyo khoảng sáu trăm dặm về phía nam, được bảo vệ bởi 22,000 người Nhật Bản sẵn sàng chiến đấu tới cùng (tất cả đều đã chết). Họ đang bảo vệ hai đường băng mà người Mỹ cần phải kìm hãm sự xâm lược của người Nhật sau cuộc tấn công ở Trân Châu Cảng, và cũng để bảo vệ nền tự do mà người Mỹ yêu mến. Đó là một lý do cao cả, mà sự hy sinh dũng cảm của họ cũng thật đáng ngưỡng mộ.

Những số liệu thống kê khó chịu cho thấy sự hy sinh của tiểu đoàn thứ hai dưới sự chỉ huy của Đại tá Johnson là: 1,400 người con trai (đa số vẫn còn ở độ tuổi thiếu niên) đã đáp xuống vào cuộc đổ bộ; 288 người sau đó được gửi đến khi cuộc chiến tiếp tục kéo dài, tổng số là 1,688 người. Trong đó, 1,511 người đã bị giết hay bị thương. Chỉ có 177 người đi lại trên hòn đảo. Cuối cùng có đến khoảng 177,91 người bị thương ít nhất một lần và quay trở lại cuộc chiến.

Phải mất đến hai mươi hai phương tiện vận chuyển số lượng lớn mới đem được Sư đoàn 5 lên hòn đảo. Những người sống sót được chuyển đi rất thoải mái bằng tám con tàu.

Những đứa con của nước Mỹ đã giết chết 21,000 người Nhật, nhưng lại khiến 26,000 người Mỹ phải chết. Đây là trận chiến duy nhất ở Thái Bình Dương mà những kẻ xâm lược chịu thương vong nhiều hơn những kẻ bảo vệ đất nước.

Hải quân tham chiến trong Chiến tranh Thế giới thứ 2 trong vòng bốn mươi ba tháng. Nhưng chỉ trong một tháng ở hòn đảo Iwo Jima, họ đã mất đến một phần ba quân nhân. Họ để lại một nghĩa trang rất lớn ở Thái Bình Dương: tổng cộng gần 6,800 ngôi mộ; những ngôi mộ đều có thập tự giá và ngôi sao. Hàng ngàn gia đình trông chờ các thi thể ấy để tiễn biệt mà vẫn chưa thấy đâu: một thông tin khó hiểu đó là những người lính Hải quân "đã chết khi làm nhiệm vụ" và được chôn tại chỗ, được sắp xếp theo hàng lối có số thứ tự ở trên bia mộ. Mike nằm ở Khu 3, Hàng thứ 5, Mộ 694; Harlon nằm ở Khu 4, Hàng thứ 6, Mộ 912; Franklin nằm ở Khu 8, Hàng thứ 7, Mộ 2189.

Khi tôi nghĩ tới Mike, Harlon và Franklin đang nằm ở đó, tôi nghĩ tới thông điệp mà một người đã khắc bên ngoài nghĩa trang:

Khi trở về nhà

Hãy kể với họ

Vì tương lai bạn

Tôi chết hôm nay.[10]

Chúa ơi, đừng để con lãng phí cuộc đời!

Tôi hoàn toàn cảm động trước sự dũng cảm và cảnh tượng chiến tranh ở hòn đảo Iwo Jima. Khi tôi đọc mấy trang lịch sử nầy, tất cả trong tôi muốn kêu lên rằng: "Chúa ơi, đừng để con lãng phí cuộc đời!" Tôi muốn sống đến cuối đời – dù sớm hay muộn – và có thể nói với gia đình, Hội thánh, thành phố và các nhóm dân tộc chưa được vươn đến trên đất rằng: "Vì ngày mai của anh chị em, mà tôi đã hy sinh hôm nay. Không chỉ vì ngày mai của anh chị em trên đất thôi đâu, mà còn vì rất nhiều ngày mai không thể đếm được của anh chị em ở trong Đức Chúa Trời nữa". Tôi càng suy xét kỹ về những người lính trong Chiến tranh Thế giới thứ II chừng nào, tôi càng cảm nhận được đam mê cả đời mình, và tôi nghĩ rằng mình sẽ qua đời trong sự mãn nguyện.

Trời mưa càng xối xả vào buổi chiều, cuộc chiến càng khốc liệt, những người lính thuỷ quân tiếp tục ngã xuống. Thường thì, chính những người quân y phải thiệt mạng khi cố cứu chữa cho đồng đội. William Hoopes đến từ thành phố Chattanooga đang luồn cúi bên cạnh một người quân y tên là Kelly, là người đã nhấp nhô cái đầu cao hơn thành luỹ và sử dụng ống nhòm – thật nhanh – để định vị kẻ bắn tỉa đang xả súng vào khu vực của anh ta. Trong phút chốc, tên bắn tỉa đã hạ gục anh ấy bằng phát súng nhắm thẳng vào trái cổ. Hoopes, một dược sĩ quân y, đã cố gắng cứu bạn mình. "Tôi lấy cái kẹp ra để chặn động mạch lại", Hoopes kể lại. "Máu của anh ta bắn ra tứ tung. Anh ấy không nói được gì ngoài đôi mắt nhìn chằm vào tôi. Anh ấy biết tôi đang cố gắng cứu mạng sống của anh ta. Tôi đã thử hết mọi cách trên đời. Tôi không thể cứu sống anh ấy. Tôi đã cố hết sức. Máu chảy ra quá nhiều. Tôi không thể tìm thấy động mạch. Tôi đã cố lắm rồi. Anh ấy chỉ nhìn tôi. Nhìn thẳng vào mặt tôi. Điều cuối cùng anh ấy làm được trong khi máu cứ tuôn ra ít dần đó là vỗ vai tôi giống như nói rằng: 'Không sao đâu'. Rồi anh ấy chết đi".[11]

Trong giây phút đau lòng ấy, tôi muốn được giống như Hoopes và tôi cũng muốn là Kelly. Tôi muốn mình có thể nói với những người đang chịu đau khổ và hư mất rằng: "Tôi đã thử hết mọi cách trên đời... Tôi đã cố lắm rồi". Tôi cũng muốn mình có thể nói với những người đang nhìn thấy tôi lần cuối cùng trước khi qua đời rằng: "Không sao đâu. Sống là Christ, chết là ích lợi".

Khi màn sương mờ mịt của sự lãng phí trở nên rõ ràng

Trong những giây phút như thế, khi màn sương mờ mịt của sự lãng phí trở nên rõ ràng và tôi thấy được lẽ sống của đời mình, tôi phản đối những cuộc đeo đuổi vớ vẩn đang lãng phí rất nhiều cuộc đời – và rất nhiều lần trong chính cuộc đời tôi nữa. Chỉ cần nghĩ đến độ bành trướng của các môn thể thao – đã chiếm một khoảng rất lớn trên mấy tờ báo mỗi ngày. Nhưng không hề có chỗ nào dành cho Đức Chúa Trời cả. Hãy nghĩ đến những nguồn lực vô tận có thể làm cho ngôi nhà và khu vườn của bạn thêm tiện nghi và ấn tượng mà xem. Hãy nghĩ đến hàng vạn đô-la mà bạn có thể mua thêm mấy chiếc xe không cần thiết mà xem. Hãy nghĩ đến thời gian, công sức và những cuộc trò chuyện đang dùng vào các hình thức giải trí nhàn rỗi và những thứ mà chúng ta gọi là "vui chơi" mà xem. Thêm vào đó là thiết bị máy tính đang tái tạo lại những trò chơi hoàn toàn xa cách với thực tại; tất cả giống như một thế giới ảo nhiều tầng đang lan rộng vào chốn hư không vậy.

Tiêu thụ quần áo

Thử nghĩ đến quần áo mà xem. Nhìn thấy nhiều người trẻ mắc chứng nghiện ăn mặc và dáng vẻ bề ngoại là một tấn bi kịch. Ngay cả thanh niên Cơ Đốc cũng phải bất lực khi đưa ra những câu hỏi không gì khác hơn ngoài: "Có gì sai chứ?" mà không phải là: Những bộ quần áo nầy có giúp tôi tôn cao Đấng Christ chăng? Những thứ nầy có giúp người khác nhìn thấy Ngài là Đấng quý hơn hết trong cuộc đời tôi chăng? Những thứ đó có làm nổi bật giá trị con người là những tạo vật được dựng nên theo ảnh tượng của Đức Chúa Trời không, hay chỉ đang đề cao xu hướng dục vọng của tôi? Hay là sự lười biếng của tôi? Tôi không phải là người ham thích ăn bận. Có rất nhiều lý do quyết liệt hơn về cách ăn bận của chúng ta để tôn cao Đấng Christ. Lời khuyên của tôi dành cho bạn đó là hãy ăn bận giống như con cá heo nhiều hơn, cũng nên ít ăn bận giống như con sứa trong quần thể thời trang của đại dương nữa – và ngược lại với phong cách thời trang ngày nay (tức là bớt hành hạ người khác).

Một bạn thiếu niên đã viết cho tờ báo Diễn đàn Ngôi sao của Minneapolis để trả lời một lá thư gửi nhà biên tập như sau:

Là một thiếu niên, cách ăn bận của bạn tự nhiên trở thành chuyện nghiêm trọng. Thành thật mà nói, ngay cả chính tôi cũng cảm thấy bị xúc phạm khi phải tìm cho mình quần áo để mặc. Lá thư nói về những cô gái có thể ăn bận thời trang hơn và hợp lý hơn. Hãy cho tôi biết làm thế nào thì tôi sẽ làm theo.

Hầu hết các bạn của em không hề cảm thấy thoải mái với phong cách phổ biến ngày hôm nay, nhưng chúng em vẫn phải trồng vào. Đâu cần phải lúc nào cũng tỏ ra nổi bật. Xã hội bảo chúng ta phải khác biệt, nhưng vẫn giữ xu thế chủ đạo.

Làm thế nào để ăn bận cho vừa lòng mình, vừa lòng cha mẹ và những bạn cùng trang lứa? Không thể nào làm vừa lòng ai được. Các bạn thiếu niên đều thay đổi những giá trị của mình để hoà nhập với mọi người. Nếu muốn tồn tại trong trường cấp hai, hay là cấp ba, mà không bị bắt nạt thì chúng em phải ăn bận vừa lòng bạn bè của mình.

Chúng ta là những lãnh đạo tương lai của đất nước nầy, chúng ta phải nhìn nhận được bản thân mình đã trở nên thế nào để tìm hướng thay đổi.[12]

Những người trẻ đầy nhiệt thành của Đấng Christ đang ở đâu?

Khi tôi đứng trên bờ biển của hòn đảo Iwo Jima để sống lại những thời khắc dũng cảm và hy sinh ấy, tôi liền nhớ tới họ là những người còn rất trẻ, điều ấy khiến tôi không thể đón nhận những điều tầm thường của đại đa số người Mỹ. Một trong những người trẻ đã từng có mặt trong cuộc chiến ấy. Tôi đọc câu chuyện của anh ta và muốn nói với từng lớp người trẻ ở Mỹ rằng: Các bạn có muốn biết ngầu là gì không? Các bạn có muốn biết điều gì ấn tượng hơn đến ngàn lần mấy pha bóng rổ không? Hãy nghe kỹ mấy lời của Jacklyn Lucas nói như sau:

Anh ấy đã tìm cách nói dối để gia nhập trở thành lính thuỷ quân lúc mười bốn tuổi, khiến những người làm công việc tuyển mộ rất lực lưỡng cũng bị lừa... Được chỉ định lái chiếc xe tải ở Hawaii, anh ấy đã rất thất vọng; anh muốn được lái máy bay hơn. Anh đi tàu thuỷ lậu vé đến đảo Honolulu, sống sót với những bữa ăn được mấy người lính thuỷ đánh bộ sang sẻ trên tàu.

Anh đổ bộ vào [hòn đảo Iwo Jima] mà không hề có một cây súng. Anh đã chộp lấy một cây súng trên bãi biển rồi xông trận trên hòn đảo.

Bấy giờ, vào ngày đổ bộ D+1, Jack và ba đồng chí đang bò qua con mương trong khi tám tên lính Nhật xuất hiện trước mặt họ. Jack bắn gục một tên vào đầu. Sau đó, cây súng của anh bị kẹt. Đang lúc vật lộn với cây súng thì một quả lựu đạn rơi ngay dưới chân của anh. Anh ta kêu lên để ra hiệu cho những người khác rồi nhét quả lựu đạn thật nhanh xuống đống tro. Tức thì, một quả lựu đạn khác xuất hiện. Jack Lucas, mười bảy tuổi, ngã đè lên hai quả lựu đạn, "Luke, cậu sẽ chết đấy", anh nhớ lại...

Trên tàu cứu thương Samaritan, các bác sĩ cũng không tin nổi. "Có lẽ anh ta còn trẻ nên khó chết", một bác sĩ nói. Anh đã trải qua hai mươi mốt lần phẫu thuật cấy ghép và trở thành người trẻ tuổi nhất được tặng Huân chương Danh dự quốc gia – anh ấy là học sinh trung học duy nhất dành được phần thưởng đó.[13]

Khi đọc đến chỗ nầy, tôi nghĩ tới hết thảy những điều mà các em học sinh trung học gọi là ngầu. Tôi ngồi tại hành lang đọc sách và nghĩ rằng: Chúa ơi, ai sẽ đứng ra và nói với các em về lẽ sống cuộc đời?

Các em đang lãng phí những ngày tháng của mình với những điều tầm thường, cố gắng tỏ ra thật ngầu hay là nói chuyện thật ngầu hoặc là đi đứng thật ngầu. Các em không biết ngầu thật sự là gì.

Một câu chuyện nữa để làm rõ vấn đề ngầu là gì. Đó là câu chuyện về Ray Dollins, một người lính cứu hoả ở hòn đảo Iwo Jima.

Những chiếc xe lội nước đầu tiên tiến thẳng vào bờ biển. Những chiếc máy bay từ lực lượng thuỷ quân lục chiến đã bắn phá xong. Khi chiếc phi cơ Corsair cuối cùng rời đi, những tên lính Nhật Bản nhảy bổ vào các khẩu súng phòng không để bắn hạ các chiếc phi cơ. Thiếu tá Ray Dollins là một người lái chiếc phi cơ đã cố gắng bay lên thật cao để hướng ra biển và tránh đâm đầu xuống bãi biển là nơi các lính thuỷ đang tràn lên, nhưng chiếc máy bay của anh đã bị hỏng rất nặng. Trung uý Keith Wells đã nhìn thấy chiếc máy bay từ xe lội nước... Well nói rằng: "Chúng tôi có thể nhìn thấy anh ta ở buồng lái, còn anh ấy đã thử hết mọi thứ. Anh ta đang rơi xuống trên một nhóm đang đổ bộ vào bằng xe lội nước có nhiều người lính thuỷ quân đang ngồi trong đó. Vài giây cuối cùng, anh ấy đã nghiên chiếc phi cơ về sau và nhắm vào vùng nước trống giữa hai đợt xe tăng đang tiến vào bờ. Chúng tôi thấy nước biển nổ tung lên trời".

*Toàn thể sĩ quan quân đội đang lắng nghe
đài ra-đi-ô từ con tàu không thể nhìn thấy
Dollins lao xuống; họ có thể nghe thấy
mấy lời cuối cùng cua anh từ máy điện
đàm. Đó là mấy lời rất ngang bướng.*

Thật là một buổi sáng tuyệt đẹp,

Thật là một ngày tuyệt đẹp,

Tôi cảm thấy một điều kinh khủng

Mọi thứ đang xảy ra đúng hướng.[14]

Tất nhiên, chúng ta không thể dùng chữ ngầu để mô tả về sự vĩ đại thực sự. Đó là chữ quá tầm thường. Đúng vậy. Nó là một chữ không thích hợp. Mà lại có hàng triệu người trẻ sống chết vì chữ đó. Ai sẽ đối diện với các em bằng thái độ khẩn thiết và những giọt nước mắt? Ai có thể khuyên các em đừng lãng phí cuộc đời của mình đây? Ai có thể túm lấy cổ áo, nếu phải làm vậy, và có đủ tình yêu thương để cho các em thấy một cuộc đời đáng sống và phải sống thật quyết liệt, cho dù phải trả giá, để tôn cao Đấng Christ đến nỗi các em có thể cảm nhận được sự trống rỗng và tầm thường của mấy trò sưu tập đĩa CD và những cuộc trò chuyện chẳng dẫn tới đâu về những nhân vật nổi tiếng? Ai có thể đánh thức sự tiềm ẩn trong linh hồn của các em – một khao khát không muốn lãng phí cuộc đời mình?

Lời nài xin hết lòng của tôi

Làm thế nào để những người già và những người trẻ

biết tắt ti-vi và tưởng đến một việc nào đó đòi hỏi phải có sự can đảm để thực hiện vì cớ một lý do cao cả hơn gấp vạn lần so với lối sống dân chủ của nước Mỹ đây! Nếu chúng ta dám mơ tưởng và dám cầu nguyện cho điều đó, thì Đức Chúa Trời có đáp lời chăng? Ngài có ban cho chúng ta niềm vui trong đời sống khi chúng ta bày tỏ tình yêu thương, lòng thương xót và sự hy sinh để tôn cao Đấng Christ và giúp người khác tìm được niềm vui ở trong Đức Chúa Trời chăng? Tôi nài xin bạn, như tôi đã cầu nguyện cho bản thân mình, hãy sống với Chúa Jêsus trên con đường Gô-gô-tha. "Vậy nên chúng ta hãy ra ngoài trại quân, đặng đi tới cùng Ngài, đồng chịu điều sỉ nhục. Vì dưới đời nầy, chúng ta không có thành còn luôn mãi, nhưng chúng ta tìm thành hầu đến" (Hê-bơ-rơ 13:13-14). Khi họ thấy được tình yêu hy sinh của chúng ta – được bày tỏ một cách vui mừng – họ sẽ nói rằng: "Đấng Christ thật vĩ đại" chăng?

---

1. *Randy Alcorn, Nguyên tắc của cải (Sisters, OR: Multnomah, 2001), 8.*
2. *Ralph Winter, "Tái kết ước cho lối sống thời chiến, không phải thời bình", trong quyển Góc nhìn về phong trào Cơ Đốc thế giới: Tuyệt tập, biên soạn bởi Ralph D. Winter và Steven C. Hawthorne, ấn bản thứ 2. (Pasadena, CA: Thư viện của William Carey, 1999), 705.*
3. *Ma-thi-ơ 24:42; 25:13; 26:41; Công-vụ 20:31; 1 Cô-rinh-tô 16:13; Ê-phê-sô 6:18; Cô-lô-se 4:2; 1 Tê-sa-lô-ni-ca 5:6; 1 Phi-e-rơ 5:8.*
4. *Winter, "Tái kết ước cho lối sống thời chiến, không phải thời bình", 706.*
5. *Để làm rõ mối liên hệ giữa sự tự do của Sa-tan và sự tể trị của Đức Chúa Trời, tôi muốn nhấn mạnh rằng Sa-tan là có thật và Đức Chúa Trời cho phép nó (bằng cách nới lỏng sợi dây xiềng xích) để gia thêm sự rủa sả trên tạo vật vì có tội lỗi (Rô-ma 8:20-23), nhưng Đức Chúa Trời vẫn đang chi phối tất cả sự việc diễn ra trên thế giới. Không hề có sự mâu thuẫn giữa việc nói rằng Đức Chúa Trời là Đấng cầm quyền trên mọi sự và nói rằng chúng ta cần phải thực hiện phần của mình để đắc thắng bệnh tật, chống lại sự bất công và giúp người khác trở về với Đấng Christ. Phần của chúng ta cũng là một cách để Chúa hoàn thành kế hoạch tể trị của Ngài. Xem thêm phần "God's Pleasure in All That He Does" (Chương 2) trong*

quyển *The Pleasures of God: Meditations on God's: Delight in Being God* của John Piper (Sisters, OR: Multnomah, 2000), 47-76.

6. James Bradley, *Những lá cờ của cha ông chúng ta* (New York: Bantam, 2000), 62.

7. Neil Postman, "Đùa giỡn với bản thân tới chết", *Et Cetera 42* (Mùa xuân 1985): 15, 18. Tham khảo quyển sách khác cùng tên của ông, *Đùa giỡn với bản thân tới chết: Bài phát biểu công khai trong thời đại giả hình* (New York: Viking, 1985).

8. David Wells, *Đức Chúa Trời trong đất hoang: Thực tại về chân lý trong thế giới phai nhoà những giấc mơ* (Grand Rapids, MI: Eerdmans, 1994), 88, 90.

9. Douglas R. Groothuis, "Sự tấn công của văn hoá phim ảnh đang hạ thấp quyền năng của Lời Chúa", *Cuộc cải chánh hiện đại 10* (January/February 2001): 35-36.

10. Bradley, *Những lá cờ của cha ông chúng ta*, 246-47. Quyển sách nầy là câu chuyện về Cuộc chiến đảo Iwo Jima đã đan xen vào cuộc đời của sáu người lính giơ cao ngọn cờ tại Đài tưởng niệm Iwo Jima, do con trai của John Bradley kể lại, một trong những người lính tại Đài tưởng niệm.

11. Ibid., 188.

12. Megan Heggemeir, "Đối với thiếu niên, Thời trang là chìa khoá để hoà nhập", *Minneapolis Star Tribune* (Ngày 16 tháng 11 năm 2002): A23.

13. Bradley, *Những lá cờ của cha ông chúng ta*, 174-75.

14. Ibid., 161-62.

8

TÔN CAO ĐẤNG CHRIST TỪ 8 ĐẾN 5

Thật là sai lầm khi suy diễn từ lời kêu gọi phải có lối sống thời chiến trong chương vừa rồi là: Cơ Đốc nhân phải nghỉ việc hết để "tham chiến" – tức là trở thành giáo sĩ hay mục sư hay nhân sự làm việc trọn thời gian. Đó là sự hiểu sai rất cơ bản về mặt trận đang diễn ra ở đâu đó mỗi ngày. Tất nhiên là cuộc chiến đang diễn ra trong thế giới thuộc linh (không hề có bom đạn hay lưỡi lê) giữa vòng các nhóm dân tộc chưa được vươn đến trên thế giới, là nơi Vua của muôn vua đã sai phái "đội quân" dám hy sinh quên mình để rao truyền Phúc âm bình an, Ngài đang tập hợp một dân sự sống trong sự vui mừng cho riêng Ngài. Đây là công tác truyền giáo tiên phong thật cao cả. Tôi sẽ nói thêm về lời kêu gọi đầy cao cả nầy sau; tôi cũng cầu nguyện rằng hàng ngàn người giống như bạn đang đọc quyển sách nầy sẽ lắng nghe và bước ra nơi tiền tuyến.

Trận chiến không tuỳ thuộc vào vị trí địa lý

Nhưng đừng hiểu sai, "cuộc chiến" mà tôi đang nghĩ tới trong đầu khi đề cập "tâm lý thời chiến" hay "lối sống thời chiến", điều nầy không hề xảy ra về mặt địa lý đâu. Mà trận chiến ấy đang xảy ra trước hết giữa cái thiện và cái ác trong lòng mỗi người, đặc biệt là trong tấm lòng của Cơ Đốc nhân, là nơi Đấng Christ đặt để Lời của Ngài, đó là chỗ mà Ngài muốn có sự toàn thắng. "Cuộc chiến" đang diễn ra giữa tội lỗi và sự công bình trong mỗi gia đình. Cuộc chiến đang diễn ra giữa chân lý và giả dối ở trường học... giữa công lý và bất công ở từng cơ quan hành pháp... giữa chính trực và tham nhũng ở trong văn phòng... giữa yêu thương và hận thù trong từng nhóm dân tộc... giữa kiêu ngạo và khiêm nhường trong từng bộ môn thể thao... giữa xinh đẹp và xấu xí ở lĩnh vực nghệ thuật... giữa đạo thật và đạo giả trong từng Hội thánh... và giữa sự lười biếng và chăm chỉ trong giờ giải lao. Đấu tranh vì chân lý, đức tin và tình yêu thương trong mỗi lĩnh vực trên không hề lãng phí tí nào.

Cuộc chiến không chủ yếu xảy ra trong không gian hay vật lý – mặc dù sự thắng lợi hay thua cuộc đều có những tác động về phương diện vật lý. Do đó, những công việc thế tục của Cơ Đốc nhân là một mặt trận. Có những kẻ thù thuộc linh cần phải đánh bại (đó là tà linh và tội lỗi, không phải con người); có những bình diện để cao sự đẹp đẽ về mặt đạo đức cần phải được chinh phục vì có sự vinh hiển của Đức

Chúa Trời. Bạn không sống lãng phí vì bạn đang làm việc ở đâu, mà vì bạn đang làm việc như thế nào và tại sao.

Thế tục không có gì xấu, chiến lược mới quan trọng

Xin đừng nghe thấy cụm từ "công việc thế tục" mà hiểu rằng đó là những lĩnh vực kém cỏi hơn, hay kém thuộc linh hơn, so với "công việc trong Hội thánh" hay "công tác truyền giáo" hay "công tác thuộc linh". Tôi chỉ muốn nói tới những việc không có sự kết nối với Hội thánh về mặt tổ chức. Bạn có từng nghe nói về tinh thần ở trong thế gian mà không thuộc về thế gian chưa, giống như Chúa Jêsus đã dạy khi Ngài cầu nguyện trong Giăng 17:15-16 chép rằng: "Con chẳng cầu Cha cất họ khỏi thế gian, nhưng xin Cha gìn giữ họ cho khỏi điều ác. Họ không thuộc về thế gian, cũng như Con không thuộc về thế gian". Ý định của Chúa Jêsus là các môn đồ của Ngài vẫn sống trong thế gian (là ý tôi nói về "công việc thế tục"), nhưng họ "không thuộc về thế gian" (là lý do tôi nói chúng ta đang ở trong trận chiến).

Martin Luther đã khôi phục lại sự dạy dỗ về chức thầy tế lễ của mỗi Cơ Đốc nhân và làm nổi bật vai trò thuộc linh trong giới tu sĩ và những người không làm việc trong giáo hội. Ông quả quyết rằng có một sự kêu gọi phục vụ trong Hội thánh và một sự kêu gọi phục vụ trong thế giới thế tục. Nhưng ông không hề phân biệt hai điều nầy bằng cách so sánh về "đẳng cấp thuộc linh".

Vai trò của đức giáo hoàng, giám mục, tu sĩ và tăng lữ được gọi là "đẳng cấp thuộc linh"; các hoàng tử, các nhà quý tộc, các thợ thủ công và nông dân được gọi là "đẳng cấp thế tục". Đó là một lời nói dối và là thái độ đạo đức giả... Tất cả Cơ Đốc nhân đều thuộc về "đẳng cấp thuộc linh", họ không hề có sự khác biệt nào cả ngoài khác biệt về vai trò... Để nói rõ hơn nữa. Nếu một nhóm thường dân có lễ độ bị bắt và bị đày ra nơi hoang mạc, trong vòng họ không có một tu sĩ nào được giám mục phong chức, nếu tất cả đồng ý chọn ra một người trong số họ ngay tại hoang mạc, dù đã kết hôn hay còn độc thân, và được giao trọng trách làm phép báp-tem cho mọi người, làm lễ xá tội và rao giảng, thì người đó vẫn được coi là một tu sĩ thực thụ giống như tất cả giám mục và giáo hoàng đã phong chức cho một ai đó vậy... Không hề có sự khác biệt giữa dân thường và tăng lữ, các hoàng tử và các giám mục, "thuộc linh" và "thế tục", như cách người ta thường gọi, ngoại trừ khác nhau về vai trò và tính chất công việc... Một thợ đóng giày, một thợ rèn, một nông dân, ai cũng có công việc và vai trò trong lĩnh vực sản xuất, nhưng họ cũng giống như những thầy tu và giám mục, mỗi người tuỳ theo công việc hay vai trò riêng của mình mà phục vụ và đem đến ích lợi cho nhau, làm

*như vậy thì rất nhiều việc có thể được
hoàn thành cho cả thân thể và mang lại
ích lợi chung về mặt thuộc linh cho cả
cộng đồng, mà hơn nữa là tất cả tín hữu
đều phải phục vụ lẫn nhau trong một
thân.*[1]

Kinh Thánh nói rằng Đức Chúa Trời muốn tôi con
Chúa ở khắp nơi đều là muối và ánh sáng trong các
công việc thế tục. Những nơi nào Cơ Đốc nhân chỉ
sống với Cơ Đốc nhân và chỉ làm việc với Cơ Đốc
nhân đều không thể hoàn thành mục đích trọn vẹn
của Đức Chúa Trời trong thế gian. Nói như vậy
không có nghĩa là việc có thứ bậc hay mục vụ hay
các đơn vị Cơ Đốc là sai. Mà ý tôi muốn nói đó là
những ngoại lệ. Đa số Cơ Đốc nhân đều được kêu
gọi phải sống trong thế gian và làm việc với người
không tin Chúa. Đây chính là "vai trò", "sự kêu gọi"
của họ mà Luther muốn nói. Chúng ta sẽ thấy vì sao
đó cũng là ý muốn của Đức Chúa Trời nữa.

Sự đồng công của con bò và con người

Không phải ai cũng trở thành giáo sĩ hay mục sư.
Cần phải có sự đồng công giữa người được sai đi và
người sai phái. Nói về vai trò mục sư thì sứ đồ Phao-
lô nói rằng: "Ngươi chớ khớp miệng con bò đương
đạp lúa; và người làm công thì đáng được tiền công
mình" (1 Ti-mô-thê 5:18), nghĩa là: hãy trả lương cho
mục sư. Nhưng điều đó cũng có nghĩa là phải có
người đem lúa cho những con bò tội nghiệp ăn. Đó
cũng là khuôn mẫu dành cho các giáo sĩ trong Tân

Ước. "Hãy lo liệu cho Xê-na, là thầy dạy luật, và A-bô-lô, đừng thiếu đồ chi hết, trong khi họ ra đi" (Tít 3:13). Nói cách khác, không phải ai cũng đi cùng sứ đồ Phao-lô; vài người nên ở lại, làm việc và hỗ trợ cho những người ra đi. Tương tự, sứ đồ Phao-lô đã lên kế hoạch cho Hội thánh Rô-ma trở thành cơ sở hỗ trợ chuyến đi của ông tới Tây Ban Nha: "Vậy nếu tôi có thể đi xứ Tây Ban Nha được, thì mong rằng sẽ tiện đàng ghé thăm anh em; sau khi được chút thỏa lòng ở với anh em rồi, thì nhờ anh em sai đưa tôi qua xứ ấy" (Rô-ma 15:24).

Ông cho rằng họ là những người đi làm nên có thể ban cho. Đó là vì sao ông nói với các tín hữu ở Tê-sa-lô-ni-ca rằng: "...lấy chính tay mình làm lụng,... hầu cho... không thiếu chi hết" (1 Tê-sa-lô-ni-ca 4:11-12). Kỳ thực, sứ đồ Phao-lô đã không hài lòng trước thói ngồi lê đôi mách và ăn không ngồi rồi ở Tê-sa-lô-ni-ca đến nỗi ông đã viết lá thư thứ hai gửi cho họ:

Chính anh em biết điều mình phải làm để học đòi chúng tôi; vì chúng tôi không có ăn ở sái bậy giữa anh em, chưa từng ăn dưng của ai, nhưng đêm ngày làm lụng khó nhọc, để khỏi lụy đến một người nào trong anh em hết... nếu ai không khứng làm việc, thì cũng không nên ăn nữa. Vả, chúng tôi nghe trong anh em có kẻ ăn ở bậy bạ, chẳng hề làm lụng, trở chăm những sự vô ích thôi. (2 Tê-sa-lô-ni-ca 3:7-11).

Tương tự, ông đã nói với tín hữu ở Ê-phê-sô rằng:

"Kẻ vốn hay trộm cắp chớ trộm cắp nữa; nhưng thà chịu khó, chính tay mình làm nghề lương thiện, đặng có vật chi giúp cho kẻ thiếu thốn thì hơn" (Ê-phê-sô 4:28).

Hãy trung tín làm việc "với Đức Chúa Trời"

Được kêu gọi trở thành Cơ Đốc nhân không phải là sự kêu gọi từ bỏ nghề nghiệp thế tục của bạn. Đó là điều được nói rất rõ trong 1 Cô-rinh-tô 7:17-24. Sứ đồ Phao-lô tóm tắt sự dạy dỗ của mình bằng mấy lời sau: "Hỡi anh em, ai nấy khi được gọi ở đấng bậc nào, thì phải cứ ở theo đấng bậc ấy trước mặt Đức Chúa Trời" (câu 24). Sứ đồ Phao-lô có một góc nhìn cao thượng về sự tiếp trợ của Đức Chúa Trời – Ngài là Đấng tể trị đã "giao phó" hay "kêu gọi" người không tin Chúa đứng vào các vị trí trong xã hội hầu cho khi họ tin Chúa thì sẽ có một ảnh hưởng đáng kể vì sự vinh hiển của Ngài. "Rốt lại, ai nấy phải ăn ở theo ơn Chúa đã ban cho mình, và theo như Đức Chúa Trời đã gọi" (câu 17). Sứ đồ Phao-lô không nói rằng thay đổi công việc trong đời sống Cơ Đốc là sai – nếu không thì chẳng ai trở thành mục sư hay giáo sĩ ngoại trừ những người rất trẻ tuổi (không giống như Chúa Jêsus là Đấng đã dùng nghề thợ mộc để làm việc trọn thời gian khi Ngài được ba mươi tuổi, Lu-ca 3:23). Sứ đồ Phao-lô không có ý nói rằng khi chúng ta tin Chúa, chúng ta không nên vội kết luận rằng: mình phải đổi việc ngay. Hơn nữa, suy nghĩ của chúng ta phải là: Chúa đã đặt để mình làm việc tại đây, mình phải bày tỏ giá trị của Ngài tại nơi làm việc. Giống như câu 24 chép rằng: "hãy cứ ở trong tình trạng đó với Đức Chúa Trời".

Do đó, câu hỏi nóng hổi dành cho hầu hết Cơ Đốc nhân phải là: Tôi có thể sống như thế nào vì sự vinh hiển của Đức Chúa Trời tại nơi làm việc của mình? Tôi cho rằng tất cả những gì đã được nói đến trong sách cho tới thời điểm nầy là không hề có sự khác nhau về mục tiêu cuộc đời. Mục tiêu của chúng ta đó là tôn cao Đấng Christ một cách vui mừng – tức là giúp người khác nhìn thấy Ngài là quý hơn hết qua mọi việc chúng ta làm. Chỉ khoe mình về thập tự giá, mục tiêu của chúng ta là sống tôn vinh Ngài qua cách làm việc của chúng ta. Câu hỏi là: làm thế nào? Kinh Thánh chỉ ra ít nhất sáu câu trả lời.

1. Chúng ta có thể tôn vinh Đức Chúa Trời qua công việc thế tục bằng đời sống thông công với Chúa suốt cả ngày làm việc.

Nói cách khác, chúng ta sống trong sự hiện diện của Đức Chúa Trời tại nơi làm việc bằng cách lắng nghe tiếng phán của Ngài, trò chuyện với Ngài, trao mọi gánh nặng cho Ngài, kinh nghiệm sự dẫn dắt và chăm sóc của Ngài. Địa chỉ Kinh Thánh nói lên lẽ thật nầy là 1 Cô-rinh-tô 7:24. Sau khi bạn tin Chúa, hãy tiếp tục làm việc và sống trong sự hiện diện của Đức Chúa Trời. "Lúc anh chị em được kêu gọi, anh chị em ở trong tình trạng nào, hãy cứ ở trong tình trạng đó với Đức Chúa Trời". Những chữ cuối cùng trong câu Kinh Thánh nầy rất quan trọng. Cơ Đốc nhân không chỉ đi làm. Họ đi làm "với Đức Chúa

Trời". Họ không chỉ làm xong công việc. Họ làm công việc "với Đức Chúa Trời". Ngài ở cùng họ.

Lời hứa dành cho mỗi cá nhân

Điều nầy chẳng giống với những lời hứa chung dành cho toàn thể Hội thánh. Đức Chúa Trời hứa với toàn thể Hội thánh rằng: "Ta sẽ ở và đi lại giữa họ; ta sẽ làm Đức Chúa Trời của họ, và họ làm dân ta" (2 Cô-rinh-tô 6:16). Lời hứa dành cho bạn khi làm việc trong giới thế tục khác với lời hứa nầy. Khi các thánh đồ đang làm việc thế tục, họ bị rải ra khắp nơi. Tức là không có sự tập trung như trong Hội thánh. Cho nên, mạng lệnh "hãy cứ ở trong tình trạng đó với Đức Chúa Trời" là một lời hứa mà chính bạn sẽ biết được sự thông công cá nhân với Ngài tại nơi làm việc.

Liên tục cảm tạ Chúa vì mọi sự

Một cách để giữ mình trong sự hiện diện của Đức Chúa Trời và sự thông công với Ngài đó là luôn tỉnh thức cảm tạ Chúa vì bạn có được khả năng làm mọi việc, bao gồm cả công việc, đều là nhờ ân điển của Ngài mà được. "Ngài là Đấng ban sự sống, hơi sống, muôn vật cho mọi loài" (Công-vụ 17:25). Tất cả những giác quan như thị giác, thính giác và xúc giác, tất cả những kỹ năng lái xe bằng tay chân, tất cả những khả năng vận động trí óc bằng việc quan sát, tổ chức và đánh giá, tất cả những kỹ năng cho bạn sự xuất sắc trong công việc – tất cả đều là sự ban cho của Đức Chúa Trời. Biết được điều nầy, bạn có thể liên tục ý thức được rằng mình phải cảm tạ Chúa trong sự cầu nguyện. "Hỡi Chúa, là Đức Chúa Trời tôi, tôi hết lòng ngợi khen Chúa, tôn vinh danh Chúa đến mãi mãi" (Thi thiên 86:12). Đôi khi, sự thắc mắc về Đức Chúa Trời là ai sẽ xuất hiện bên trong chúng ta tại nơi làm việc, chúng ta sẽ thầm ngợi khen Ngài rằng: "Hỡi linh hồn ta, khá ngợi khen Đức Giê-hô-va! Hỡi Giê-hô-va, Đức Chúa Trời tôi, Chúa thật lớn lạ kỳ" (Thi thiên 104:1).

Khi bạn có được ý thức nầy, bạn sẽ càng lệ thuộc Đức Chúa Trời từng giây phút tiếp theo trong đời sống, còn mỗi khi bạn cần sự giúp đỡ thì sự cảm tạ sẽ trở thành đức tin trong từng giây phút và suốt cả ngày, cả tuần, cả tháng, cả năm và cả một thập kỷ. Đó là đức tin trong ân điển vị lai. Đức tin ấy sẽ được bày tỏ khi cầu nguyện với Chúa bằng những câu Kinh Thánh như: "Đức Giê-hô-va ôi! tôi tin cậy nơi Ngài; tôi nói: Ngài là Đức Chúa Trời tôi" (Thi thiên 31:14). Hoặc là bạn có thể nói rằng: "Sự thương xót của Ngài chẳng dứt; mỗi buổi sáng (mỗi buổi chiều!) thì lại mới luôn, sự thành tín Ngài là lớn lắm" (ý diễn đạt Ca-thương 3:22-23).

Đi làm cùng những lời hứa

Hãy củng cố thêm lời cảm tạ, lời ngợi khen và lòng tin cậy bằng những lời hứa của Đức Chúa Trời khi đi làm mỗi ngày – được viết trong Kinh Thánh hay học thuộc lòng. Đây là cách Đức Chúa Trời phán cùng bạn suốt cả ngày. Ngài khích lệ bạn rằng: "Đừng sợ,

vì ta ở với ngươi; chớ kinh khiếp, vì ta là Đức Chúa
Trời ngươi! Ta sẽ bổ sức cho ngươi; phải, ta sẽ giúp
đỡ ngươi, lấy tay hữu công bình ta mà nâng đỡ
ngươi" (Ê-sai 41:10). Ngài nhắc bạn nhớ rằng những
thách thức vào buổi chiều không có gì quá khó đối
với Ngài: "Nầy, ta là Giê-hô-va, Đức Chúa Trời của
mọi xác thịt; có sự gì khó quá cho ta chăng?" (Giê-
rê-mi 32:27). Ngài phán với bạn đừng lo lắng, nhưng
hãy cầu xin Ngài bất kỳ điều gì bạn cần (Phi-líp 4:6)
và nói rằng: "lại hãy trao mọi điều lo lắng mình cho
Ngài, vì Ngài hay săn sóc anh em" (1 Phi-e-rơ 5:7).
Ngài hứa sẽ dẫn dắt bạn suốt cả ngày: "Ta sẽ dạy dỗ
ngươi, chỉ cho ngươi con đường phải đi; mắt ta sẽ
chăm chú ngươi mà khuyên dạy ngươi" (Thi thiên
32:8).

Làm như vậy, chúng ta được thông công với Chúa,
lắng nghe Chúa qua Lời của Ngài, cảm tạ Ngài, ngợi
khen Ngài, kêu cầu Ngài mỗi khi cần bất kỳ điều gì.
Nếu bạn tiếp tục làm việc "với Đức Chúa Trời" như
thế, Ngài sẽ được tôn vinh. Đó là cuộc đời không hề
lãng phí. Đức Chúa Trời đẹp lòng khi bạn tin cậy và
say mê Ngài. Giá trị của Ngài được bày tỏ. Khi chúng
ta nhắc bản thân nhớ rằng: những phước hạnh mà
chúng ta, là những kẻ không xứng đáng, nhận được
là vì Đấng Christ đã chịu chết thay cho chúng ta, trái
tim của chúng ta còn đập là để chúng ta khoe mình
về thập tự giá.

*2. Chúng ta tôn vinh Đấng Christ qua công
việc thế tục bằng cách sử dụng sự sáng*

tạo và sự chăm chỉ để tôn cao Đấng Christ một cách vui mừng và hết lòng tin cậy.

Khi hỏi rằng: loài người khác loài hải ly, loài chim ruồi, loài nhện, loài kiến như thế nào là câu hỏi rất hữu ích. Câu hỏi nầy giúp chúng ta nhìn thấy làm thế nào loài người có thể tôn cao Đức Chúa Trời bằng công việc của họ. Các tạo vật ấy đều là những loài biết làm việc rất chăm chỉ, chúng còn tạo ra những thứ rất phức tạp và lạ lùng. Cho nên, sự sáng tạo và sự chăm chỉ của loài người phải có gì đó bày tỏ sự vinh hiển của Đức Chúa Trời – trừ khi chúng ta sẵn sàng nói rằng chúng ta tôn vinh hiển Đức Chúa Trời qua công việc chẳng khác gì loài vật.

Đức Chúa Trời uỷ thác cho loài người quyền quản trị cả đất vì sự vinh hiển của Ngài

Sự khác nhau là gì? Hãy nghĩ tới mấy câu Kinh Thánh đầu tiên trong sự sáng tạo loài người. "Đức Chúa Trời dựng nên loài người như hình Ngài; Ngài dựng nên loài người giống như hình Đức Chúa Trời; Ngài dựng nên người nam cùng người nữ. Đức Chúa Trời ban phước cho loài người và phán rằng: Hãy sanh sản, thêm nhiều, làm cho đầy dẫy đất; hãy làm cho đất phục tùng, hãy quản trị loài cá dưới biển, loài chim trên trời cùng các vật sống hành động trên mặt đất" (Sáng thế ký 1:27-28). Cách chúng ta được tạo nên theo ảnh tượng của Đức Chúa Trời dẫn tới việc chúng ta có được vinh dự và nghĩa vụ phải làm cho đất phục tùng và quản trị mọi vật. Nói cách khác, chúng ta nên bận rộn tìm hiểu, uốn nắn, thiết kế và sử dụng tạo vật của Đức Chúa Trời để kêu gọi mọi người nhìn thấy giá trị của Ngài và thờ phượng Ngài.

Được tạo nên theo ảnh tượng của Đức Chúa Trời ít ra có nghĩa là chúng ta nên bày tỏ hình ảnh thật của Đức Chúa Trời. Chúng ta cần phản chiếu Ngài là ai. Chúng ta nên làm vậy không phải vì muốn làm nổi danh của chúng ta (là hình ảnh) mà vì muốn làm nổi danh Ngài (là Đấng Tạo Hoá). Người ta tạo ra hình tượng của những người nổi tiếng vì muốn vinh danh họ. Đức Chúa Trời tạo nên con người theo ảnh tượng của Ngài để bày tỏ chính Ngài, để tạo vật có thể say mê và tôn cao Ngài qua việc làm của loài người.

Trước hết, Ngài phán rằng những gì con người làm là công việc. Loài người phải làm cho đất phục tùng và quản trị mọi thứ. Điều nầy có ý nói rằng một trong những vai trò của loài người là quản trị mọi tạo vật và làm cho thế giới phát triển có trật tự và đúng mục đích, để phản chiếu lẽ thật và sự đẹp đẽ của Đức Chúa Trời. Có thể nói rằng Ngài tạo nên loài người để quản trị thế giới – để sử dụng và uốn nắn thế giới bằng mục đích tốt đẹp, đặc biệt là với mục đích tôn cao Đấng Tạo Hoá.

Công việc không phải là sự rủa sả; sự hư không mới là sự rủa sả

Vậy, nếu bạn quay ngược trở lại thời điểm trước khi

có tội lỗi xuất hiện, thì công việc thế tục không hề mang ý niệm tiêu cực. Theo như Sáng thế ký 2:2, chính Đức Chúa Trời đã dừng lại công việc sáng tạo của Ngài để nghỉ ngơi, với ngụ ý rằng công việc là tốt lành, đó là điều Đức Chúa Trời ưa thích. Thành tựu cao nhất trong sự sáng tạo đó là loài người, một tạo vật được dựng nên theo ảnh tượng của Đức Chúa Trời và được giao phó vai trò quản trị, uốn nắn tạo vật có chủ đích. Vì vậy, ý nghĩa cốt lõi của công việc nầy là tính sáng tạo. Nếu bạn là Đức Chúa Trời, thì công việc của bạn là tạo ra mọi thứ từ số không. Nếu bạn không phải là Đức Chúa Trời – tức là con người – thì công việc của bạn là sử dụng những gì Ngài đã tạo nên để tôn vinh Chúa.

Loài người khác loài hải ly như thế nào

Nhưng khi có loài hải ly xuất hiện. Một con hải ly quản trị mọi thứ xung quanh và xây đập vì mục đích tốt đẹp nào đó, chẳng hạn như làm nhà để ở. Nó rất thích công việc của mình; sự chăm chỉ và khéo léo của loài hải ly còn được dùng để phản chiếu sự khôn ngoan của Đức Chúa Trời.

Mọi sự đều sáng sủa và đẹp đẽ,
Mọi vật đều nhỏ nhắn và tốt đẹp,
Mọi thứ đều tuyệt vời và khôn ngoan,
Chính Chúa đã tạo nên tất cả.²

Đức Chúa Trời được vinh hiển qua hết thảy mọi sự. "Nguyện các sông vỗ tay, núi non cùng nhau hát vui mừng... Các tầng trời rao truyền sự vinh hiển của

Đức Chúa Trời" (Thi thiên 98:8; 19:1). Vậy thì, sự khác biệt giữa một người làm việc và một con hải ly làm việc là gì? Hay là con ong, con chim ruồi, con kiến? Tất cả đều làm việc rất chăm chỉ; chúng quản trị mọi thứ xung quanh và biến tất cả thành những công trình kỳ diệu để phục vụ cho mục đích tốt lành nào đó. Sự khác biệt đó là loài người có lương tâm và đạo đức, có thể đưa ra những lựa chọn về công việc dựa vào động cơ không làm vinh hiển hay làm vinh hiển Đức Chúa Trời.

Không có con hải ly, con ong, con chim ruồi, con kiến nào biết nhờ cậy Đức Chúa Trời. Không có loài hải ly nào biết nghĩ tới một trật tự và sự đẹp đẽ nào đó từ thiên thượng để đưa ra một lựa chọn hoàn hảo vì Đức Chúa Trời là Đấng toàn hảo. Không có con hải ly nào có thể nghĩ tới sự quý giá và mục đích của Đức Chúa Trời rồi quyết định xây đập cho con hải ly khác, mà không phải cho chính nó, vì sự vinh hiển của Đức Chúa Trời. Nhưng loài người có tất cả những khả năng nầy, vì chúng ta được tạo nên theo ảnh tượng của Đức Chúa Trời. Chúng ta được tạo nên để bày tỏ hình ảnh thật của Đức Chúa Trời qua những điều đó. Khi Chúa truyền dạy chúng ta phải làm cho đất phục tùng – tức là uốn nắn và sử dụng nó – Ngài không có ý nói chúng ta phải làm như con hải ly. Ngài muốn chúng ta làm như một con người, một người biết tự tra xét lương tâm và đạo đức, biết chịu trách nhiệm cho công việc của mình vì sự vinh hiển của Đấng Tạo Hoá.

Nói đúng hơn, khi Đức Chúa Trời sai chúng ta đi ra với tư cách là người mang ảnh tượng của Ngài, thì chúng ta cần phải làm cho những con rạch thật sâu, đường ống không được rò rỉ, mọi góc cạnh phải cho vuông vức, những vết khắc không được sai phạm, lời lẽ của chúng ta phải thật chính xác và lôi cuốn, còn những bữa ăn phải giàu dinh dưỡng và hấp dẫn, vì Đức Chúa Trời là Chúa của sự trật tự, đẹp đẽ và điêu luyện. Nhưng loài mèo thường ăn ở sạch sẽ, loài kiến có sự cần cù, loài nhện có sự trật tự và tạo ra những công trình rất đẹp. Tất cả loài vật nầy đều lệ thuộc vào Đức Chúa Trời. Do đó, điều cốt lõi trong công việc của loài người là phải được thực hiện bằng cách nhờ cậy quyền năng của Đức Chúa Trời, bày tỏ sự vượt trội của Đức Chúa Trời và có mục tiêu làm vinh hiển Đức Chúa Trời.

Làm việc lành và ngủ ngon

Khi bạn làm như vậy – cho dù bạn đang làm nghề gì – bạn sẽ có được sự bình an vào cuối ngày. Một ngày không lãng phí. Đức Chúa Trời không tạo nên chúng ta để ăn không ngồi rồi. Vì vậy, người nào lơ đãng trong công việc sẽ mất đi niềm vui lệ thuộc vào Đức Chúa Trời, là Đấng có thể định hình thế giới, và bày tỏ Đức Chúa Trời một cách có chủ đích. "Giấc ngủ của người làm việc là ngon, mặc dầu người ăn ít hay nhiều; nhưng sự chán lắc làm cho người giàu không ngủ được" (Truyền đạo 5:12). Jonathan Edwards đã đưa ra một quy tắc đó là có lòng mộ đạo mà lơ đãng trong công việc là đạo đức giả. Ông đã mô tả người vợ của mình ("người") để minh hoạ điều ngược lại:

Người đã có lần nói rằng: "Thật tuyệt vời làm sao khi được làm công việc của Đức Chúa Trời vào ban ngày, còn tối đến thì được yên giấc trước nụ cười mãn nguyện của Ngài!" Những ngày tháng vui vẻ và lòng yêu đạo của người nầy không hề có sự lơ đãng trong công việc thế tục để dành thời gian đọc Kinh Thánh và cầu nguyện, cũng như làm các việc thiêng liêng khác; mà những việc thế tục ấy được thực hiện một cách rất sốt sắng giống như mình đang hầu việc Đức Chúa Trời; người nói rằng các việc ấy được làm như "mình đang cầu nguyện với Chúa".³

Lòng yêu đạo thật sẽ làm công việc thế tục một cách có chủ đích hơn là xem thường các việc ấy. Thói ăn không ngồi rồi không hề xuất hiện trong đời sống có sự thông công với Chúa. Vì thế, người nào sống với thái độ ăn không ngồi rồi hay với thói vô tích sự sẽ thiếu hạnh phúc hơn người nào biết làm việc. Người nào đã về hưu hiện đang sống trong hạnh phúc thật, có nghĩa là họ đã tìm cách làm công việc hữu ích trong đường lối của Đức Chúa Trời để chủ động mang lại ích lợi cho người khác và để làm vinh hiển Đức Chúa Trời.

Nói đúng hơn, chúng ta nên giúp đỡ lẫn nhau tìm kiếm và trung tín trong việc làm. Chúng ta nên quan tâm đến những người không có việc làm. Vấn đề trước hết không phải là tình hình kinh tế, mặc dù đó cũng là lý do. Mà vấn đề trước hết là quan điểm thần học. Loài người được tạo nên theo ảnh tượng của

Đức Chúa Trời, họ còn được Đấng Tạo Hoá phú cho những tài năng để thực hiện công việc thật sáng tạo trong niềm vui và tôn cao Đức Chúa Trời. Vì vậy, thói ăn không ngồi rồi đang bành trướng khắp mọi nơi (trong khi bạn có khả năng làm việc) sẽ tạo ra cảm giác mặc cảm và kém cỏi.

Vậy, cách thứ hai để chúng ta tôn cao Đức Chúa Trời qua công việc thế tục đó là biết rằng mình được tạo nên để sống vui vẻ, biết nhờ cậy và tôn cao Đức Chúa Trời bằng sự sáng tạo và chăm chỉ. Đức Chúa Trời đã tạo nên chúng ta là những người biết làm việc hầu cho khi chúng ta nhờ cậy quyền năng của Ngài và định hình thế giới để bày tỏ sự vượt trội của Đức Chúa Trời, thì chúng ta sẽ được thỏa mãn ở trong Ngài, còn Ngài được vinh hiển trong chúng ta. Khi chúng ta nhớ rằng: hết thảy mọi sự sáng tạo được làm ra để tôn cao Đức Chúa Trời và mọi sự vui mừng nầy chỉ xảy ra với tội nhân là vì Đấng Christ đã chịu chết thay cho chúng ta, thì mỗi giờ làm việc khó nhọc trở thành lý do để khoe mình về thập tự giá.

3. Chúng ta tôn cao Đấng Christ qua công việc thế tục khi các việc ấy khẳng định và bày tỏ sự vinh hiển của Đấng Christ giống như sứ điệp mà mọi người nghe được từ Phúc âm.

Nói quá về giá trị của công việc thế tục không hề mang lại ích lợi gì cả. Những việc ấy không phải là Phúc âm. Những việc ấy chẳng cứu rỗi ai cả. Thật ra, công việc thế tục của chúng ta không thể đánh thức người khác để nhìn thấy sự vinh hiển của Đấng Christ, vì chẳng hề có lời nào chia sẻ về Đức Chúa Jêsus Christ cả. Đó là lý do vì sao Tân Ước gọi các việc làm của chúng ta đơn giản là để tôn quý đạo Chúa. Trong khi khuyên dạy những người làm tôi tớ, sứ đồ Phao-lô nói với họ "phải vâng phục chủ mình, phải làm đẹp lòng chủ trong mọi việc, chớ cãi trả, chớ ăn cắp vật chi, nhưng phải hằng tỏ lòng trung thành trọn vẹn, để làm cho tôn quí đạo Đức Chúa Trời, là Cứu Chúa chúng ta, trong mọi đường" (Tít 2:9-10). Điều câu Kinh Thánh nầy muốn nói không phải là tán thành với tình trạng làm nô lệ (sứ đồ Phao-lô đã bài trừ cách gián tiếp vấn đề nầy bằng cách gọi người đầy tớ đã tin Chúa là Ô-nê-sim "không coi như tôi mọi nữa, nhưng...coi như anh em yêu dấu" (Phi-lê-môn 16), mà câu Kinh Thánh muốn nói rằng cách chúng ta làm việc sẽ cho thấy cách chúng ta "tôn quí" đạo Chúa.

Nói cách khác, công việc của chúng ta không phải là quý bà xinh đẹp, mà chỉ là trang sức của bà ta mà thôi. Mục tiêu của chúng ta là Phúc âm – "đạo Đức Chúa Trời, là Cứu Chúa chúng ta". Cho nên, một ý nghĩa quan trọng khi nói đến công việc thế tục, đó là thái độ làm việc của chúng ta sẽ làm tăng thêm hay giảm đi sức hút của Phúc âm mà chúng ta đang nói ra trước mặt những người chưa tin Chúa. Tất nhiên, chúng ta thường cho rằng họ đã biết mình là Cơ Đốc nhân rồi. Nhưng tất cả những gì chúng ta nói ra sẽ không còn hiệu quả nữa nếu thái độ làm việc của chúng ta chẳng "tôn quí" điều gì cả. Hãy nghĩ như thế nầy, khi chúng ta làm việc để tôn vinh Đức Chúa Trời mà mọi người chẳng biết chúng ta là Cơ Đốc nhân, thì giống như chạy chương trình quảng cáo mà chẳng đề cập sản phẩm là gì cho khán giả. Người ta sẽ thấy ấn tượng nhưng không biết phải mua cái gì.

Trừ bỏ vật cản đức tin

Sứ đồ Phao-lô chỉ ra vai trò khiêm tốn của việc làm có liên quan đến Phúc âm ở một chỗ khác nữa. Trong 1 Tê-sa-lô-ni-ca 4:11, ông nói với Hội thánh rằng: "Ráng tập ăn ở cho yên lặng, săn sóc việc riêng mình, lấy chính tay mình làm lụng, như chúng tôi đã dặn bảo anh em, hầu cho ăn ở với người ngoại cách ngay thẳng, và không thiếu chi hết.". Điều muốn nói đó là không phải việc làm của chúng ta sẽ cứu rỗi ai đó. Mà điều muốn nói đó là nếu chúng ta sống và làm tốt, thì những vật cản sẽ bị cất đi. Nói cách khác, làm việc một cách thật thà và ngay thẳng không phải là Phúc âm cứu rỗi của Đức Chúa Trời, nhưng một Cơ Đốc nhân làm nghề bán xe hơi mà không có sự ngay thẳng, sẽ gây tai tiếng cho Phúc âm và trở thành chướng ngại vật khiến người khác không nhìn thấy được sự đẹp đẽ của Đấng Christ. Sự lười biếng là vật cản còn lớn hơn việc làm gian ác nữa. Có phải Cơ Đốc nhân là đối tượng mà người khác tìm tới khi có nan đề tại nơi làm việc, chứ không phải là đối tượng mà người khác tìm tới khi cần giải quyết một vấn đề chuyên môn nào đó chăng? Không nhất thiết phải là điều nầy hay điều kia. Kinh Thánh chép rằng: "Hễ làm việc gì, hãy hết lòng mà làm, như làm cho Chúa, chớ không phải làm cho người ta" (Cô-lô-se 3:23 BDTT; đối chiếu Ê-phê-sô 6:7).

Cho nên, cách thứ ba để chúng ta tôn cao Đức Chúa Trời qua công việc thế tục đó là có những tiêu chuẩn đạo đức cao, cũng như sự chính trực và ý tốt nữa, hầu cho chúng ta không trở thành vật cản trên con đường tiến tới Phúc âm của người khác, mà hãy là lời kêu gọi để mọi người nhìn thấy sự đẹp đẽ của Đấng Christ có thể làm thỏa mãn tấm lòng của họ. Khi chúng ta tôn quí Phúc âm qua công việc, chúng ta không lãng phí cuộc đời mình. Khi chúng ta nhớ rằng sự tôn quí ấy (tức là nhờ cậy Chúa, để Chúa uốn nắn và tôn cao Chúa trong công việc) đã được huyết của Đức Chúa Jêsus Christ chuộc lại cho chúng ta rồi, còn sự đẹp đẽ mà chúng ta tôn quí ấy chính là Phúc âm về sự chịu chết của Đấng Christ, thì hết thảy mọi sự tôn quí ấy đều trở thành lý do để chúng ta khoe mình về thập tự giá.

4. Chúng ta tôn cao Đấng Christ qua công việc thế tục bằng cách kiếm đủ tiền để không lệ thuộc vào người khác nữa, trong khi tập trung vào lợi ích của công việc chứ không phải tiền bạc.

Đức Chúa Trời đã định trước từ lúc sáng thế rằng làm việc trong sự vui vẻ sẽ tiếp trợ cho nhu cầu của chúng ta. Đức Chúa Trời đã làm việc từ lúc ban đầu (Sáng thế ký 2:2), còn loài người được Ngài tạo nên theo ảnh tượng của Ngài cũng để làm việc. Trước khi tội lỗi vào thế gian, công việc không hề có sự vô ích và thất vọng. Nó là công cụ tuyệt vời để Đức Chúa Trời tiếp trợ dư dật cho từng nhu cầu. Nó làm cho đất phục vụ mọi nhu cầu vật chất của loài người mà không phá hoại trái đất (Sáng thế ký 1:28). Từ ban đầu, loài người sống trong một khu vườn đầy cây ăn trái, không phải là đồng ruộng khô cằn cần phải cầy xới và trồng trọt. "Giê-hô-va Đức Chúa Trời khiến đất mọc lên các thứ cây đẹp mắt, và trái thì ăn ngon; giữa vườn lại có cây sự sống cùng cây biết điều thiện và điều ác" (Sáng thế ký 2:9). Không những thế, "Một con sông từ Ê-đen chảy ra đặng tưới vườn; rồi từ đó chia ra làm bốn ngả" (Sáng thế ký 2:10).

Làm việc vui vẻ trước khi có sự sa ngã; Sau đó là mồ hôi và buồn bực

Trong vườn địa đàng đầy đủ mọi thứ ấy, Đức Chúa Trời phán lần đầu tiên rằng: "chẳng có một người nào cày cấy đất nữa" (câu 5). Rồi Ngài làm nên loài người từ bụi đất, trong số tạo vật của Ngài, thì A-đam là con trai duy nhất cùng làm việc với Cha của mình để quản trị tạo vật. Lúc bấy giờ, công việc không phải là để duy trì sự sống. Đức Chúa Trời chính là Đấng duy trì sự sống. Loài người được tự do, không có nghĩa là không làm việc, mà là được tự do trong công việc, được tự do sáng tạo mà không hề lo lắng về đồ ăn và đồ mặc.

Khi tội lỗi vào thế gian, thì không phải con người bị

bắt làm việc, mà sự thay đổi là công việc trở nên nặng nhọc hơn cùng với sự vô ích và thất vọng ở trong thế giới sa ngã. Chúa phán cùng A-đam rằng:

Vì ngươi nghe theo lời vợ mà ăn trái cây ta đã dặn không nên ăn, vậy, đất sẽ bị rủa sả vì ngươi; trọn đời ngươi phải chịu khó nhọc mới có vật đất sanh ra mà ăn. Đất sẽ sanh chông gai và cây tật lê, và ngươi sẽ ăn rau của đồng ruộng; ngươi sẽ làm đổ mồ hôi trán mới có mà ăn, cho đến ngày nào ngươi trở về đất, là nơi mà có ngươi ra; vì ngươi là bụi, ngươi sẽ trở về bụi (Sáng thế ký 3:17-19).

Khi người nam và người nữ chọn lệ thuộc vào bản thân, từ chối sự dẫn dắt và tiếp trợ của Đức Chúa Trời, Ngài đã phó họ theo lựa chọn của mình, đó là: sự độc lập. Kể từ đó, Ngài phán rằng: ngươi phải chịu khó nhọc mới có vật đất sanh ra mà ăn. Thế là, họ phải chuyển từ công việc rất vui vẻ trong vườn sang làm việc ngoài đồng trong sự lo lắng. Sự rủa sả trong đời sống chúng ta ngày hôm nay không phải là chúng ta phải làm việc. Mà sự rủa sả đó là chúng ta phải làm việc trầy trật trong sự mệt mỏi, thất vọng, khó khăn và lo lắng. Tất cả những điều nầy là sự nặng nề gấp đôi, vì giờ đây chúng ta phải làm việc khó nhọc mới giữ được mạng sống. "Ngươi phải chịu khó nhọc mới có vật đất sanh ra mà ăn...ngươi sẽ làm đổ mồ hôi trán mới có mà ăn".

Đấng Christ trở nên sự rủa sả, còn chúng ta được

tự do

Nhưng không phải Đấng Christ đến để cất đi sự rủa sả khỏi loài người sao? Đúng vậy. "Đấng Christ đã chuộc chúng ta khỏi sự rủa sả của luật pháp, bởi Ngài đã nên sự rủa sả vì chúng ta, vì có lời chép: Đáng rủa thay là kẻ bị treo trên cây gỗ" (Ga-la-ti 3:13). Tuy nhiên, sự rủa sả không hề được cất khỏi hoàn toàn. Đức Chúa Trời cứu rỗi chúng ta theo từng giai đoạn. Đấng Christ đã trừ bỏ điều ác khi Ngài chịu chết thay cho tội lỗi và sống lại. Nhưng không phải mọi kẻ thù đều đã ở dưới chân Ngài. Thí dụ, sự chết là một phần trong sự rủa sả mà chúng ta phải trải qua. Chúng ta vẫn phải chết, nhưng "nọc độc" của sự chết, tức là sự tuyệt vọng của sự chết, bị cất đi vì tội lỗi của chúng ta đã được tha thứ trong Đấng Christ và Ngài đã sống lại (1 Cô-rinh-tô 15:54-55)!

Tương tự, chúng ta vẫn phải làm việc chăm chỉ để cung ứng cho nhu cầu của mình. Đấng Christ phán rằng: "Đừng vì sự sống mình mà lo đồ ăn uống; cũng đừng vì thân thể mình mà lo đồ mặc... Cha các ngươi ở trên trời vốn biết các ngươi cần dùng những điều đó rồi. Nhưng trước hết, hãy tìm kiếm nước Đức Chúa Trời và sự công bình của Ngài, thì Ngài sẽ cho thêm các ngươi mọi điều ấy nữa" (Ma-thi-ơ 6:25, 32-33). Ngài phán rằng: "Hỡi những kẻ mệt mỏi và gánh nặng, hãy đến cùng ta, ta sẽ cho các ngươi được yên nghỉ" (Ma-thi-ơ 11:28). Ngài phán rằng: "Vậy, hỡi anh em yêu dấu của tôi, hãy vững vàng chớ rúng động, hãy làm công việc Chúa cách dư dật luôn, vì biết rằng công khó của anh em trong Chúa chẳng phải là vô ích đâu" (1 Cô-rinh-tô 15:58). Nói cách khác, Đức Chúa Trời không muốn con cái của Ngài mệt mỏi làm việc trong sự thất vọng, vô ích và chán nản. Ngài cũng muốn cất sự rủa sả ấy khỏi chúng ta trong đời nầy nữa.

Thiên đàng không phải bây giờ

Nhưng giống như sự chết vẫn sẽ xảy ra cho đến cuối đời nầy, thì chúng ta vẫn phải làm việc trong thời đại sa ngã nầy để vượt qua những trở ngại đang khiến công việc trở nên khó học hơn. Chúng ta vẫn chưa ở thiên đàng đâu và cũng đừng hái trái cây từ vườn tược của người khác. Đó là sai lầm ở tại thành Tê-sa-lô-ni-ca. Vài người đã bỏ việc làm và sống lười biếng vì họ nghĩ rằng Đấng Christ sẽ đến ngay. Nước Thiên đàng đã đến gần chúng ta. Cho nên, sứ đồ Phao-lô đã viết thư nói với họ rằng: "Nếu ai không khứng làm việc, thì cũng không nên ăn nữa. Vả, chúng tôi nghe trong anh em có kẻ ăn ở bậy bạ, chẳng hề làm lụng, trở chăm những sự vô ích thôi. Chúng tôi nhân danh Đức Chúa Jêsus Christ, bảo và khuyên những kẻ đó phải yên lặng mà làm việc, hầu cho ăn bánh của mình làm ra" (2 Tê-sa-lô-ni-ca 3:10-12). Những người còn khoẻ chọn sống lười biếng và ăn uống trên những giọt mồ hôi của người khác là những kẻ nổi loạn, chống nghịch với ý muốn của Đức Chúa Trời. Nếu chúng ta còn sức, thì chúng ta cần phải làm việc để sống.

Cơ Đốc nhân phải làm thế nào để tôn vinh Đấng Christ qua công việc "hầu cho ăn bánh của mình làm ra"? Trước tiên là phải sẵn sàng sống với ý muốn của Đức Chúa Trời dành cho chúng ta trong đời nầy. Làm như vậy, chúng ta đang bày tỏ sự vâng phục đối với thẩm quyền của Ngài. Thứ hai là phải trừ bỏ những vật cản mà những người chưa tin Chúa thường cho rằng Cơ Đốc nhân sống lười biếng, chỉ biết lệ thuộc vào người khác, để chứng minh rằng theo Chúa là điều vô ích. "Chính tay mình làm lụng...hầu cho ăn ở với người ngoại cách ngay thẳng, và không thiếu chi hết" (1 Tê-sa-lô-ni-ca 4:11-12). Chúng ta tôn kính Chúa bằng cách làm việc vì đó là cách để giúp cho người không tin Chúa nhìn thấy rõ Đấng Christ là ai. Cơ Đốc nhân nào sống thiếu mục tiêu và không kết quả là đang đi ngược lại với ý muốn của Đấng Tạo Hoá, là Đấng có mục đích, quyền năng và đầy thương xót mà chúng ta hằng kính mến. Đó là những kẻ đang lãng phí cuộc đời.

Đừng làm việc vì đồ ăn hay hư nát

Thứ ba, chúng ta tôn vinh Chúa bằng cách làm việc mà không tập trung vào tiền bạc nhưng tập trung vào lợi ích của sản phẩm làm ra, hoặc là dịch vụ mang lại cho xã hội. Đây là chuyện ngược đời. Tôi đang nói là đúng vậy, chúng ta nên kiếm đủ tiền để đáp ứng nhu cầu của mình. Nhưng tôi cũng nói là đừng như vậy, chúng ta không nên biến điều nầy trở thành lý do chính cho việc đi làm. Một trong những điều ấn tượng nhất mà Chúa Jêsus đã từng phán rằng: "Hãy làm việc, chớ vì đồ ăn hay hư nát, nhưng vì đồ ăn còn lại đến sự sống đời đời, là thứ Con người sẽ ban cho các ngươi" (Giăng 6:27). Đừng làm việc vì đồ ăn hay hư nát! "Đồ ăn hay hư nát" đơn giản có nghĩa là tất cả đồ ăn và đồ dự trữ ngoài kia. Đây là điều vô cùng ấn tượng phải không! Điều nầy hoàn toàn ngược lại với những gì tôi đang đề cập. Ngài muốn nói gì đây?

Chúng ta biết rõ rằng Chúa Jêsus không hề nói làm việc để sống và ăn bánh của mình làm ra là sai. Rõ ràng, Ngài muốn nói rằng: khi chúng ta làm việc vì đồ ăn hay hư nát, thì chúng ta nên biết rằng mình không làm việc chỉ vì đồ ăn, mà còn vì điều gì đó xa vời hơn thế nữa. Nói cách khác, đừng tập trung vào vật chất khi đi làm. Đừng làm việc chỉ vì những thứ hay hư nát mà bạn có thể mua bằng tiền của mình. Hãy làm việc vì ích lợi nào đó khác hơn là tiền bạc. Hãy làm việc để mang lại ích lợi cho người khác bằng những gì mình tạo ra hay làm ra.

Đấng Christ đã cất đi sự rủa sả trong công việc. Ngài đã thay thế sự lo lắng bằng sự tin cậy vào lời hứa của Đức Chúa Trời nói rằng Ngài sẽ chu cấp mọi nhu cầu của bạn (Phi-líp 4:19) và Ngài sẽ đánh thức một đam mê khác ở trong lòng bạn khi đi làm. Chúng ta vui mừng trước lời kêu gọi mà Chúa Jêsus đã phán rằng: nhưng trước hết hãy tìm kiếm nước Đức Chúa Trời và sự công bình của Ngài, thì đồ ăn hay hư nát sẽ được tiếp trợ cho bạn. Cho nên, đừng làm việc vì đồ ăn hay hư nát. Hãy làm việc để yêu thương người khác và tôn kính Đức Chúa Trời. Hãy nghĩ tới những điều mới mẻ nào đó mà công việc của bạn có thể chúc phước cho người khác. Đừng làm chỉ vì lợi nhuận không thôi, mà hãy luôn nghĩ rằng sản phẩm của bạn hay dịch vụ của bạn có thể mang lại ích lợi cho người khác như thế nào.

Hãy tận tâm trong công việc nhưng đừng sống với nó

Làm thế nào bạn có thể thức dậy vào buổi sáng rồi đi làm với thái độ không phải vì đồ ăn hay hư nát – tức là không chỉ tập trung vào lợi nhuận? Đây là một khám phá thuộc linh, chỉ tìm được sau nhiều lần cầu nguyện và chờ đợi. Mấy lời giải thích của tôi không thể tạo ra điều đó đâu. Nhưng có lẽ Đức Thánh Linh sẽ dùng mấy lời nầy để giúp bạn tìm được điều đó. Sứ đồ Phao-lô nói trong 1 Cô-rinh-tô 7:30-31 rằng, vì thì giờ ngắn ngủi, "kẻ đương mua, nên như kẻ chẳng được của gì; và kẻ dùng của thế gian, nên như kẻ chẳng dùng vậy". Tôi nghĩ có thể nói khác đi như sau: đúng là phải làm việc, nhưng đừng làm việc vì đồ ăn hay hư nát. Hãy đi mà mua, nhưng hãy cư xử giống như bạn chẳng có gì. Hãy tận tâm trong công việc, nhưng đừng sống với nó. Tiền lương từ công việc không phải là sự sống của bạn.

Bạn là người mua bán cổ phần chứng khoán

Giả sử bạn là Cơ Đốc nhân làm nghề mua bán chứng khoán và mới nhìn thấy thị trường lao dốc. Vậy thì, đừng làm việc vì đồ ăn hay hư nát có nghĩa là cuộc sống của bạn không hề gặp nguy hiểm gì cả. Sự bình an và niềm vui của bạn không hề mất đi. Quyết tâm làm điều tốt nhất cho khách hàng của bạn vẫn còn đó – ngay cả khi bạn khuyên họ rút tiền ra khỏi thị trường và đầu tư số tiền ấy vào một dự án nào đó vì sự vinh hiển của Đức Chúa Trời. Thì bạn không làm việc vì đồ ăn hay hư nát. Mục tiêu của bạn là sống tôn vinh Chúa qua công việc của mình. Chúa Jêsus phán rằng: "Ta có một thứ lương thực để nuôi mình mà các ngươi không biết... Đồ ăn của ta tức là làm theo ý muốn của Đấng sai ta đến, và làm trọn công việc Ngài" (Giăng 4:32-34). Không ai trong chúng ta nên đi làm chỉ vì đồ ăn hay hư nát – hãy trao phó điều nầy cho Ngài. Thay vì thế, chúng ta nên nhằm vào mục tiêu làm theo ý muốn của Ngài là Đấng đã sai phái chúng ta. Còn ý muốn của Chúa dành cho chúng ta đó là: tôn cao Ngài là Đấng quý hơn hết và sống bày tỏ ra như vậy.

Cơ Đốc nhân làm nghề mua bán chứng khoán sẽ nói với thị trường lao dốc rằng: "Đồ ăn chính của tôi khi làm công việc nầy vẫn còn nguyên. Tôi muốn vượt qua thử thách đức tin nầy để được thỏa mãn trong sự tốt lành và quyền phép của Đấng Christ. Tôi muốn sống để tôn kính Ngài, để người khác nhìn thấy thái độ của tôi, sự chính trực của tôi và Đấng Christ được vinh hiển qua đời sống tôi". Với mục tiêu đó, Cơ Đốc nhân làm việc vì đồ ăn còn lại đến đời đời. Người ấy sẽ làm việc, dậy sớm để cầu nguyện, suy gẫm và neo chặt vào Đấng Christ trong lòng mình suốt ngày. Trong sự an ninh ấy, người đó nghĩ tới ích lợi của người khác và phục vụ họ. Đó là cuộc đời không lãng phí và sẽ khiến người khác phải thắc mắc.

Chúa Jêsus gọi chúng ta là khách lạ kiều ngụ trong

thế gian nầy. Không phải bằng cách cất chúng ta ra khỏi thế gian, mà bằng cách thay đổi gốc rễ, tức là cách chúng ta nhìn nhận thế giới và cách chúng ta làm việc trong thế gian. Nếu chúng ta làm việc để kiếm tiền – nếu chúng ta làm việc vì đồ ăn hay hư nát – thì chúng ta đang sống lãng phí cuộc đời. Nhưng nếu chúng ta làm việc với lòng tin chắc rằng Đức Chúa Trời sẽ cung ứng mọi nhu cầu của chúng ta – mà Đấng Christ đã chịu chết để chuộc lại mọi ơn phước ấy – thì chúng ta làm việc vì tình yêu thương và để khoe mình về thập tự giá.

5. Chúng ta tôn vinh Đấng Christ qua công việc thế tục bằng cách kiếm tiền, với mong muốn sử dụng số tiền ấy để giúp người khác được vui mừng ở trong Đức Chúa Trời.

Mọi điều tôi đã nói trong chương 7 đó là chúng ta sử dụng tiền bạc để bày tỏ một cách quyết liệt rằng Đấng Christ là Của báu của chúng ta, chứ không phải tiền bạc. Nhưng tiền bạc không tự nhiên xuất hiện ở trên cây; mà chúng ta phải làm việc mới có tiền. Chúng ta tạo ra dịch vụ hoặc làm ra sản phẩm nào đó để người khác mua. Cho nên, điều tôi muốn nói đó là: khi chúng ta làm việc, chúng ta nên nghĩ tới cách sử dụng tiền bạc của mình như thế nào để giúp người khác được vui mừng ở trong Chúa. Tất nhiên, chúng ta nên sử dụng hết thảy tiền bạc của mình để giúp người khác được vui mừng trong Đức Chúa Trời, đây phải là mục tiêu cả đời của chúng ta.

Nhưng điều quan trọng đó là công việc thế tục của chúng ta có thể trở thành nguồn phước lớn lao để tôn cao Đức Chúa Trời trong thế giới nầy, nếu chúng ta không sử dụng số tiền kiếm được cho bản thân mình (mà chúng ta thường cần ít hơn mình tưởng) và đáp ứng nhu cầu của người khác trong danh của Chúa Jêsus.

Người đi làm kiếm tiền còn khoẻ mạnh hãy giúp đỡ những ai bị mất mát

Đức Chúa Trời đã phán rõ ràng với chúng ta rằng chúng ta nên làm việc để hỗ trợ những ai không thể đáp ứng nhu cầu của họ. Đúng là mọi người nên đi làm nếu họ có thể, và nhìn chung nếu bạn đi làm thì bạn sẽ đáp ứng được nhu cầu của mình. "Ai cày đất mình sẽ được vật thực dư dật; còn ai theo kẻ biếng nhác thiếu trí hiểu" (Châm ngôn 12:11). Nhưng quy tắc chung nầy không phải là tuyệt đối. Nạn đói có thể huỷ hoại nông trường của bạn; trộm cướp có thể lấy đi tài sản của bạn; bệnh tật sẽ khiến bạn không còn khả năng làm việc nữa. Tất cả những điều đó là sự rủa sả mà tội lỗi đã đem vào thế gian. Nhưng ý muốn của Đức Chúa Trời, trong sự thương xót của Ngài, đó là công việc của người còn khoẻ mạnh sẽ tiếp trợ cho nhu cầu của người cần giúp đỡ, đặc biệt là trong lúc khó khăn.

Ba phân đoạn Kinh Thánh sau sẽ làm rõ điều nầy. Trong 1 Ti-mô-thê 5:8, sứ đồ Phao-lô nói với con cái và cháu chắt về những người góa bụa đã cao tuổi là: "Ví bằng có ai không săn sóc đến bà con mình, nhứt là không săn sóc đến người nhà mình, ấy là người chối bỏ đức tin, lại xấu hơn người không tin nữa". Trong Công-vụ 20:35, sứ đồ Phao-lô nhắc tới công khó của mình mà nói rằng: "Tôi từng bày bảo luôn cho anh em rằng phải chịu khó làm việc như vậy, để giúp đỡ người yếu đuối, và nhớ lại lời chính Đức Chúa Jêsus có phán rằng: Ban cho thì có phước hơn là nhận lãnh". Trong Ê-phê-sô 4:28, sứ đồ Phao-lô không vui khi nói rằng "đừng ăn cắp nữa, hãy làm việc đi!". Ông nói rằng: "Kẻ vốn hay trộm cắp chớ trộm cắp nữa; nhưng thà chịu khó, chính tay mình làm nghề lương thiện, đặng có vật chi giúp cho kẻ thiếu thốn thì hơn". Bạn có thể trộm cướp để có tài sản. Hoặc là bạn có thể làm việc để có tài sản. Hay là bạn có thể làm việc để có tài sản ban phát cho người khác. Khi lựa chọn thứ ba xuất phát từ tấm lòng vui mừng biết rằng Đức Chúa Trời là Đấng tốt lành, thì thế gian sẽ biết Đức Chúa Trời là Đấng vĩ đại nhất.

6. Chúng ta tôn vinh Đấng Christ qua công việc thế tục bằng cách coi trọng các mối quan hệ trong công việc, như là món quà của Đức Chúa Trời, để bày tỏ tình yêu thương bằng cách chia sẻ Phúc âm với họ và có hành động giúp đỡ họ thật cụ thể.

Tôi đề cập điều nầy ở cuối cùng không phải vì nó kém quan trọng, mà là vì có vài người cho điều nầy là đầu tiên lại chẳng bao giờ nói gì khác hơn về tầm quan trọng của công việc thế tục. Chính tôi đã mắc sai lầm nầy. Công tác làm chứng cá nhân quan trọng đến nỗi chúng ta thường nghĩ đó là điều quan trọng duy nhất trong cuộc đời. Nhưng chúng ta đã thấy rằng Kinh Thánh nhấn mạnh rất nhiều vào việc tôn quí Phúc âm, chứ không chỉ nói về Phúc âm. Nhưng hôm nay, tôi muốn nói rằng chia sẻ Tin lành của Đấng Christ cũng là lý do vì sao Đức Chúa Trời cho phép bạn đi làm ở công ty. Ngài đã cho phép bạn xuất hiện trong cuộc đời của người khác để bạn chia sẻ Phúc âm với họ. Không có phần nầy thì mọi nỗ lực của chúng ta sẽ không mang lại sự sống.

Sự kêu gọi của Cơ Đốc nhân cũng bao gồm cả việc sử dụng môi miệng của mình để mang lại sự sống. "Miệng người công bình là một nguồn sự sống" (Châm ngôn 10:11). Để có sự sống đời đời thì phải có đức tin nơi Đức Chúa Jêsus Christ. Cảm xúc của bạn không phải là công thức để cứu rỗi người khác. Người ta phải biết Phúc âm tức là quyền phép của Đức Chúa Trời để nhận được sự sống đời đời (Rô-ma 1:16). "Như vậy, đức tin đến bởi sự người ta nghe, mà người ta nghe, là khi lời của Đấng Christ được rao giảng" (Rô-ma 10:17).

Hội thánh đầu tiên gồm có những người "nói về đạo Chúa". Họ chia sẻ Phúc âm. Khi những người tin Chúa chạy trốn khỏi thành Giê-ru-sa-lem vì cơn bắt bớ dữ tợn xảy ra sau khi Ê-tiên bị ném đá chết, họ "đi từ nơi nầy đến nơi khác, truyền giảng đạo Tin lành" – chính xác là "truyền giáo" hay "nói về đạo Chúa" (Công-vụ 8:4). Họ sẵn sàng chia sẻ Phúc âm khi gặp gỡ người khác. Lai lịch của họ là "những kẻ rao truyền": "Nhưng anh em là dòng giống được lựa chọn, là chức thầy tế lễ nhà vua, là dân thánh, là dân thuộc về Đức Chúa Trời, hầu cho anh em rao giảng nhân đức của Đấng đã gọi anh em ra khỏi nơi tối tăm, đến nơi sáng láng lạ lùng của Ngài" (1 Phi-e-rơ 2:9). Họ đã nhận lãnh miễn phí. Họ đã ban phát miễn phí.

Họ đã cảm động trước những gì Chúa Jêsus phán về giá trị của một linh hồn: "Người nào nếu được cả thiên hạ mà mất linh hồn mình, thì có ích gì? Hay là có người nào lấy chi mà đổi linh hồn mình ư?" (Mác 8:36-37). Họ cảm thấy gánh nặng mà C.S. Lewis đã nói vào khoảng hai ngàn năm sau, khi ông nghĩ tới mối liên hệ của việc chinh phục một linh hồn về với Đấng Christ và vai trò làm giáo viên môn Văn học Anh ở Oxford như sau:

Cơ Đốc nhân sẽ xem môn văn không nghiêm trọng bằng những người chưa tin Chúa có học thức... Người chưa tin Chúa thường biến những trải nghiệm đẹp thành một kiểu tín ngưỡng...và họ thường cho mình trổi hơn phần lớn những người tìm đến sách vở để tiêu khiển. Nhưng Cơ Đốc nhân biết rõ từ đầu rằng một linh hồn được cứu rỗi còn quan trọng hơn các tác phẩm, hoặc là lưu truyền lại các bộ sử thi, và những sự kiện lớn nhỏ trên thế giới: nói tới vấn đề nổi trội, thì họ biết rằng sự tục tĩu cũng bao gồm cả những người thấp hèn nhất và những người cao trọng nhất nữa.[4]

Điều muốn nói là không phải Lewis đã từ bỏ công việc để trở thành một nhà truyền đạo trọn thời gian, mà đó cũng không phải là điều bạn nên làm. Nhưng điều muốn nói ở đây đó là ông đã nhìn thấy ý nghĩa của công việc một cách đúng đắn và biết rõ điều ấy vì rất nhiều lý do chứ không chỉ có một. Đối với một trong số năm điều kể trên, Lewis sẽ nói thêm rằng: nghề nghiệp của ông đã tạo ra một sự kết nối rộng rãi là cơ hội để ông có thể chia sẻ Phúc âm. Một lần nọ, khi ông bị phê bình vì đã nói giảm về Phúc âm, ông đã đáp lại nhà phê bình ấy rằng:

[Ông] đã trở thành một nhà phê bình tốt hơn nếu có thể đưa ra một giải pháp cũng như chỉ ra những vấn nạn xã hội. Làm sao ông có thể làm cả hai việc như thế được? Ông sẽ dùng phương pháp nào và thành công ra sao khi ông cố gắng cải đạo các chủ của hàng, các luật sư, các nhà bất động sản, những người lo đám ma, cảnh sát và các thợ thủ công là những người đang sống trong thành phố của mình?

Có lẽ một điều khác nữa nên được đề cập có liên quan đến các mối quan hệ được hình thành tại nơi chúng ta sống và làm việc. Rất nhiều người trong chúng ta, sẽ thực hiện sứ mạng và bày tỏ lòng thương xót mà không cần phải từ bỏ công việc của mình, nhưng qua công việc ấy, cho những người cần sự giúp đỡ, là những đối tượng ít được vươn đến trong thế giới nầy. Cơ Đốc nhân không chỉ nghiêm túc hỏi rằng nghề nghiệp của họ là gì, mà còn phải hỏi rằng nghề nghiệp của họ đang ảnh hưởng và đã ảnh hưởng người khác như thế nào. Chúng ta không nên cho rằng các đối tượng như giáo viên, thợ mộc, lập trình viên, các nhà quản lý, kế toán viên, các bác sĩ, các phi công nên làm việc tại Mỹ. Những nghề nghiệp nầy nên có mặt ở các nước khó khăn hơn, hay là ở những nơi mà sự nghèo khổ là cánh cửa chào đón Phúc âm. Làm như vậy, các mối quan hệ được hình thành qua công việc của chúng ta không chỉ mang tính chiến lược mà còn có chủ đích nữa.

Kết luận

Trong phần kết luận, công việc thế tục không hề lãng phí khi chúng ta tôn vinh Đấng Christ từ 8 giờ sáng đến 5 giờ chiều. Ý muốn của Đức Chúa Trời trong thời đại nầy đó là tôi con Chúa trở thành muối và ánh sáng ở ngay trong chính các lĩnh vực nghề nghiệp của xã hội. Mục tiêu của Ngài đó là mọi người phải biết Ngài, vì nhận biết Ngài là sự sống và có niềm vui. Ngài không kêu gọi chúng ta đừng sống trong thế gian. Ngài không cất đi nhu cầu cần phải làm việc. Ngài không phá huỷ xã hội và văn hoá. Qua các thánh đồ đang ở khắp mọi nơi, Ngài đang lan truyền một niềm đam mê, đó là Đức Chúa Trời tể trị trên mọi sự để muôn dân được vui mừng. Nếu bạn làm việc như thế gian, bạn sẽ lãng phí cuộc đời mình, cho dù bạn giàu có cỡ nào đi nữa. Nhưng nếu bạn làm việc để tìm kiếm cơ hội chia sẻ với mọi người về sự cứu rỗi và bày tỏ sự tôn quí Phúc âm để làm vinh hiển Đấng Christ, thì bạn sẽ được thỏa mãn đến đời đời và Đức Chúa Trời sẽ được tôn cao

trong sự vui mừng của bạn.

1. Martin Luther, *"Thư gửi cho tầng lớp quý tộc Cơ Đốc"*, trong quyển Ba luận án (Philadelphia, PA: Fortress, 1960), 14-17. Xem Gene Edward Veith Jy., *Đức Chúa Trời tại nơi làm việc: Nghề nghiệp Cơ Đốc của trong mọi khía cạnh đời sống* (Wheaton, IL: Crossway, 2002) một chú giải luận về nghề nghiệp dành cho thường dân của Luther. Cũng xem Os Guinness, *Lời kêu gọi: Tìm kiếm và Hoàn thành Mục đích Chính trong Đời sống Cơ Đốc* (Nasville: Word, 1998), và Paul Helm, *Những sự kêu gọi: Phúc âm trong thế gian* (Edingburgh: Banner of Truth, 1998).

2. Cecil, F. Alexander, *"Mọi sự đều sáng sủa và đẹp đẽ"* (1848).

3. Jonathan Edwards, *"Những suy tư về sự phấn hưng"*, trong quyển Sự Phấn hưng Vĩ đại, được biên soạn bởi C.C. Goen, tập 4 trong bộ Các tác phẩm của Jonathan Edwards (New Haven, CT: In bởi Đại học Yale, 1972), 340.

4. C.S. Lewis, *"Cơ Đốc giáo và Văn học"*, trong quyển Phê bình Cơ Đốc giáo (Grand Rapids, MI: Eerdmans, 1967), 10.

9

SỰ VINH HIỂN CỦA ĐẤNG CHRIST TRONG CÔNG TÁC TRUYỀN GIÁO VÀ BÀY TỎ LÒNG THƯƠNG XÓT: LỜI KÊU GỌI CHO THẾ HỆ NGÀY NAY

Đức Chúa Trời đang ở gần những người như bạn. Ngài là Đấng, giống như đang "săn tìm thiên đàng", sẽ khiến bạn vui mừng hơn nữa trong công việc nguy hiểm và khó khăn mà bạn đang làm. Các giáo sĩ và các mục sư làm công tác thương xót chẳng ở đâu xa xôi cả. Họ là những người giống như bạn, bị kinh ngạc trước vinh hiển của Đức Chúa Trời hiện ra trên con đường của bạn. Đôi khi điều nầy xảy ra khi bạn đang lội ngược dòng.

Đức Chúa Trời đã bắt phục Adoniram Judson đến Burma như thế nào

Đó là những gì đã xảy ra với Adoniram Judson, giáo sĩ hải ngoại đầu tiên của nước Mỹ, ông đã cùng vợ lên tàu lúc 23 tuổi vào ngày 17 tháng 2 năm 1812. Họ đã cưới nhau được mười hai ngày. Ông đã dành hết phần đời còn lại của mình, cho đến năm 1850, "ngó như buồn rầu, mà thường được vui mừng" để khiến Burma đầu phục Đấng Christ và giúp người khác được vui mừng ở trong Ngài đến đời đời. Nhưng trước tiên, Đức Chúa Trời phải khiến ông quay đầu lại, Ngài đã làm điều đó đến nỗi Judson đã rất kinh ngạc, ông không bao giờ quên được sự can thiệp của Đức Chúa Trời đã khiến ông tiếp nhận Ngài.[1]

Là con trai của một mục sư, ông là một cậu bé sáng dạ. Mẹ dạy ông biết đọc trong vòng một tuần lúc mới ba tuổi, để khiến cha của ông phải ngạc nhiên khi vừa về tới nhà sau một chuyến đi xa.[2] Khi ông được sáu tuổi, ông bước vào Trường Rhode Island (sau nầy là trường Brown) là học sinh năm thứ hai và đã tốt nghiệp với vị trí đứng đầu lớp, sau ba năm học, vào năm 1807.

Bước ngoặt của Đức Chúa Trời

Có một điều cha mẹ rất mẫu mực của ông không hề biết đó là Adoniram đã không còn giữ được đức tin nữa, vì người bạn học tên là Jacob Eames, cậu ta là một Nhà thần luận.[3] Vào lúc kết thúc sự nghiệp ở trường, ông không còn giữ niềm tin Cơ Đốc nữa. Ông đã giấu cha mẹ cho đến ngày sinh nhật lần thứ hai mươi, ngày 9 tháng 8 năm 1808, khi ông làm tan vỡ trái tim của họ khi nói rằng ông không còn đức tin nữa và ông muốn trở thành người viết kịch cho nhà hát, nên ông đã dự định tới New York, tức là phải mất đến sáu ngày cưỡi con ngựa của cha đã tặng cho ông làm gia tài.

Mọi thứ không xảy ra như ông đã từng mơ mộng. Ông đã nhập bọn cùng với mấy kẻ hát rong, mà sau nầy ông nói là phải sống "một cuộc đời lang thang, thiếu thận trọng, luôn tìm kiếm chỗ ở và lừa gạt chủ nhà trọ mỗi khi có được cơ hội".[4] Những điều kinh tởm mà ông phát hiện được vào lúc ấy chỉ là bước khởi đầu cho nhiều lần can thiệp rất ngoạn mục từ thiên thượng. Đức Chúa Trời đang ở rất gần Adoniram Judson.

Ông đến thăm người cậu Ephraim ở Sheffield nhưng lại phát hiện ra "một người trẻ tuổi đầy mẫu mực" đã khiến ông phải ngạc nhiên, vì đức tin Cơ Đốc của cậu ấy vững vàng đến nỗi không hề sống "khắc khổ và độc đoán".[5] Điều kỳ lạ đó là ông đã gặp được chàng trai trẻ ấy mà không phải là cậu của mình.

Một đêm nhớ đời

Đêm hôm sau, ông ở lại quán trọ trong một ngôi làng nhỏ, là nơi ông chưa hề đặt chân đến. Người chủ quán trọ đã xin lỗi vì giấc ngủ của ông bị làm phiền bởi một người bị bệnh nặng ở kế bên. Suốt cả đêm, Judson nghe thấy tiếng người đi ra đi vào với những giọng nói thì thào, những tiếng rên rỉ và tiếng thở hổn hển. Nó khiến ông nghĩ rằng người đàn ông ở kế bên chưa sẵn sàng qua đời. Ông còn nghĩ về bản thân và có những suy nghĩ đáng sợ về cái chết của mình nữa. Ông cảm thấy thật dại dột bởi vì có Nhà thần luận nào lại tưởng đến những điều nầy.

Khi ông chuẩn bị rời đi vào sáng hôm sau, ông hỏi cho biết người đàn ông ở bên cạnh mình tối qua có đỡ hơn chăng. Người chủ quán trọ trả lời rằng: "Ông ta chết rồi". Judson bàng hoàng vì cái kết của người đàn ông ấy. Trong lúc ra khỏi quán trọ, ông hỏi rằng: "Ông có biết người đó là ai không?" "Có chứ. Một chàng trai trẻ đến từ trường cao đẳng ở Providence. Tên là Eames, Jacob Eames".[6]

Judson đờ người ra. Ông đã trằn trọc hàng giờ về cái chết và cõi đời đời. Nếu bạn của ông là Eames nói đúng, thì đó là những chuyện vô nghĩa. Nhưng Judson không tin được rằng: "Cửa địa ngục đã mở ra tại quán trọ và nuốt chửng Jacob Eames, là người bạn thân thiết và cũng là người dẫn đường của mình, nằm ở ngay bên cạnh – đây không thể nào và cũng không đơn giản là chuyện tình cờ đơn thuần".[7] Đức Chúa Trời là có thật. Ngài đang đeo đuổi Adoniram Judson. Đức Chúa Trời biết rõ người đàn ông mà Ngài sẽ dùng để vươn đến dân tộc Burma.

Sống vì Đấng Christ và chết đi giấc mơ Mỹ

Quá trình tin nhận Chúa của Judson không xảy ra tức thì. Nhưng bây giờ thì có phần chắc chắn hơn. Đức Chúa Trời đã bám đuổi ông, giống như sứ đồ Phao-lô trên đường đến thành Đa-mách vậy, nên ông chẳng thể thoát được. Nhiều tháng ngày trong sự vật lộn. Ông đã bước vào trường Thần học Andover vào tháng 10 năm 1808, Judson đã tình nguyện trở thành giáo sĩ của Giáo đoàn ở phía Đông. Ông gặp Ann cùng ngày hôm đó và đã đem lòng yêu nàng. Sau khi biết Ann Hasseltine được một tháng, ông đã bày tỏ dự định cầu hôn nàng. Ông biết rằng cuộc sống mà mình sắp sửa dấn thân vào không chỉ nguy hiểm và khổ sở, mà còn xa xôi nữa. Ông không bao giờ muốn trở lại Mỹ. Ông chỉ quay lại đúng một lần vào khoảng ba mươi năm sau đó, rồi chẳng bao giờ trở về nữa. Ann đã đi cùng ông và qua đời ở Burma. Đây là lá thư mà Judson đã viết để xin cha cho phép nàng cùng mình bước vào công tác truyền giáo:

Bây giờ, tôi xin ông đồng ý cho phép tôi cùng con gái của ông sớm được kết hôn vào mùa xuân tới, để không còn nhìn thấy nàng ở Mỹ nữa; ông có thể cho phép nàng ra đi và chịu hết những khó khăn lẫn đau khổ của cuộc đời giáo sĩ chăng; ông có thể cho phép nàng đối diện với những nguy hiểm của biển cả, cũng như khí hậu khắc nghiệt của miền nam Ấn độ chăng; để đối diện với đủ loại đau khổ và thiếu thốn chăng, chịu đủ sự sỉ nhục, bắt bớ và có thể phải chết cách đau đớn chăng. Ông có thể cho phép tất cả những điều nầy vì cớ Đấng đã lìa bỏ thiên đàng và chịu chết thay cho nàng, và cho cả chính ông chăng; vì cớ những linh hồn hư mất; vì cớ

Si-ôn và vì cớ sự vinh hiển của Đức Chúa Trời chăng? Ông có thể cho phép nàng chịu hết những điều nầy với hy vọng sẽ sớm gặp lại con gái của ông trong nước vinh hiển, đội mão triều thiên của sự công bình, để những người được cứu khỏi sự đau khổ và tuyệt vọng trong cõi đời đời sẽ ngợi khen Cứu Chúa của nàng chăng?[8]

Cha của nàng đã cho phép nàng quyết định. Nàng đã đồng ý.

Đức Chúa Trời không kêu gọi chúng ta sống thoải mái, nhưng sống trung tín một cách vui mừng. Ngài đang ở gần bạn, mỉm cười với những giọt nước mắt, biết rằng Ngài sẽ vui lòng bày tỏ chính Ngài cho bạn – và bạn phải trả giá rất đắt. Khi tôi viết tới chỗ nầy, tôi hy vọng bạn sẽ không bỏ cuộc.

Bày tỏ lòng thương xót với mọi người và niềm đam mê dành cho Đấng Christ là một

Nếu bạn có lòng thương xót dành cho những người đang hư mất và có cả niềm đam mê dành cho danh tiếng của Đấng Christ, thì bạn phải quan tâm đến công cuộc truyền giáo thế giới. Một trong những gánh nặng của quyển sách nầy đó là cho bạn thấy cuộc đời sẽ ra sao khi bạn tin rằng mình không dám chọn một trong hai động cơ: yêu thương người khác và tôn vinh Đấng Christ. Hai điều nầy không phải là hai động cơ khác nhau. Nếu làm điều nầy thì cũng phải làm điều kia nữa. Vậy, nếu mục tiêu của bạn là yêu thương người khác, bạn sẽ từ bỏ mạng sống mình để giúp họ tìm được niềm vui đời đời trong Chúa. Còn nếu mục tiêu của bạn là tôn vinh hiển Đấng Christ, Ngài là Đức Chúa Trời đã đến thế gian, thì bạn cũng sẽ từ bỏ mạng sống mình để giúp người khác tìm được niềm vui đời đời ở trong Đức Chúa Trời.

Lý do vì sao hai điều ấy không hề khác nhau đó là: dù chúng ta có bất kỳ mục tiêu tốt đẹp nào đi nữa, mà không giúp người khác tìm được niềm vui ở trong Đức Chúa Trời, thì chúng ta đang kết án tử hình cho người khác bằng diện mạo tử tế. Yêu thương nghĩa là muốn điều tốt nhất cho những ai gặp khó khăn, mà điều tốt nhất đó là được vui sướng ở trong Đức Chúa Trời một cách trọn vẹn và đời đời. Cũng vậy, bất kỳ người nào tôn kính Chúa mà không bày tỏ Đức Chúa Trời là Đấng quý hơn hết đều mang tội đồng lõa là nổi loạn. Đức Chúa Trời chỉ được khen ngợi khi Ngài có được giá trị cao quý nhất. Chúng ta bày tỏ lòng tôn kính Ngài khi Chúa là Của báu của chúng ta. Bạn không thể yêu người hay tôn kính Chúa mà không làm cả hai điều nầy cùng một lúc. Một đam mê duy nhất − tức là nhìn thấy Đấng Christ được vinh hiển khi những người hư mất được thỏa mãn đời đời ở trong Ngài − đang lèo lái các doanh nghiệp toàn cầu thì chúng ta gọi đó là công tác truyền giáo thế giới.

Nếu bạn không hề có sở thích hay kiến thức

Không phải ai đọc xong chương nầy đều có được

đam mê rõ ràng để vươn đến các dân tộc chưa được vươn đến trên thế giới vì sự vinh hiển của Đấng Christ đâu. Hầu hết chúng ta chỉ nhìn thấy nhu cầu ở địa phương và cho dân tộc mình, có lúc chỉ muốn tập trung cho bản thân và cho một sắc tộc nào đó trong cuộc đời của chúng ta mà thôi. Chúng ta không thể nghĩ tới cấp độ toàn cầu, đa quốc gia, đa sắc tộc, đa ngôn ngữ của Đức Chúa Trời, ngay cả tấm lòng và mục đích của Đức Chúa Trời dành cho Guinea, Indonesia, Tanzania, Thái Lan, Kazakhstan, Uzbekistan, Thổ Nhĩ Kỳ, Czechoslovakia, Trung Hoa, Siberia, Nhật Bản, Cameroon, Myanmar, Somali, người Hmông, lãnh thổ Dakota, người Ojibwa ở Minnesota.

Cho nên, tôi không vội cho rằng khi bạn đọc xong chương nầy thì sẽ hứng thú với những vấn đề lớn đang diễn ra trên thế giới đâu – đó là những tin tức đang tường thuật trên các kênh truyền thông – tức là chân lý và đức tin của Cơ Đốc giáo đang lan rộng giữa vòng các dân tộc trên thế giới hiện nay như thế nào, Đức Chúa Trời đang hoàn thành công việc của Ngài ra sao để định hình lịch sử thế giới cho đến ngày hôm nay – bấy nhiêu chỉ mới là bước khởi đầu cho vương quốc đời đời và vinh hiển của Đấng Christ. Tôi không vội cho rằng bạn là người có tấm lòng đam mê mục đích toàn cầu vô cùng vĩ đại của Đức Chúa Trời đâu. Cho nên, tôi chỉ muốn Đức Chúa Trời phán cùng bạn, qua Lời của Ngài, về những điều Ngài quan tâm một cách ưu tiên.

Bốn phương thế gian sẽ nhớ và trở lại cùng Đức Giê-hô-va, các họ hàng muôn dân sẽ thờ lạy trước mặt Ngài. Vì nước thuộc về Đức Giê-hô-va, Ngài cai trị trên muôn dân. (Thi thiên 22:27-28).

Có những lời cầu nguyện trong Cựu Ước:

Hỡi Đức Chúa Trời, nguyện các dân ngợi khen Chúa! Nguyện muôn dân ca tụng Chúa! Các nước khá vui vẻ và hát mừng rỡ; vì Chúa sẽ dùng sự ngay thẳng mà đoán xét các dân, và cai trị các nước trên đất. (Thi thiên 67:3-4).

Có những mạng lệnh trong Cựu Ước:

Hãy thuật sự vinh hiển Ngài giữa các nước, truyền các công việc lạ lùng Ngài giữa các dân...Hãy nói giữa các nước rằng: Đức Giê-hô-va cai trị: thế gian cũng được lập vững bền, không thể rúng động. (Thi thiên 96:3, 10).

Có Đại Mạng Lệnh trong Tân Ước từ Đấng Christ đã sống lại:

Đức Chúa Jêsus đến gần, phán cùng môn đồ như vầy: Hết cả quyền phép ở trên trời và dưới đất đã giao cho ta. Vậy, hãy đi dạy dỗ muôn dân, hãy nhân danh Đức Cha, Đức Con, và Đức Thánh Linh mà làm phép báp-têm cho họ, và dạy họ giữ hết cả mọi điều mà ta đã truyền cho các ngươi. Và nầy, ta thường ở cùng các ngươi luôn cho đến tận thế. (Ma-thi-ơ 28:18-20).

Có sứ đồ Phao-lô đã tận hiến cả đời mình vì công tác truyền giáo nầy:

Nhưng tôi lấy làm vinh mà rao Tin lành ở nơi nào danh Đấng Christ chưa được truyền ra, để cho khỏi lập lên trên nền người khác, như có chép rằng: những kẻ chưa được tin báo về Ngài thì sẽ thấy Ngài, những kẻ chưa nghe nói về Ngài thì sẽ biết Ngài. (Rô-ma 15:20-21).

Có một hình ảnh nguy nga về kết quả sau cùng mà Đức Chúa Trời muốn làm trong lịch sử:

Chúng hát một bài ca mới rằng: Ngài đáng lấy quyển sách mà mở những ấn ra; vì Ngài đã chịu giết, lấy huyết mình mà chuộc cho Đức Chúa Trời những người thuộc về mọi chi phái, mọi tiếng, mọi dân tộc, mọi nước, và Ngài đã làm cho những người ấy nên nước, và thầy tế lễ cho Đức Chúa Trời chúng ta; những người ấy sẽ trị vì trên mặt đất. (Khải huyền 5:9-10).

Bản tín điều tóm tắt về công tác truyền giáo

Từ những câu và nhiều câu Kinh Thánh khác nữa, tôi đã được thôi thúc qua nhiều năm phải suy nghĩ, rao giảng, viết lách về mục đích toàn cầu của Đức Chúa Trời gọi là công tác truyền giáo. Vài năm trước, các trưởng lão trong Hội thánh của chúng tôi đã soạn ra một bản tín điều, để dẫn dắt chúng tôi trong công tác giáo dục những người mới đảm nhận công việc, cũng như trong việc lựa chọn những trưởng lão mới. Mục 13 trong bản tóm tắt ấy là ý thức của chúng tôi về công tác truyền giáo được chép như sau:

Chúng tôi tin rằng Đại Mạng Lệnh mà Đức Chúa Jêsus phán về công tác môn đồ hoá muôn dân là dành cho Hội thánh của Ngài cho đến tận thế. Đây là nhiệm vụ cần phải rao truyền Phúc âm đến từng sắc tộc, tiếng nói, màu da và quốc gia, làm phép báp-tem cho họ, dạy họ vâng giữ Lời và đường lối của Chúa, nhóm họp mọi người trong các Hội thánh có thể hoàn thành sự kêu gọi Cơ Đốc của họ giữa vòng dân tộc của mình. Mục tiêu cuối cùng của công tác truyền giáo thế giới đó là Đức Chúa Trời muốn tạo ra, bằng Lời của Ngài, những người thờ phượng Chúa sẽ làm vinh hiển Danh Ngài qua việc sống bằng đức tin và sự vâng lời một cách hết lòng. Công tác truyền giáo tồn tại vì vẫn còn nhiều nơi chưa thờ phượng Chúa. Khi thời đại nầy qua đi, hàng triệu người đã được cứu không thể đếm được sẽ sấp mình xuống trước ngôi của Đức Chúa Trời, thì công tác truyền giáo không còn nữa. Đó là sự cần thiết tạm thời mà thôi. Nhưng sự thờ phượng sẽ còn đến đời đời. Do đó, sự thờ phượng là nhiên liệu và là mục tiêu của công tác truyền giáo. [9]

Ngay cả người dân cũng dõi theo những thắng lợi ở tiền tuyến

Đây là bức tranh lớn. Đấng Christ đã đến, chịu chết và sống lại để nhóm họp hết thảy mọi người từ mọi dân trên thế giới vì cớ Danh Ngài. Đây là điều mà Cơ Đốc nhân cần tưởng đến. Tôi nói ra điều nầy một cách rất cẩn trọng, với những gì tôi đã viết trong chương 8 về công việc thế tục. Vì điều quan trọng đó là hàng triệu Cơ Đốc nhân sẽ hoàn thành sự kêu gọi của mình bằng chính công việc thế tục, giống như toàn bộ xã hội và nền văn hoá cũng phải bị chi phối vào thời chiến vậy. Nhưng trong thời chiến, có đến hàng triệu người dân thích nghe tin tức về tiền tuyến. Họ thích nghe về những thắng lợi của quân đội. Họ tưởng đến ngày không còn chiến tranh nữa. Vì thế, Cơ Đốc nhân cũng vậy. Tất cả chúng ta đều phải tưởng đến ngày ấy. Chúng ta nên thích nghe về các cuộc chinh phạt của Vua Jêsus đã tiến xa hơn. Chúng ta nên thích nghe về những thắng lợi của Phúc âm qua việc thiết lập Hội thánh của Đấng Christ giữa vòng các dân tộc đã bị kìm kẹp hàng thế kỷ bởi các thế lực tối tăm.

Đây là ý muốn của Đức Chúa Trời dành cho lịch sử thế giới – đó là mọi dân, mọi nước, mọi thứ tiếng đều sẽ thờ phượng và tôn vinh Đấng Christ. Sứ đồ Phao-lô đã nói trong Rô-ma 15:9 rằng: "lại khiến dân ngoại khen ngợi Đức Chúa Trời vì sự thương xót của Ngài". Không thể nào có sự từ chức vì mệt mỏi, sự rút lui cách hèn nhát và sự thỏa mãn đầy nhẫn tâm giữa vòng tôi con Chúa trong khi hàng ngàn dân tộc chưa được vươn đến vẫn không biết Ngài là ai. Mỗi

Cơ Đốc nhân (là những người yêu thương người khác và tôn kính Chúa) đều phải quan tâm đến điều nầy.

Góc nhìn thiếu thoả đáng của Batboy

Có người nói rằng: "Nhưng mà không phải Phúc âm nói rằng tôi được tha thứ tội lỗi, có sự trông cậy đời đời, được đầy dẫy Đức Thánh Linh và được trở nên giống Chúa Jêsus hầu cho tôi có thể làm mẹ, làm cha, làm con trai, làm con gái, làm bạn, làm việc, làm công dân tốt hơn sao?" Tất nhiên, câu trả lời là đúng vậy. Nhưng nếu đó là những gì chúng ta nhìn thấy trên chặng đường theo Chúa, thì chúng ta đã bỏ lỡ mất bức tranh lớn hơn rồi. Chúng ta đã bỏ lỡ mất điều quan trọng hơn hết thảy mọi sự. Chúng ta sẽ giống như những nhân vật tưởng tượng ở sân vận động Yankee nghĩ rằng: điều lớn nhất trong giải đấu thế giới là trao cho các cầu thủ một cây gậy.

Cho nên, tôi khuyên bạn trong danh Chúa Jêsus là hãy tỉnh thức, mở lòng mình ra, mở trí mình ra và dang rộng đôi cánh của bạn. Hãy có góc nhìn cao hơn cuộc đời tạm bợ nầy – phải đấy, một cuộc đời rất quan trọng mà Chúa không hề xem thường – để nhìn thấy bức tranh lớn đầy xúc động về mục đích toàn cầu của Đức Chúa Trời dành cho lịch sử thế giới sẽ thành tựu. Chúa phán rằng: "Mưu của ta sẽ lập, và ta sẽ làm ra mọi sự ta đẹp ý" (Ê-sai 46:10). "Hầu cho nghe đến danh Đức Chúa Jêsus, mọi đầu gối trên trời, dưới đất, bên dưới đất, thảy đều quì xuống, và mọi lưỡi thảy đều xưng Jêsus Christ là

Chúa, mà tôn vinh Đức Chúa Trời, là Đức Chúa Cha" (Phi-líp 2:10-11). "Tin lành nầy về nước Đức Chúa Trời sẽ được giảng ra khắp đất, để làm chứng cho muôn dân. Bấy giờ sự cuối cùng sẽ đến" (Ma-thi-ơ 24:14).

Đừng phật lòng – hãy đồng công một cách vui mừng

Khi Đức Chúa Trời ban cho bạn đôi cánh để bay cao và nhìn thấy thế giới theo góc nhìn của Ngài, thì tôi cầu nguyện rằng sẽ có nhiều người giống như bạn được thoát khỏi tình trạng hiện tại – trong công việc, với hàng xóm, của đất nước, trong kế hoạch – và được kêu gọi dấn thân vào mục đích toàn cầu vĩ đại trong lịch sử của Đức Chúa Trời với tư cách là những người được sai đi, chứ không chỉ trở thành những người sai phái. Đừng có ai đang tận hiến với mục vụ tại địa phương hay công việc thế tục nào đó bị phật lòng vì điều nầy. Thay vì thế, hãy vui mừng lên. Bạn được tự do để ở lại hay ra đi. Nhiều người giống như bạn sẽ phải ở lại. Sự ở lại của bạn đóng vai trò quan trọng trong mục đích của Đức Chúa Trời ngay tại nơi bạn ở, sự ra đi của bạn cũng quan trọng trong mục đích của Ngài nữa. Không cần phải tỏ ra mặc cảm hay oán giận. Vì sự đồng công với nhau là nhu cầu rất lớn.

Những ai ở lại giống như bạn – tức là những người sai phái – nên giữ lấy tâm trí nầy: công tác truyền giáo ở hải ngoại là lời công nhận cho hết thảy công tác thương xót ở quê hương vì họ là những người được sai đi. Công tác thành lập Hội thánh giữa vòng các dân tộc chưa được vươn đến nghĩa là thành lập cơ sở hoạt động để bày tỏ lòng thương xót với người nghèo mà Chúa Jêsus đã phán dạy. Nếu chúng ta không là ánh sáng ở quê hương "đặng họ thấy những việc lành của các ngươi, và ngợi khen Cha các ngươi ở trên trời" (Ma-thi-ơ 5:16), thì chúng ta sẽ sai phái những người vâng lời Chúa như thế nào ở hải ngoại? Đại Mạng Lệnh bao gồm cả những lời nầy: "dạy họ giữ hết cả mọi điều mà ta [Chúa Jêsus] đã truyền cho các ngươi" (Ma-thi-ơ 28:20). Ngài đã truyền dạy gì nữa? Ngài đã kể câu chuyện về người bị nạn và người Sa-ma-ri nhân lành "động lòng thương" rồi Ngài phán với hết thảy chúng ta rằng: "Hãy đi, làm theo như vậy" (Lu-ca 10:37).

Bày tỏ lòng thương xót ở quê hương khiến công tác truyền giáo trở nên đáng tin

Những ai ở lại quê hương đều có những nhu cầu ở xung quanh mình. Chúng ta cần có đôi mắt để nhìn thấy và tấm lòng không lãng tránh. Đây là thách thức chẳmg kém hơn những thách thức trong công tác truyền giáo đâu. Bày tỏ lòng thương xót với người nghèo là bày tỏ sự đẹp đẽ của Đấng Christ tại quê hương và làm cho việc rao truyền niềm tin Cơ Đốc ra hải ngoại trở nên đáng tin cậy hơn. Chúng ta là những kẻ giả hình khi tỏ ra hăng hái với mục vụ ở hải ngoại mà phớt lờ tình trạng khổ cực ở quê hương. Người Lê-vi đã có thái độ không đúng trong câu chuyện người Sa-ma-ri nhân lành, họ là những người có thái độ tôn giáo mà chẳng hề ra tay giúp đỡ người gặp cảnh khổ cực vì không muốn làm bẩn tay của mình. Các mục vụ thương xót có thể được thực hiện ngay trước mắt là lời khẳng định đáng tin cậy cho các mối bận tâm xa hơn.

Công tác truyền giáo hải ngoại và công tác bày tỏ lòng thương xót ở quê hương có mối liên hệ sâu sắc trong sứ điệp cốt lõi của Phúc âm mà chúng ta muốn gửi đến các dân tộc. Trái tim của Phúc âm là: "Ngài vốn giàu, vì anh em mà tự làm nên nghèo, hầu cho bởi sự nghèo của Ngài, anh em được nên giàu" (2 Cô-rinh-tô 8:9). Sự cứu rỗi mà chúng ta muốn dành cho bản thân mình và muốn gửi đến những người khác là mục vụ bày tỏ lòng thương xót của Đức Chúa Trời dành cho người nghèo, tức là bao gồm hết thảy chúng ta. Chúng ta mang ơn Đức Chúa Trời vì Ngài là Đấng đã hết lòng thực hiện cam kết của Ngài trong công tác truyền giáo và thương xót. Ngài đã đến để giúp đỡ chúng ta, mà sự vùa giúp của Ngài bao gồm mọi sự giúp đỡ mà chúng ta cần. Ngài đã chịu hết mọi sự nhơ nhuốc để làm điều nầy. Thật ra, Ngài đã bị giết. Sự chịu khổ đầy nhân từ nầy là để mua chuộc và mở ra con đường cứu rỗi cho chúng ta. "Vì Đấng Christ cũng đã chịu khổ cho anh em, để lại cho anh em một gương, hầu cho anh em noi dấu chân Ngài" (1 Phi-e-rơ 2:21). Công tác truyền giáo và bày tỏ lòng thương xót là hai điều không thể tách rời, vì sứ điệp Phúc âm mà chúng ta truyền ra các dân tộc chính là thông điệp mà chúng ta đang bày tỏ lòng thương xót đối với người nghèo tại quê hương.

Sự so sánh đầy tàn nhẫn của M'Cheyne

Tôi chưa từng đọc một lời phát biểu nào có thể liên hệ hai điều nầy ngoài mấy lời được trích từ Robert Murray M'Cheyne, ông là mục sư trẻ tuổi ở Scotland đã qua đời lúc hai mươi chín tuổi vào năm 1843. Ông trả lời vài câu hỏi nhỏ nhặt về mục vụ dành cho người nghèo bằng cách so sánh nó với chức vụ của Đấng Christ dành cho chúng ta.

Bây giờ, hỡi Cơ Đốc nhân, vài người cầu nguyện ngày đêm vì muốn làm nhánh nho của gốc nho thật; bạn cầu nguyện để được trở nên giống như Đấng Christ. Nếu vậy, bạn phải trở nên giống như Ngài trong sự ban cho... "Ngài vốn giàu, vì anh em mà tự làm nên nghèo"...

Phản đối 1. "Tiền của tôi là của tôi". Trả lời: Đấng Christ có thể đã phán rằng: "Huyết của ta là của ta, mạng sống của ta là của ta"... nếu vậy thì bây giờ chúng ta sẽ ra sao?

Phản đối 2. "Người nghèo là những kẻ không đáng kể đến". Trả lời: Đấng Christ có thể đã phán rằng: "Họ là những kẻ nổi loạn gian ác... Ta có nên từ bỏ mạng sống vì họ chăng? Ta nên làm điều đó cho các thiên sứ thì hơn". Nhưng chẳng hề như vậy, Ngài đã bỏ chín mươi chín con chiên mà đi tìm một con bị lạc mất. Ngài đã đổ huyết ra vì những kẻ chẳng đáng kể.

Phản đối 3. "Người nghèo sẽ lợi dụng điều ấy". Trả lời: Đấng Christ có thể đã phán điều tương tự, với một sự thật trớ trêu hơn. Đấng Christ biết rằng hàng ngàn người sẽ dày đạp huyết của Ngài dưới chân họ; hều hết mọi người sẽ phớt lờ điều ấy; nhiều người sẽ bào chữa cho tội lỗi mình; nhưng Ngài vẫn đổ huyết mình ra.

Hỡi Cơ Đốc nhân yêu dấu của tôi! Nếu bạn muốn trở nên giống Đấng Christ, hãy ban cho nhiều hơn, hãy ban cho thường xuyên, hãy ban cho một cách miễn phí, cho kẻ đê hèn và người nghèo, cho kẻ chẳng biết ơn và kẻ chẳng đáng kể. Tôi không muốn tiền bạc của bạn đâu, nhưng tôi muốn bạn được vui mừng. Hãy nhớ Lời của Ngài: "Ban cho có phước hơn nhận lãnh".[10]

Cũng giống như mối liên hệ giữa Phúc âm và sự thương xót dành cho người nghèo, thì cũng có một sự liên hệ tuyệt vời giữa Cơ Đốc nhân bày tỏ lòng thương xót ở quê nhà và Cơ Đốc nhân thành lập Hội thánh ở hải ngoại. Thật vậy, tinh thần của cái nầy tuỳ thuộc vào tinh thần của cái kia. Nhưng sẽ chẳng có sự nhiệt tình nào cả khi chúng ta cho đi những gì mình không có. Cũng vậy, sẽ chẳng có sự hăng hái nào cả nếu chúng ta có kho báu mà không ban cho.

Gốc rễ của phong trào sinh viên tình nguyện

Sự đồng công đầy vui mừng giữa việc chăn dắt tín hữu ở quê nhà và các giáo sĩ ở hải ngoại đã từng xảy ra trước đây rồi, mà điều nầy có thể xảy ra lần nữa. Trong những thập kỷ đầu tiên của thế kỷ hai mươi, Phong trào Sinh viên Tình nguyện đã bùng nổ ở Mỹ với sự ảnh hưởng của giáo sĩ ở nhiều nơi. Sức ảnh hưởng của phong trào ấy thật rõ rệt với số liệu các giáo sĩ được sai đi và sự hỗ trợ sâu rộng của những người ở lại. Đó là sự đồng công thật đẹp.

Gốc rễ của Phong trào Sinh viên Tình nguyện (SVM) đã bắt nguồn từ lần cầu nguyện dưới đống cỏ khô vào năm 1806 ở tiểu bang Massachusett. Một sự thức tỉnh thuộc linh đã khuấy động sinh viên trường Cao đẳng Williams và đã thúc giục một nhóm các bạn trẻ tận hiến trong sự cầu nguyện hai lần mỗi tuần bên sông Hoosack. Họ tập trung vào việc chăm sóc thuộc linh cho các bạn sinh viên khác. Vào tháng 8 năm 1806, họ gặp một trận bão trên đường về nhà và phải trú thân bên dưới đống cỏ khô. Họ tận dụng lúc ấy để tiếp tục cầu nguyện. Lần nầy, họ cầu xin sẽ có những sinh viên được kêu gọi trở thành giáo sĩ hải ngoại.

Một người trong nhóm là Samuel Mills đã thúc giục một nhóm nhỏ trở thành giáo sĩ tình nguyện. Để cảm nhận được gánh nặng trong thời khắc ấy, chúng ta phải nhớ rằng lịch sử nước Mỹ vào lúc bấy giờ không hề có một tổ chức giáo sĩ nào cả. Các Hội thánh lớn nhỏ không hề có khải tượng vươn đến các nhóm dân tộc chưa được vươn đến ở khắp các đại dương nguy hiểm. Lúc ấy, giống như nhiều người nói ngày hôm nay, có rất nhiều người đang làm việc trong nước. Điều nầy cũng đúng! Nhưng nhóm sinh viên thường xuyên gặp nhau cầu nguyện nầy lại không bằng lòng với tình trạng hiện tại của một Hội thánh ở Mỹ vì tấm lòng của tín hữu không hề cưu mang các dân tộc chưa được vươn đến và không có sự sốt sắng dành cho sự vinh hiển của Đức Chúa Trời giữa vòng các dân tộc. Họ không bằng lòng khi Hội thánh chẳng sai phái giáo sĩ ra hải ngoại. Trái với sự trì trệ thuộc linh và truyền thống lịch sử đầy quen thuộc đó, Đức Chúa Trời đã cho phép họ có sự đột phá.

"Hội Anh Em" ra đời

Lần cầu nguyện dưới đống cỏ khô, họ đã dâng mình trở thành giáo sĩ. "Từ lần cầu nguyện dưới đống cỏ khô ấy mà phong trào giáo sĩ hải ngoại của các Hội thánh ở Hoa kỳ có được sức đẩy đầu tiên".[11] Vào tháng 9 năm 1808, nhóm ấy đã hình thành "Hội Anh Em" để dâng mình phục vụ công tác giáo sĩ. Samuel Mills đã lan truyền khải tượng của "Hội Anh Em" khi còn học tại trường Yale và sau đó là trường Thần học Andover. Ông đã chuyển tới trường Andover để trở thành một công cụ mà Đức Chúa Trời dùng để hành động dưới vai trò lãnh đạo sinh viên của Adoniram Judson. Chính "Hội Anh Em" nầy đã thúc đẩy sự hình thành của Hội Truyền giáo Hoa kỳ đầu tiên ở Andover (Uỷ ban Truyền giáo Hải ngoại Hoa kỳ); cũng từ nhóm ấy mà các giáo sĩ Mỹ được gửi đi ra hải ngoại vào năm 1812.

Phong trào Sinh viên Tình nguyện ra đời

Vào năm 1846, Royal Wilder được Uỷ ban Truyền giáo Hoa kỳ đầu tiên gửi tới Ấn độ. Ông trở lại vào năm 1877 vì lý do sức khoẻ và đã cư ngụ tại Princeton. Ở đó, con trai của ông là Robert đã hình thành "Hội Truyền giáo Hải ngoại Princeton". Những lời cầu nguyện của nhóm nầy đã hình thành nên buổi nhóm quan trọng được gọi là D.L. Moody tại núi Hermon, thuộc tiểu bang Massachusetts, vào mùa hè năm 1886. Hai trăm năm mươi mốt sinh viên đã nhóm lại tại hội nghị Kinh Thánh trong suốt một tháng. Sau bài chia sẻ đầy thuyết phục của Mục sư A.T. Pierson, thay mặt công tác truyền giáo thế giới, hàng trăm sinh viên đã tình nguyện phục vụ ở hải ngoại. Tinh thần của sự kiện nầy đã gây chú ý cho toàn thể sinh viên cả nước. Trong suốt thời gian ở trường từ 1886-1887, Robert Wilder và John Forman đã lan truyền khải tượng cho 167 trường trung học. Tổ chức chính thức của Phong trào Sinh viên Tình nguyện đã được hình thành đúng hai năm sau đó, John R. Mott giữ chức chủ tịch.

Mott đã đưa ra năm mục đích chính như sau:

Năm mục đích của Phong trào Sinh viên Tình nguyện là: để dẫn dắt các bạn sinh viên hiểu rõ những mục đích của công tác truyền giáo hải ngoại theo hướng xây dựng sự nghiệp cá nhân; để nuôi dưỡng các bạn sinh viên là những người tình nguyện đăng ký học và tham gia hoạt động của công tác truyền giáo, cho đến khi họ chính thức làm việc dưới sự chỉ đạo trực tiếp của Uỷ ban Truyền giáo; để tập hợp tất cả tình nguyện viên lại trong phong trào một cách có tổ chức và thật sốt sắng; để đảm bảo số lượng tình nguyện viên có đủ tư cách, nhằm đáp ứng các yêu cầu đa dạng của Uỷ ban Truyền giáo; để kiến tạo và duy trì sự hiểu biết, lòng yêu mến và sự hăng say, trong công tác truyền giáo hải ngoại đối với những sinh viên trong nước, hầu cho công tác giáo sĩ nhận được sự hỗ trợ tích cực từ sự cầu nguyện, những kỹ năng và lòng ủng hộ của họ.[12]

"Sự tăng trưởng của SVM trong ba thập kỷ tiếp theo là một hiện tượng đáng kể".[13] Lời kêu gọi tập hợp là: "Truyền giáo cả thế giới trong thế hệ hôm nay". Vào năm 1891, có 6,200 sinh viên tình nguyện đã ký tên vào bản tuyên bố nói rằng: "Mục đích của tôi là trở thành một giáo sĩ hải ngoại nếu Chúa muốn". Trong số đó, có 321 sinh viên đã phục vụ tại hải ngoại. Năm 1920 là thời kỳ đỉnh cao của SVM, có 2,738 sinh viên ký vào bản kết ước và 6,890 sinh viên tham dự hội nghị diễn ra bốn năm một lần. "Vào năm 1945, với tỷ lệ ước tính trung bình có khoảng 20,500 sinh viên... là những người đã ký tên vào bản tuyên bố, đã phục vụ trên cánh đồng truyền giáo".[14]

Ngọn lửa sinh viên làm bùng cháy các Hội thánh và giới đi làm

Rất nhiều điều xảy ra trong phong trào nầy đáng để chúng ta lưu ý, nó chứa đựng rất nhiều sự chỉ dẫn và cảm hứng dành cho thế hệ của chúng ta hàng trăm năm sau. Thí dụ, Phong trào Sinh viên Tình nguyện đã thổi bùng không chỉ tinh thần của các sinh viên, mà còn làm cho tín hữu trong Hội thánh cũng phải nóng nảy. J. Campbell White là thư ký đầu tiên của Phong trào Giáo sĩ Người đi làm đã viết vào năm 1909 rằng: "Trong suốt những năm 20 về sau nầy, tinh thần giáo sĩ đã có sự phát triển kỳ diệu giữa vòng các trường học ở Hoa kỳ và Canada... dẫn đến hàng ngàn người nam và người nữ mạnh mẽ đã sống với mục đích đề cao công tác giáo sĩ trong cuộc đời của mình".[15] Bị thu hút bởi sự sốt sắng nầy, một thương gia trẻ tuổi đã tham dự hội nghị SVM vào năm 1906 ở Nashville. Ông nghĩ về bản thân rằng: Nếu người đi làm ở Bắc Mỹ có thể nhìn thấy thế giới giống như các sinh viên nầy, thì họ sẽ vùng dậy mà hỗ trợ tài chính cần thiết cho công tác ấy.[16] Tại buổi cầu nguyện dành cho những người đi làm vào ngày 15 tháng 11 năm 1906 ở New York, Phong trào Giáo sĩ Người đi làm ra đời.

Mục tiêu của phong trào nầy là "tìm hiểu, khuyến khích và tổ chức; người đi làm tìm hiểu về tình trạng giáo sĩ, người đi làm khuyến khích có chính sách phù hợp dành cho giáo sĩ; người đi làm tổ chức hợp tác với các mục sư và Uỷ ban Giáo sĩ để huy động toàn thể Hội thánh dự phần vào công tác cứu rỗi thế giới rất quan trọng nầy".[17]

Món quà của những lãnh đạo nhiệt thành

Giống như Đức Chúa Trời đã chuẩn bị Robert Wilder, Robert Speer và John R. Mott giữ vai trò lãnh đạo xuất chúng trong SVM, thì Ngài cũng dấy lên những lãnh đạo trong Phong trào Giáo sĩ Người đi làm, họ đã phát biểu một cách mạnh mẽ đến nỗi hàng ngàn người đi làm đã bắt lấy khải tượng về mục đích toàn cầu của Đức Chúa Trời. Lãnh đạo phong trào không phải là một giáo sĩ và cũng chẳng phải là một mục sư. Ông là một thương gia. Sự đồng công đã nảy sinh giữa các sinh viên là những người được sai đi và giới thương gia là những người sai phái như thế là vô cùng quan trọng, vì cả hai đều có những lãnh đạo với tầm nhìn tập chú vào Đức Chúa Trời. Bạn có thể nghe thấy điều nầy trong hầu hết từng câu chữ của J. Campbell White đã viết như sau:

> *Hầu hết mọi người đều không hài lòng với tình trạng hiện tại kéo dài trong cuộc sống của họ. Không gì có thể làm thỏa mãn cuộc đời của người theo Chúa bằng Đấng Christ ngoại trừ việc thực hiện ý muốn của Ngài dành cho thế giới mà Chúa Jêsus đã đến để cứu rỗi. Danh tiếng, sự khoái lạc và sự giàu có đều là cỏ khô và tro bụi khi so sánh với niềm vui vô hạn và vĩnh cửu trong việc hoàn thành kế hoạch đời đời với Đức Chúa Trời. Người nào phó thác mọi thứ trong tay Đấng Christ đều tìm được phần thưởng ngọt ngào và quý*

giá nhất. [18]

Người sai phái không phải hổ thẹn vì những lý do của người ra đi

Một lần nữa, điều nầy không hề trái ngược với những gì tôi đã viết về giá trị của công việc thế tục trong chương 8. Điều muốn nói đó là trong thời chiến, cho dù công việc của người dân có giá trị đến mấy, thì ai nấy cũng trông chờ thành quả của những người đang nỗ lực trong cuộc chiến ở phương xa, là chỗ mà hàng ngũ của kẻ thù đang bị đâm thủng. Các tín hữu, các mục sư, các Hội thánh – tất cả những ai ở lại – đều sẽ tìm được "phần thưởng ngọt ngào và quý giá nhất", khi chúng ta mở lòng đón nhận không chỉ nhu cầu ở trong nước, mà còn cưu mang những nơi khó khăn và chưa được vươn đến trên thế giới.

Những người đi làm từ một trăm năm trước đã nhìn thấy sự kêu gọi thế tục và khải tượng sai phái giáo sĩ là một thể thống nhất không được tách rời. Cách J. Campbell White vạch rõ khải tượng cho phong trào đã giúp các tầng lớp đang đi làm hiểu rõ về sự hiệp một trong đời sống dưới sự chỉ đạo của Đấng Christ. Ông đã nói như sau:

Phong trào nầy đã cho thấy những trách nhiệm to lớn đang ở trên vai mọi người. Nó chỉ đơn giản đấu tranh cho lời kêu gọi của Đức Chúa Trời dành cho những ai đang sống với mục đích cao cả nhất trong đời nầy, đó là: thiết lậ p uy quyền tể trị của

Đấng Christ trong các mối liên hệ của loài người... Nó nhắc nhở chúng ta...rằng: sống ích kỷ là tự sát, còn phục vụ người khác mang lại sự thỏa mãn nhất cho linh hồn.[19]

Ảnh hưởng bất ngờ trên Hội thánh ngày xưa, còn ngày nay thì sao?

White đã cho thế hệ của ông thấy rằng: có lòng đam mê dành cho công tác truyền giáo không chỉ là cứu cánh cho thế giới, mà còn là cứu cánh cho Hội thánh nữa:

Nỗ lực truyền giáo thế giới là cách nhanh nhất và đảm bảo nhất để gìn giữ Hội thánh. Các nguồn lực về phương diện vật chất của chúng ta dồi dào đến nỗi chúng ta đang muốn đặt lòng tin vào sự giàu có hơn là vào Đức Chúa Trời. "Nếu một người càng trở nên giàu có hơn, thì chẳng có giải pháp nào khác ngoài sự ban cho một cách liên tục mới có thể giữ người đó thoát khỏi tình trạng nghèo khổ tâm linh". Chỉ có công tác truyền giáo cho thế giới mới đủ lớn và đủ mạnh để mở ra một lối thoát thích hợp cho tài nguyên của Hội thánh.[20]

Điều nầy vẫn còn đúng lắm. Công tác truyền giáo không chỉ quan trọng đối với sự sống còn của thế giới. Mà còn quan trọng đối với sự sống còn của Hội thánh. Chúng ta sẽ hư mất cùng với tài sản của mình nếu chúng ta không dốc sức vào các mục vụ thương xót ở trong nước và công tác truyền giáo giữa vòng các dân tộc chưa được vươn đến. Chúng ta đang sống rất sung túc ở Hoa kỳ. Tất cả tiền bạc gửi đi để hỗ trợ cho những đại sứ để lan truyền niềm vui đời đời một cách quên mình hiện đang tồn tại trong Hội thánh. Nhưng chúng ta không hề có sự ban cho.

Vào năm 1916, những người Tin lành đã dâng hiến 2,9% thu nhập cho các Hội thánh của họ. Vào năm 1933, nền kinh tế cả thế giới rơi vào thời kỳ khủng hoảng lớn, tỷ lệ dâng hiến ở mức 3,2%. Vào năm 1955, ngay sau khi sự sung túc lan mạnh khắp nền văn hoá của chúng ta, thì tỷ lệ dâng hiến vẫn dừng lại ở mức 3,2%. Đến năm 2000, khi người Mỹ có hơn 450% người giàu, sau thuế và lạm phát, so với thời kỳ khủng hoảng kinh tế lớn, những người Tin lành dâng hiến 2,6% thu nhập cho các Hội thánh của họ.[21]

Hơn nữa, "Nếu tín hữu trong các Hội thánh Cơ Đốc về mặt lịch sử ở Hoa kỳ đã dâng hiến ở mức 10% vào năm 2003, thì phải có thêm 115 tỷ đô-la".[22] Bây giờ, thêm vào dữ kiện vô cùng bất ngờ nầy đó là số tiền được dâng hiến cho Hội thánh, có khoảng ít hơn 6% dùng để hỗ trợ công tác truyền giáo ở hải ngoại, trong số đó có khoảng 1% dùng để hỗ trợ nỗ lực truyền giáo cho các nhóm dân tộc chưa được vươn đến.[23] Nói như thế không có ý là chúng ta nên rút lại các khoản dân hiến nào đó. Điều muốn nói đó là vẫn còn rất nhiều nỗ lực truyền giáo cần được hỗ trợ nếu chúng ta dám sống bày tỏ Đấng Christ là quý hơn hết.

Chúng ta sẽ không biết Ngài trọn vẹn khi thờ ơ trước sứ mạng của Ngài

Vì cớ sự sống còn, Hội thánh cần phải dự phần vào công tác truyền giáo. Chúng ta sẽ không biết Đức Chúa Trời trọn vẹn cho đến khi chúng ta biết sự thắng lợi của Ngài giữa vòng các dân tộc. Chúng ta sẽ không say mê và ngợi khen Ngài cho đến khi chúng ta nhìn thấy Ngài tập hợp hết thảy những người sống thờ phượng Ngài từ mọi dân tộc trên đất – bao gồm cả những người theo Hồi giáo, Ấn độ giáo và Phật giáo. Không có điều nào khác có thể mở rộng khải tượng của chúng ta về ân điển toàn thắng của Đức Chúa Trời bằng công tác cứu rỗi của Ngài được lan rộng trong lịch sử. Đó là một câu chuyện tuyệt vời! "Tôi sẽ nhắc lại công việc của Đức Giê-hô-va, nhớ đến các phép lạ của Ngài khi xưa; cũng sẽ ngẫm nghĩ về mọi công tác Chúa, suy gẫm những việc làm của Ngài" (Thi thiên 77:11-12). "Hãy ngợi khen Ngài vì các việc quyền năng Ngài! Hãy ngợi khen Ngài tùy theo sự oai nghi cả thể của Ngài!" (Thi thiên 150:2). "Hỡi hết thảy dân ngoại, hãy khen ngợi Chúa, muôn dân nên ngợi khen Ngài!" (Rô-ma 15:11 BDTT; trích từ Thi thiên 117:1).

Tình trạng của chúng ta trên thế giới ngày nay như thế nào?

Những thách thức trong công tác truyền giáo thế giới vẫn còn rất lớn. Chúng ta đang có vị thế tốt hơn ngày xưa trong việc xác định được phạm vi và tính chất của nhiệm vụ nầy. Patrick Johnstone viết rằng: "Lần đầu tiên trong lịch sử, chúng ta có một danh sách hoàn chỉnh về các dân tộc trên thế giới và những nơi nào đã được truyền giáo".[24] Có nhiều tổ chức khác nhau đang nghiên cứu để giúp đỡ Hội thánh biết về các nhóm dân tộc chưa được vươn đến trên thế giới đã được Hội thánh hay tổ chức truyền giáo tiếp nhận trở thành mục tiêu.[25] Quyển sách của Johnstone đưa ra một tóm tắt rất hay về tình trạng của thế giới trong giai đoạn chuyển giao của thế kỷ.[26]

Có một cách để mô tả về tình trạng nầy đó là nói rằng có khoảng 1,2 – 1,4 tỷ người chưa có cơ hội nghe về Phúc âm.[27] – tức là họ đang sống trong các nền văn hoá chưa hề nghe về Phúc âm một cách dễ hiểu nhất. Các nhà phân tích khác ước lượng tỷ lệ những người chưa được truyền giáo là rất cao. Thí dụ, "Bản thống kê hàng năm của công tác truyền giáo toàn cầu vào năm 2002" của David Barrett và Todd Johnson báo cáo rằng có đến 1,645,685,000 người chưa được truyền giáo trên thế giới. Điều nầy có nghĩa là 26,5 phần trăm dân số thế giới đang sống trong các nhóm dân tộc chưa hề có Hội thánh thực hiện công tác truyền giáo bản địa.[28] Có khoảng 95 phần trăm đang sống trong khu vực gọi là cửa sổ 10/40 (nằm giữa vĩ tuyến 10 độ và 40 độ Bắc của đường xích đạo và nằm giữa Đại Tây Dương và Thái Bình Dương). Đây là thách thức lớn dành cho chúng ta ngày hôm nay.

Johnstone chia sẻ với góc nhìn đầy hy vọng mang tính lịch sử như sau:

> *Bước lùi lại, chúng ta nhìn thấy một khuôn mẫu đáng lưu ý đang xuất hiện trong vòng 200 năm tăng trưởng [của Hội thánh] theo chiều hướng tăng dần – những năm 1700 ở phía Bắc Đại Tây Dương, những năm 1800 ở Thái Bình Dương, những năm 1960 ở châu Phi, những năm 1970 ở châu Mỹ La-tinh, những năm 1980 ở Đông Á, những năm 1990 ở Âu Á. Ngày nay, nửa vòng địa cầu để lại cho chúng ta một thách thức về khu vực Cửa sổ 10/40. Trung Á, Nam Á và Trung Đông là những khu vực thách thức chính còn lại. Những sự đột phá...trong thập kỷ đầu tiên...của một nghìn năm sắp tới sẽ xảy ra ở đâu? Có thể xảy ra giữa vòng những người Hồi giáo, Ấn độ giáo hay Phật giáo đây? Đó là những đồn luỹ kiên cố cuối cùng mà kẻ thù đang kìm kẹp linh hồn của mọi người. Làn sóng Phúc âm đang trào dâng ngày càng cao xung quanh khu vực nầy, còn chúng ta đang có những sự mườn tượng trước về sự đột phá ấy có nghĩa là gì. Tôi ước rằng mình có đủ chỗ và đủ tự do để kể lại những điều lạ lùng đang diễn ra trong các đồn luỹ tưởng chừng như khó xuyên thủng nầy.[29]*

Đức Chúa Trời đang mời gọi thế hệ ngày nay: Hãy lắng nghe!

Có một lời kêu gọi dành cho thế hệ ngày nay đó là hãy vâng phục Đấng Christ đã phục sinh mà thực hiện công tác môn đồ hoá các nhóm dân tộc chưa được vươn đến trên thế giới. Tôi đang cầu xin Đức Chúa Trời sẽ dấy lên hàng trăm ngàn người trẻ và "những người kết thúc" (là những người kết thúc sự nghiệp đầu tiên của mình để sẵn sàng đeo đuổi sự nghiệp thứ hai trong công tác Cơ đốc). Tôi cầu nguyện rằng lời kêu gọi từ thiên thượng nầy sẽ dứt dấy trong lòng bạn sự vui mừng, chứ không phải sự mặc cảm nữa. Tôi cầu nguyện rằng lời kêu gọi ấy sẽ được khẳng định bằng những kỹ năng cần thiết, bằng một tấm lòng khao khát, bằng sự ủng hộ của Hội thánh, bằng những dấu hiệu bày tỏ ý muốn của Đức Chúa Trời. Tấm lòng bạn sẽ được thổi bùng những khao khát khi đọc xong các sách tiểu sử, suy gẫm Kinh Thánh, nghiên cứu về các nhóm dân tộc chưa được vươn đến, cầu nguyện với lòng sốt sắng và trò chuyện với những người kỳ cựu trong công tác truyền giáo. Đừng từ bỏ sự kêu gọi. Hãy đeo đuổi nó.

Hãy để tâm trí của bạn nghĩ tới những người đang hư mất, mà cũng hãy nghĩ tới các nhóm dân tộc không có phương tiện để tiếp cận Phúc âm. Đây là hoài bão của sứ đồ Phao-lô: "rao Tin lành ở nơi nào danh Đấng Christ chưa được truyền ra, để cho khỏi lập lên trên nền người khác" (Rô-ma 15:20). Hễ nơi nào có Hội thánh, thì ở đó vẫn còn những người chưa tin Chúa. Ấy không phải là nhiệm vụ của công tác truyền giáo tiên phong. Công tác truyền giáo tiên phong làm công việc mà sứ đồ Phao-lô làm, đó là: Mở Hội thánh ở nơi nào không thể làm mục vụ ngày hôm nay. Đây là nhu cầu lớn xảy ra hàng giờ, không chỉ dành cho các giáo sĩ là những người đến phục vụ trong Hội thánh đã được thành lập ở các quốc gia khác (cũng là một nhu cầu lớn, đặc biệt là trong việc phát triển vai trò lãnh đạo), mà còn dành cho các giáo sĩ là những người đến với các dân tộc và những nơi nào chưa có Hội thánh.

Thời đại truyền giáo vẫn chưa kết thúc

Đừng nghĩ rằng thời đại sai phái các giáo sĩ ra hải ngoại đã kết thúc, giống như các quốc gia có thể tự hoàn tất công việc. Có hàng trăm người và hàng triệu người không hề có Cơ Đốc nhân làm công tác truyền giáo trong cùng một nền văn hoá. Phải có sự xâm nhập từ văn hoá khác xảy ra trong một nền văn hoá khác. Để nói rõ hơn chỗ nầy đó là cần phải có sự đan chéo của những người không thuộc Tây phương, vì Đức Chúa Trời đang tăng trưởng Hội thánh rất nhanh ở thế giới không thuộc Tây phương.[30] Đó là điều tuyệt vời phải không! Tôi không muốn giới hạn niềm vui của tình yêu thương. Bên cạnh đó, có thể những chuyên gia được đào tạo bài bản sẽ không hiệu quả bằng những giáo sĩ có sự can đảm mà giản dị. Nói về công tác truyền giáo dành cho người Hồi giáo, Patrick Johnstone nói rằng: "Các giáo sĩ giỏi thường là những người không biết gì khác hơn ngoài những điều cơ bản về Hồi giáo mà lại có tấm lòng nhiệt thành trong việc chia sẻ về Đấng Christ. Trong sự dũng cảm của họ vì Chúa Jêsus, họ lao mình vào công tác làm chứng cho người Hồi giáo, mà những người theo đạo Hồi vì quá sợ hãi nên không dám đặt chân tới".[31] Nhưng cũng đừng hiểu lầm. Nền văn hoá nào cũng cần phải có sự đan xen, đó mới là truyền giáo. Công tác truyền giáo, không phải truyền giáo trong cùng một nền văn hoá, sẽ hoàn thành Đại Mạng Lệnh.

Cho nên, "hãy cầu xin chủ mùa gặt sai con gặt đến trong mùa mình" (Ma-thi-ơ 9:38), cũng hãy cầu xin Ngài sai chính bạn nữa. Hãy mong rằng lời cầu nguyện nầy sẽ thay đổi luôn cuộc đời bạn. Khi Chúa Jêsus phán cùng các môn đồ của Ngài điều nầy, thì ngay sau đó Ngài chọn ra mười hai người làm sứ đồ và sai phái họ. Hãy cầu thay cho những con gặt, mà bạn có thể là một trong số những con gặt ấy. Đức Chúa Trời thường dứt dấy trong lòng, ban cho ân tứ và mở ra những cánh cửa khi chúng ta cầu nguyện và suy xét về khả năng và nhu cầu thực sự là gì. Hãy tự tặng cho mình quyển sách hướng dẫn cầu nguyện cho thế giới rất kỳ diệu có tựa đề là Operation World, rồi cầu nguyện, đọc và ngẫm nghĩ về các dân tộc mỗi ngày.[32] Hãy nghĩ về các dân tộc ở những nơi như:

- *Lybia có sáu triệu người và chỉ có mười người tin Chúa.*

- *Bhutan, một vương quốc Phật giáo ở*

trên dãy Himalaya hẻo lánh, không thể tiếp cận Cơ Đốc nhân trong hàng nghìn năm, số người tin Chúa chỉ đếm được trên đầu ngón tay trong số 250 mươi triệu người.

• Đảo Maldives, nằm ở bờ biển phía tây nam của Ấn Độ Dương, là một trong những quốc gia khó xâm nhập nhất trên đất.

• Triều Tiên, "một quốc gia đầy khổ sở đến nỗi có người chết vì đói dưới sự cai trị điên rồ của giới lãnh đạo",[33] không được công khai làm chứng hay không có Hội thánh trong vòng năm mươi năm qua.

• Ả Rập Xê Út, là trụ sở đầu não của đạo Hồi có những người Saudi tin Chúa, nếu bị phát hiện, sẽ bị xử tử.

• Ấn độ, là một thách thức rất lớn, với khu vực đồng bằng Ấn-Hằng bao gồm "các nhóm dân tộc chưa được vươn đến trên thế giới. Thí dụ, dân số ở Uttar Pradesh ở phía Bắc Ấn độ là khoảng 180,000,000 và tỷ lệ Cơ Đốc nhân chiếm 1% và đang tụt dần".[34]

• Thổ Nhĩ Kỳ, là nhà nước Hồi giáo chủ yếu với số lượng Cơ Đốc nhân đang làm chứng cho 15 tỉnh thành trong khi có tới 100 tỉnh thành khắp cả nước.

Suy gẫm về sự tha thứ dành cho các quốc gia. Hãy rút quân

Trọng tâm của danh sách trên dường như rất rời rạc, đó là chỉ muốn minh hoạ về dân số tổng thể đang sống trong sự nổi loạn chống nghịch với Đức Chúa Trời chân thật, và phải sống xa cách Đấng có thể phục hoà dân tộc của họ với Đấng Tạo Hoá của mình. Điều nầy có nghĩa là sự huỷ diệt đang dành cho những kẻ vô tín và không tôn kính Đấng Christ. Ngài là Đấng kiểm soát cả thế giới, còn mỗi người trên đất phải bày tỏ lòng trung thành với Ngài. Mỗi linh hồn và mỗi quốc gia đều thuộc về Ngài. Abraham Kuyper đã nói một câu rất nổi tiếng rằng: "Không một mét vuông nào trên hành tinh có loài người đang sinh sống mà Đấng Christ, là Đấng tể trị mọi sự, không phán rằng: Thuộc về Ta!"[35] Đấng Christ đã đến trong thế gian nổi loạn nầy, là thế giới mà Ngài đã tạo nên vì sự vinh hiển của chính Ngài, để bày tỏ sự tha thứ bằng chính huyết của Ngài. Hễ ai chịu từ bỏ thứ vũ khí vô tín của mình sẽ được tha thứ mọi tội lỗi chống nghịch lại Đấng cầm quyền cả cõi hoàn vũ. Chỉ bằng đức tin, mọi kẻ thù sẽ được ban cho sự vui mừng và được xưng là công bình trong nước đời đời. Thực hiện mục đích nầy cùng với Đấng Christ là lý do chính đáng cho cả cuộc đời bạn.

Không, bạn không cần phải trở thành giáo sĩ thì mới có thể say mê Ngài và thực hiện mục đích cao cả đó là: giúp muôn dân được biết, được ngợi khen và được sống trong Đức Chúa Trời. Nhưng nếu bạn muốn được thỏa mãn trọn vẹn cùng với Đức Chúa Trời là Đấng đã đắc thắng trong lịch sử cứu rỗi, thì bạn không thể sống như bây giờ được – tức là đi làm, kiếm tiền, dâng phần mười, ăn uống, ngủ nghỉ, giải trí và đi nhà thờ. Thay vì thế, bạn cần dừng lại và đi đâu đó vài ngày cùng với Kinh Thánh và quyển sổ, cầu nguyện và suy gẫm về những thời điểm và nơi chốn nào đó trong cuộc đời bạn thích hợp với mục đích cao cả của Đức Chúa Trời, đó là: khiến muôn dân được vui mừng trong Ngài. Bạn sẽ dự phần vào mục đích toàn cầu của Đức Chúa Trời như thế nào khi Thi thiên 67:4 chép rằng: "Các nước khá vui vẻ và hát mừng rỡ"?

Ý nghĩa của tình trạng không thỏa lòng

Rất nhiều người giống như bạn nên tiếp tục với công việc hiện tại của mình và chỉ cần suy nghĩ làm thế nào bạn có thể tận dụng những kỹ năng, các mối quan hệ và các nguồn lực, một cách có chiến lược hơn cho mục đích toàn cầu của Cha trên trời. Nhưng đối với những người khác đang đọc quyển sách nầy sẽ có cách đáp ứng khác. Rất nhiều người giống như bạn không hề bằng lòng với những gì mình đang làm. Giống như J. Campbell White đã nói, những gì đang xảy ra không mang lại sự thỏa mãn trong đời sống tâm linh của bạn. Chúng ta cần phải cẩn thận ở chỗ nầy. Mọi ngành nghề đều có những khía cạnh chán nản và những thời điểm mờ nhạt. Chúng ta không nên tự động giải nghĩa những lúc ấy là lời kêu gọi để rời bỏ vị trí của mình.

Nhưng nếu tình trạng không thỏa lòng trong vị trí hiện tại của bạn đã trở nên nặng nề, định kỳ và kéo dài, mà tình trạng không thỏa lòng ấy đang ảnh hưởng đến việc đọc Kinh Thánh, thì có lẽ Đức Chúa Trời đang kêu gọi bạn chuyển sang một công việc mới. Nếu trong tình trạng không thỏa lòng mà bạn muốn được nên thánh, muốn sống đẹp lòng Chúa, muốn tôn vinh hiển Chúa bằng cuộc đời của mình, thì chắc chắn Đức Chúa Trời đang chặt đứt những gốc rễ trong cuộc đời bạn, để cấy ghép bạn vào một vị trí và một mục vụ mà những khao khát trong tâm linh của bạn sẽ được làm cho thỏa mãn. Quả thật bạn có thể bày tỏ Đức Chúa Trời với người khác và sống trong Ngài ở bất kỳ ngành nghề nào; nhưng khi Ngài thuyên chuyển bạn từ chỗ nầy sang chỗ khác, thì Ngài đang cho bạn nguồn nước tinh khiết và thỏa mãn trong mối liên hệ với Ngài. Đức Chúa Trời hiếm khi kêu gọi chúng ta sống một cuộc đời dễ dàng, nhưng Ngài luôn kêu gọi chúng ta biết Ngài càng hơn và sống trong ân điển không vơi cạn của Ngài.

Tôi có nên tiếp tục vai trò mục sư?

Tôi cố gắng tìm kiếm trong chính mục vụ của mình điều nầy. Mỗi năm, Hội thánh của chúng tôi có một "tuần sứ mạng". Tôi chia sẻ về công tác truyền giáo; chúng tôi mời nhiều diễn giả đến chia sẻ. Thách thức được bày ra trước mặt mọi người. Nhiều người dấn thân vào công tác truyền giáo, đưa ra những cam kết và dự phần vào chương trình nuôi dưỡng sứ mạng. Mỗi năm, tôi tra xét lại đời sống mình trong cương vị mục sư quản nhiệm Hội thánh. Tôi nhìn lại những gì mình đang làm trước mục đích toàn cầu của Đức Chúa Trời, cũng như với góc nhìn về sự tối tăm thuộc linh rất lớn và sự khổ sở của các dân tộc chưa được vươn đến trên đất. Tôi tự hỏi bản thân rằng: đây có phải là cách đầu tư cuộc đời chiến lược nhất vì cớ mục đích của Đức Chúa Trời là Đấng muốn các dân tộc được vui mừng ở trong Ngài chăng? Tôi còn hỏi vợ rằng: "Noel ơi, em có cảm thấy một sự thôi thúc nào về việc vươn đến các dân tộc chưa được vươn đến không?"

Tuyên ngôn sứ mạng của Hội thánh chúng tôi có chữ "lan truyền" mang ý nghĩa chi phối mọi thứ: "Chúng tôi sống để lan truyền một đam mê về uy quyền tối thượng của Đức Chúa Trời trong mọi sự để muôn dân được vui mừng trong Đức Chúa Jêsus Christ". Thế là tôi hỏi rằng: tôi có đang thực hiện sứ mạng nầy một cách tốt nhất trong vai trò của mình chăng? Khi Chúa muốn tôi giải trình về mục vụ của mình trong ngày cuối cùng, tôi có thể nói rằng: "Chúa ơi, tôi đã phục vụ ở nhà thờ Behtlehem, vì tôi tin rằng mình có thể là công cụ hữu dụng nhất để hoàn thành mục đích tôn cao Danh Ngài giữa vòng các dân tộc và để tập hợp bầy chiên của Ngài từ mọi dân trên đất" không? Cho đến lúc tôi không thể đưa ra câu trả lời tốt nhất cho câu hỏi nầy nữa, thì vai trò lãnh đạo của tôi sẽ kết thúc.

Còn bạn thì sao?

Cũng vậy, đối với nhiều người giống như bạn. Vấn đề lớn nhất là ở ngoài khơi. Cầu xin Chúa vùa giúp bạn. Cầu xin Chúa phóng thích bạn. Cầu xin Chúa ban cho bạn một khải tượng mới để tôn cao Đấng Christ qua cuộc đời bạn – cho dù bạn là người sẽ vươn đến các dân tộc chưa được vươn đến, hay bạn là người biết chắc mình phải ở lại và kết quả trong vị trí hiện tại của mình. Nguyện khải tượng của bạn sẽ tìm được ý nghĩa trong mục đích lớn lao của Đức Chúa Trời, đó là: muôn dân sẽ tìm được sự vui mừng ở trong Ngài. Nguyện thập tự giá của Đấng Christ là lý do khoe mình duy nhất của bạn, hầu cho bạn có thể nói một cách tự tin rằng: sống là Đấng Christ, còn chết là ích lợi.

---

1. Để biết thêm về Adoniram Judson, hãy xem quyển *Chịu hết mọi đau đớn của Đấng Christ: Giá trả để Phúc âm đến với muôn dân qua cuộc đời của William Tyndale, Adoniram Judson và John Paton* của John Piper, trong bộ sách *Những con thiên nga chưa ngủ quên* (Wheaton, IL: Crossway, 2009).

2. Courtney Anderson, *Đến bờ biển vàng: Cuộc đời của Adoniram Judson* (Grand Rapids, MI: Zondervan, 1956), 14.

3. Chủ nghĩa Thần luận là "một niềm tin, dựa vào lý luận, nơi Đức Chúa Trời là Đấng đã tạo ra và bỏ rơi vũ trụ, không hề can thiệp vào cuộc sống, không hề tác động vào tự nhiên và không bày tỏ sự mặc khải siêu nhiên nào cả", trong quyển *Từ điển Anh ngữ Di sản của người Mỹ*, ấn bản thứ 4 (Boston: Houghton Miflin, 2000).

4. Anderson, *Đến bờ biển vàng*, 41.

5. Ibid., 42

6. Ibid., 44. Ngọn nguồn của câu chuyện nầy là những báo cáo bằng miệng từ các thành viên của gia đình đã kể lại trong quyển *Tưởng nhớ cuộc đời và sự nghiệp của Mục sư Adoniram Judson*, Francis Wayland, D. D., tập 2. (Boston: Philips, Sampson và Co., 1854), 1:24-25.

7. Anderson, *Đến bờ biển vàng*, 45.

8. Ibid., 83.

9. Có thể tìm thấy toàn bộ Tuyên ngôn Đức tin của trường Cao đẳng và Chủng viện Bethlehem tại trang www.Bethlehemcollegeandseminary.org.

10. Robert Murray M'Cheyne, Bài giảng LXXXII trong quyển *Các tác phẩm sau nầy của Mục sư Robert Murray M'Cheyne*, tập 4. (New York: Robert Carter, 1847), 2:479. Tôi đã tìm thấy quyển *Các mục vụ thương xót: Lời kêu gọi từ con đường Giê-ri-cô* của Timothy J. Keller (Philipsburg, NJ; P&R, 1997), 65. Tôi ước rằng những đọc giả của tôi cũng đọc sách của Keller.

11. Kenneth Scott Latourette, *Những kẻ tìm thấy Đất nước* (New York: Harper and Brothers, 1950), 46.

12. John R. Mott, *Năm thập kỷ và một tầm nhìn* (New York, Harper and Brothers, 1939), 8.

13. David Howard, "Sức mạnh của sinh viên trong công tác truyền giáo", trong

quyển *Góc nhìn về Phong trào Cơ Đốc thế giới: Tuyển văn*, biên soạn bởi Ralph D. Winter và Steven C. Hawthorne, ấn bản lần 2 (Pasadena, CA: Thư viện của William Carey, 1999), 283. Hầu hết các dữ kiện mà tôi ghi lại về SVM trong đây đều từ bài viết nầy.

14. Ruth Rouse và Stephen C. Neill, *Một lịch sử về Phong trào toàn thế giới, 1517-1948* (Philadelphia, PA: Westminster, 1967), 328.

15. J. Campbell White, "Phong trào Giáo sĩ Người đi làm", trong quyển *Góc nhìn về Phong trào Cơ Đốc thế giới: Tuyển văn*, biên soạn bởi Ralph D. Winter và Steven C. Hawthorne, ấn bản đầu tiên (Pasadena, CA: Thư viện của William Carey, 1981), 222.

16. *Ibid.*, 223.

17. *Ibid.*, 224.

18. *Ibid.*, 225.

19. *Ibid.*, 224.

20. *Ibid.*, 225.

21. Xem https://www.emptytomb.org/fig1_07.html.

22. Xem https://www.emptytomb.org/scg03missions.pdf.

23. Xem https://www.rockrohr.net/wp-content/uploads/2012/12/StatusOfGlobalMission-2010.pdf.

24. Patrick Johnstone, *Hội thánh lớn hơn bạn nghĩ* (Ross-shire: Tập chú Cơ Đốc, 1998), 229.

25. Thí dụ, xem https://www.joshuaproject.net/s

26. Johnstone, *Hội thánh lớn hơn bạn nghĩ*, 225-30.

27. *Ibid.*, 215. Johnstone có những số liệu khả quan hơn Barrett: Khoảng 20 phần trăm dân số thế giới chưa được nghe về Tin lành; 47 phần trăm là những người chưa tin Chúa đang sống ở những nơi có thể nghe về Tin lành; còn 33 phần trăm là những người tự xưng là Cơ Đốc nhân.

28. David B. Barrett và Todd M. Johnson, "Bản thống kê hằng năm về công tác truyền giáo toàn cầu 2002", *Tập san Nghiên cứu Quốc tế về Công tác Giáo sĩ* 26 (1/2002): 22-23.

29. Johnstone, *Hội thánh lớn hơn bạn nghĩ*, 115-16.

30. Sự tăng trưởng nầy vào thế kỷ hai mươi được ghi lại bởi Philip Jenkins trong quyển *Cơ Đốc giáo ngày nay* (Oxford: Nhà in Trường đại học Oxford, 2002), 2: Hơn một thập kỷ vừa qua... trung tâm đầu não của giới Cơ Đốc đã chuyển xuống phía nam của châu Phi, châu Á và châu Mỹ La-tinh. Ngày hôm nay, cộng đồng Cơ Đốc giáo lớn nhất trên hành tinh được tìm thấy ở châu Phi và châu Mỹ La-tinh. Nếu chúng ta muốn hình dung về Cơ Đốc giáo ngày nay "cụ thể" ra sao, chúng ta nên nghĩ tới một người đàn bà đang sống trong một ngôi làng ở Nigeria hay là ở một khu ổ chuột nào đó của đất nước Brazil. Như học giả người Kenya tên là John Mbiti đã quan sát, "các trung tâm phổ thông của Hội thánh không còn ở thành phố Geneva, thành phố Roma, thành phố Athens, thành phố Paris, thành phố Luân-đôn, thành phố New York, mà là ở Kinshasa, Buenos Aires, Addis Ababa và Manila. Cho dù những người đang sống ở khu vực châu Âu hay Bắc Mỹ có tin hay không, thì Cơ Đốc giáo đang rất thịnh hành ở bán cầu Nam – không chỉ tồn tại trong tình trạng ngoi ngóp mà còn lan rộng nữa là đằng khác.

31. Johnstone, *Hội thánh lớn hơn bạn nghĩ*, 273.

32. Partrick Johnstone và Jason Mandryk, *Phân tích thế giới: Khi chúng ta cầu nguyện thì Đức Chúa Trời hành động* (Waynesboro, GA: Paternoster USA, 2001). Xem phiên bản trực tuyến ở http://www.operationworld.org.

33. *Ibid.*, 222.

34. Ibid., 223.

35. Abraham Kuyper, "Chủ quyền Toàn cầu", trong quyển Tuyển tập trăm năm của Abraham Kuyper, biên soạn bởi James D. Bratt (Grand Rapids, MI: Eerdmans, 1998), 488.

10

LỜI CẦU NGUYỆN CỦA TÔI – ĐỪNG AI SỐNG LÃNG PHÍ ĐẾN CUỐI ĐỜI RỒI NÓI RẰNG: "TÔI ĐÃ LÃNG PHÍ CUỘC ĐỜI"

Tình thương của Ngài tốt hơn mạng sống. Ngài đã phán cùng chúng con bằng nhiều cách. Ngài đã dùng chính miệng đầy tớ của Ngài là Đa-vít mà nói ra điều nầy: "Vì tình thương của Ngài tốt hơn mạng sống, môi con sẽ ca ngợi Ngài" (Thi thiên 63:3). Ngài đã phán mấy lời nầy qua sứ đồ Phao-lô khi ông kêu lên trong ngục rằng: "Tôi bị ép giữa hai bề muốn đi ở với Đấng Christ, là điều rất tốt hơn" (Phi-líp 1:23). Chúa ơi, Ngài còn tốt hơn mạng sống như thế nào nữa! Sứ đồ Phao-lô của Ngài không dùng mấy lời mạnh mẽ nào cả! Không chỉ "tốt hơn", mà còn "rất tốt hơn". Ngài còn tốt hơn mạng sống đến nỗi sứ đồ của Ngài nói rằng: chết là ích lợi. "Vì đối với tôi, sống là Đấng Christ, còn chết là ích lợi" (câu 21). Mất hết mọi sự trong thế gian nầy và chỉ còn ở với Ngài là ích lợi dường nào.

Chúa ơi, tại sao tình thương của Ngài tốt hơn mạng sống? Chắc chắn, Đa-vít đã cho chúng con biết câu trả lời. Ông không hề nói rằng: "Vì tình thương của Ngài tốt hơn mạng sống, môi con sẽ ca ngợi tình thương của Ngài". Ông đã nói gì? Ông nói rằng sẽ ca ngợi Ngài, chứ không phải tình thương của Ngài". "Vì tình thương của Ngài tốt hơn mạng sống, nên môi con sẽ ca ngợi Ngài". Không phải điều quý trọng nhất về tình thương của Ngài là dẫn chúng con đến cùng Ngài – đến nỗi đôi mắt, tấm lòng và tâm trí của chúng con có thể nhìn thấy sự giàu có vinh hiển của Ngài sao? Ngài đã cất đi cơn thịnh nộ, tha thứ tội lỗi của chúng con, Ngài chẳng để điều gì cản trở chúng con nhận được sự khoái lạc ở trước mặt Ngài. Không phải tình yêu thiên thượng – tức là ý muốn và công tác của Đức Chúa Trời, mà Ngài đã ban cho chúng con là những tội nhân chẳng xứng đáng nhận được sự vui mừng đời đời ở trong Đức Chúa Trời sao? Tình yêu thương là gì nữa nếu không phải là cõi đời đời! Nếu chúng con được Chúa yêu thương thì có phần thưởng nào quý giá hơn là chính Ngài!

Đức Chúa Trời ôi, Chúa biết con run rẩy khi nhìn thấy nhiều người gọi Ngài là Chúa, mà vẫn tập chú vào bản thân và tự tôn mình khi họ đang sống trong ân điển của Ngài. Chúa ơi, còn bao nhiêu người nữa đã biết tình yêu của Ngài mà vẫn cho rằng mình xứng đáng nhận được điều đó! Vậy thì, chúng con đang vui mừng ở trong Ngài hay chúng con đang sống vui vẻ trong cái tôi của mình? Nhiều thập kỷ trôi qua mà sứ điệp của thế gian và thậm chí từ các mục sư nói rằng: tình thương ấy là để tôi khoe về cái tôi của mình. Thế là có nhiều người đã tin chắc như vậy đến nỗi suy gẫm về tình yêu của Ngài mà nói rằng: Tình yêu thương của Đức Chúa Trời là để tôi khoe về bản thân mình. Họ còn hỏi nhau rằng: Bạn không cảm thấy mình được yêu khi người khác chú ý vào giá trị của bạn sao?

Con trả lời rằng mình đã từng như vậy. Khi cuộc sống trở nên tốt hơn Chúa mà không phải điều ngược lại. Đã có lúc tình yêu thương trở nên như thế nầy – tức là khi con không còn tìm thấy niềm vui nào khác hơn ngoài danh tiếng của mình. Khi con tập chú vào cái tôi đến nỗi không còn hình dung được niềm vui nào khác hơn ngoài bản thân mình nữa. Phải, con đã từng gọi những lời khen tặng của loài người là tình yêu thương, thậm chí còn bào chữa cho sự thèm thuồng ấy bằng cách sẵn sàng làm điều tương tự. Tình yêu thương mà chúng con bày tỏ với nhau như thế thật là thỏa mãn.

Nhưng giờ đây, (cảm tạ ân điển lớn lao của Ngài!) con thấy đó là sự giả dối. Nó đã bắt đầu ở vườn Ê-đen ngày xưa. Kẻ hủy diệt tình yêu thương và sự vui mừng của chúng con đã nói với Ê-va rằng: "vì Đức Chúa Trời biết rằng ngày nào các người ăn trái cây ấy, mắt các người sẽ mở ra, và các người sẽ trở nên giống như Đức Chúa Trời" (Sáng thế ký 3:5). Trở nên giống như Đức Chúa Trời sao! Đáng lẽ bà phải nói rằng: "Tôi đã giống Chúa rồi". Đáng lẽ bà phải nhìn thấy mưu chước của nó. Nhưng bà đã không nhận ra, còn bao nhiêu người nữa không nhận ra điều nầy ngày hôm nay! Bà đã giống Chúa rồi! Chính Ngài đã tạo nên bà – theo ảnh tượng của Ngài. Sự kêu gọi của bà và ý muốn của Ngài cho đời sống bà đó là: bày tỏ hình ảnh của Đấng Tạo Hoá, bằng sự vui mừng và lòng tin cậy, để tôn cao chính Ngài. Nhưng tư tưởng gian ác đã được gieo vào đầu của bà: "Tôi có thể giống Chúa bằng cách khác. Tôi sẽ được mọi người chú ý, cho nên tình yêu thương được định nghĩa là: khoe về cái tôi của mình".

Điều nầy xuất hiện trong thế gian, còn chúng con gọi nó là tội lỗi. Tình yêu thương trở thành điều đầu tiên của tội lỗi. Chúa ơi, con đau buồn khi viết ra những chữ nầy, nhưng con hổ thẹn hơn nữa mà nói rằng: Tình thương của Ngài không còn mang ý nghĩa: Ngài sẽ làm điều phải làm để chính Ngài trở thành sự vui mừng của chúng con. Mà tình yêu thương ngày nay có nghĩa là: Ngài sẽ làm điều phải làm để chúng con cảm thấy là những kẻ xứng đáng. Đó là một sự trao đổi đáng buồn. Hơn nữa: nó không chỉ cướp đi sự vui mừng mà Ngài muốn làm thỏa mãn linh hồn của chúng con đến đời đời, mà nó còn cướp đi vị trí của Ngài là Đấng quý hơn hết trong cuộc đời của chúng con nữa.

Những gì Ngài đã làm kể từ ngày loài người sa ngã trong vườn Ê-đen là khiến mọi thứ phải trở lại đúng vị trí của nó. Ngài đã làm rất nhiều việc và bày tỏ rất nhiều sự mặc khải trong lịch sử để cho thấy Ngài mới là trọng tâm đem lại niềm vui cho chúng con, Ngài cũng đã đoạt lại vị trí được tôn kính nhất trong thế gian mà vốn dĩ đã thuộc về Ngài – tức là mọi người phải biết Ngài là Đấng tốt hơn mạng sống. Ngài đã bày tỏ bằng nhiều cách và đã phán nhiều lần rằng: "Ta đã làm nên các ngươi vì sự vinh hiển của Ta. Ta đã làm nên các ngươi để ngợi khen Ta. Ta đã làm nên các ngươi vì danh Ta và để tôn kính Ta". Nếu không thì chúng con sẽ quên mất điều quan trọng mà Ngài đã phán thêm rằng: "Trước mặt Ta có trọn sự khoái lạc; tại bên hữu Ta có điều vui sướng vô cùng; Ta là phần thưởng rất quý và rất lớn! Hãy thử cho biết sự vinh hiển trọn vẹn và niềm vui không gì sánh bằng của Ta".

Ý muốn của Ngài thật lớn lao thay! Ngài khiến chúng con vui mừng để tôn vinh hiển Ngài. Ngài khiến chúng con được khoái lạc để chứng minh rằng Ngài mới là Đấng giữ vị trí cao quý nhất trong đời sống của chúng con. Ngài khiến linh hồn chúng con vui vẻ, là lý do cốt lõi để chúng con thờ phượng Ngài và cũng là hình ảnh trung thực về sự cao trọng của Ngài. Đức Chúa Trời được vinh hiển nhất khi chúng con được thỏa mãn nhất ở trong Ngài. Chúa ơi, tại sao con không nghĩ rằng được Chúa yêu có nghĩa là tập chú vào Ngài, chứ không phải tập chú vào cái tôi của mình? Tại sao sau khi đã nhìn thấy các dãy ngân hà bằng kính thiên văn đã được tạo ra để khiến con vui mừng ở trong Ngài, thì con lại để ý đến hình ảnh mờ nhạt của mình qua ống nhòm đó rồi nói rằng: "Tôi thật hạnh phúc. Tôi được yêu" như vậy? Tại sao con đứng trước ánh bình minh của mặt trời ló dạng, giữa những rặng núi và biển cả mênh mông, rồi nghĩ rằng niềm vui đời đời phải đến từ việc tập chú vào bản thân mình?

Không, Cha ơi, tình yêu thương là: Ngài đã trả giá đắt để chính Ngài là sự vinh hiển và sự khoe mình của con. Ngài đã trả giá ấy cho đến đời đời để chính Ngài là Đấng quý hơn hết trong cuộc đời con. Ngài đã sai chính Con mình, là tâm điểm chói sáng nhất về tình yêu thương và sự đẹp đẽ của Ngài. Ngài đã phó Con ấy chịu hết mọi sự khinh chê, sự phản bội, bị gai đâm, bị đòn roi, bị đánh, bị đóng đinh, bị làm cho xấu hổ và chịu chết. Vì điều gì? Để gánh hết cơn thịnh nộ của Ngài, để làm thỏa mãn sự công bình của Ngài, để xoá hết mọi tội lỗi của con như phương đông xa cách phương tây, hầu cho con được trở về nhà và nhìn thấy dãy ngân hà. Chúa ơi, đó là tình yêu thương của Ngài, không phải để con tập chú vào cái chính mình nữa, nhưng Ngài đã làm điều phải làm để con được vui mừng ở trong Ngài cho đến đời đời.

Đấng Christ không phải là sự khoe mình của con sao! Ngài không chỉ chuộc tội của con, mà chính Ngài là hình ảnh rõ nét nhất và là tâm điểm chói sáng nhất để bày tỏ về Đức Chúa Trời. Không phải mọi sự con có đều đến từ Ngài sao? Món quà sự sống hay là hơi thở? Không phải mọi lời hứa đều là phải ở trong Ngài sao? Có điều chi ngọt ngào – hay là điều chi cay đắng Ngài sẽ khiến trở nên ngọt ngào – mà không được chuộc bằng huyết của Ngài sao? Con chẳng xứng đáng nhận được điều gì cả ngoài địa ngục. Mọi sự con có đều ở trong Ngài và được chuộc bằng sự hy sinh của Ngài. Chúa ơi, đừng để con sống khoe mình về bất kỳ điều nào khác hơn ngoài thập tự giá của Đấng Christ, là Chúa của con.

Còn bây giờ, chúng con, là những người xưng Đấng

Christ là Của báu và đã biết tình thương của Ngài tốt hơn mạng sống, có nên sống giống như thế gian chất chứa của báu ở trên đất nầy chăng? Chúng con không nghe Ngài phán, như Ngài đã từng phán, rằng: "Hỡi kẻ dại, nếu đêm nay linh hồn ngươi bị cất đi thì những của cải nầy sẽ thuộc về ai?" Chúa ơi, đừng để chúng con ngồi nói rằng: "Hỡi linh hồn ta, ngươi đã để dành của cải cho nhiều năm; hãy ăn, uống và cưới gả" trong khi thế giới còn biết bao người cần được giúp đỡ. Hậu quả khó lường đã dành sẵn cho người nào sống thiếu tình yêu thương như vậy. "Nhưng khốn cho các ngươi, những người đang giàu có, vì các ngươi đã được phần an ủi của mình" (Lu-ca 6:24). Chúng con run sợ trước mấy lời Ngài đã phán cho kẻ giàu thiếu lòng yêu thương rằng: "Hãy nhớ rằng trong đời nầy ngươi đã nhận được những điều lành, còn kẻ nghèo ở trước cửa nhà ngươi đã nhận được điều dữ; nhưng giờ đây nó sẽ được yên ủi, còn ngươi phải bị khổ sở".

Chúa ơi, được giàu có như thế là lãng phí cuộc đời. Xin Chúa bảo vệ chúng con. Xin hãy giúp chúng con biết lắng nghe và chú ý lời kêu gọi nầy nữa: "Đừng chất chứa của cải ở dưới đất, mà hãy chứa của cải ở chỗ nào mối mọt và kẻ cướp không thể lấy được. Hãy chất chứa cho mình những của cải không hề hư nát". Nhưng chúng con cầu xin rằng: "Của cải gì, thưa Chúa?" Chúng con thấy Ngài mỉm cười. "Ta chính là Của báu và Phần thưởng của các ngươi. Ta chính là đồ ăn, nước uống, đồ mặc và ích lợi đời đời của các ngươi. Ta chính là sự sống và sự vui mừng đời đời của các ngươi".

Phải, Chúa ơi. Như vậy là đủ rồi. Nhưng chúng con muốn cầu xin rằng: chúng con sẽ chất chứa của cải nầy như thế nào? Không phải Ngài đã để dành của cải ấy bằng chính ân điển và bằng huyết của Chúa Jêsus rồi sao? Chúng con sẽ sống – cuộc đời ngắn ngủi và duy nhất nầy – như thế nào để chất chứa cho mình của cải ở trên trời đây? Chúa ơi, Ngài biết con trả lời bằng cách viết ra quyển sách nhỏ nầy. Con không hề tìm kiếm ở trong chính mình hay nghe thấy bất kỳ giọng nói nào cả. Nhưng con đã tìm kiếm trong Lời của Ngài và nói những gì Ngài đã phán. Đó là cơ sở duy nhất để con công bố lẽ thật – tức là con muốn vang vọng những gì Ngài đã viết ra.

Câu trả lời đó là chúng con phải bắt đầu kính mến Đấng Christ ngay trong đời nầy, còn ích lợi là được vui mừng ở trong Ngài. Sự vinh hiển lớn lao sẽ dành cho kẻ nào có sự kính mến Đấng Christ. Tình yêu dành cho Đấng Christ là gì? Tức là trìu mến Ngài hơn tất cả mọi sự. Tức là tôn cao Ngài hơn bất kỳ của cải nào khác trong thế gian. Tức là vui thích được thông công với Ngài hơn cả gia đình và bạn bè. Tức là tin cậy hết thảy lời hứa của Ngài nói rằng: sẽ có sự khoái lạc ở trong sự hiện diện của Ngài hơn hết thảy những lời hứa dối trá của tội lỗi. Tức là vui vẻ trong sự vinh hiển bây giờ và hy vọng vào sự trọn vẹn khi chúng con nhìn thấy Ngài mặt đối mặt. Tức là bước đi cách bình an trên con đường Ngài chọn cho chúng con dù phải trải qua sự đau khổ. Tức là sống thỏa lòng đến nỗi không gì xảy ra mà không đem lại ích lợi cho chúng con.

Chúa ơi, có một sự vui mừng thầm lặng mà Chúa

Jêsus đã làm để cứu chúng con khỏi tội lỗi và để bày tỏ cho chúng con biết phải yêu thương người khác như thế nào. Như Ngài đã phán, sự sống của Ngài vừa là con đường và cũng là giá chuộc. Ngài đã chịu chết cho chúng con, để giờ đây chúng con cũng đồng chết với Ngài. Ngài đã chịu hết sự nghèo khổ hầu cho chúng con được giàu có ở trong thiên đàng của Ngài, giờ đây Ngài kêu gọi chúng con chia sẻ sự giàu có của mình với người nghèo. Ngài không xem sự bình đẳng với Đức Chúa Trời là sự nên nắm giữ, nhưng Ngài đã tự bỏ mình đi và đã trở thành chiếc cầu giúp chúng con vượt qua vực thẳm không đáy giữa trời và đất, hầu cho chúng con nhìn thấy công tác truyền giáo tiên phong có nghĩa là gì và để chúng con dự phần với Ngài mà hoàn thành nhiệm vụ cuối cùng. Đó không phải là cách chúng con chất chứa của cải ở trong nhà Ngài – tức là ban phát tiền bạc và dùng chính cuộc đời của chúng con để giúp nhiều người được giàu có ở trong Ngài cho đến đời đời sao?

Con nói có một sự vui mừng thầm lặng là vì phải trải qua nhiều đau khổ. Con không thể sống hơn sứ đồ Phao-lô là người đã nói rằng ông phải chết mỗi ngày và đã nói ra một nghịch lý đó là: "ngó như buồn rầu, mà thường được vui mừng; ngó như nghèo ngặt, mà thật làm cho nhiều người được giàu có; ngó như không có gì cả, mà có đủ mọi sự!" (2 Cô-rinh-tô 6:10). Cha ơi, xin ban cho Hội thánh có được tình yêu dành cho sự vinh hiển của Ngài hơn cả vàng bạc – để nàng không còn yêu mến sự thoải mái và sự an ninh nữa. Xin hãy giúp chúng con biết tìm kiếm nước Đức Chúa Trời trước hết và để mọi thứ được ban thêm theo ý muốn của Ngài. Xin giúp chúng con sống để đáp ứng nhu cầu của người khác chứ không phải sống cho sự thoải mái. Xin giúp chúng con được yên ninh ở trong Đấng Christ để chúng con dám đối diện với sự mất mát nhà cửa, sức khoẻ và tiền bạc của chúng con ở trên đất nầy. Xin giúp chúng con thấy rằng: nếu chúng con cố gắng bảo vệ tài sản, thay vì sử dụng nó để cho thấy những điều đó không phải là Chúa của chúng con, thì chúng con sẽ lãng phí cuộc đời mình cho dù chúng con có thành công như thế nào.

Chúa ơi, con run rẩy cầu thay cho những đọc giả mà con không biết họ là ai. Nhưng con đã biết cuộc đời sẽ như thế nào nếu chính con, và họ nữa, có thể bước đi trên bờ vực của sự chết mà vẫn mỉm cười một cách tự tin rằng nếu có ngã xuống, hoặc bị ai đó đẩy xuống, thì chết là ích lợi. Nếu chúng con sống bày tỏ tình yêu thương như thế, thì chúng con sẽ có được sự tự do không gì sánh bằng! Chúng con sẽ sẵn sàng chịu khổ vì sự vinh hiển của Đấng Christ! Chúng con sẽ háo hức bày tỏ cho người nghèo biết rằng: chúng con sẵn sàng dùng chính cuộc đời của mình để giúp họ được vui mừng ở trong Đức Chúa Trời đến đời đời! Tất cả mọi thứ mà chúng con đang có đều ở trong Đức Chúa Trời – tức là sự sống, sự chết, hiện tại, tương lai, cả thế giới nầy. Tất cả đều là của chúng con, còn chúng con thuộc về Đấng Christ. Chẳng có điều gì trong hết thảy những điều đó có thể so sánh bằng Ngài.

Vậy nên, Chúa ơi, con thà cầu nguyện rằng mọi thứ

mà con đã viết ra trong sách nầy, nếu đúng thì nó sẽ bày tỏ sự vui mừng ở trong Đức Chúa Jêsus Christ mà chẳng sợ hãi gì. Nguyện tấm lòng của những ai đang lưỡng lự sẽ nhớ Ngài đã hứa rằng: "Ta sẽ chẳng lìa ngươi đâu, chẳng bỏ ngươi đâu" (Hê-bơ-rơ 13:5). Hầu cho chúng con dám nói một cách tự tin mà không sợ hãi trước sự chết rằng: "Chúa giúp đỡ tôi, tôi không sợ chi hết. Người đời làm chi tôi được?" (Hê-bơ-rơ 13:6).

Chúa ơi, xin đừng để ai đọc mấy lời nầy rồi sống đến cuối đời vẫn nói rằng: "Tôi đã lãng phí cuộc đời". Nhưng bởi Đức Thánh Linh toàn năng của Ngài và bởi Lời Chúa có thể đâm thủng mọi thứ, hãy khiến chúng con là những kẻ xưng Đấng Christ là Chúa có thể sống bày tỏ Ngài là tốt hơn mạng sống, hãy khiến tận sâu trong linh hồn của chúng con cảm biết rằng sống là Đấng Christ, còn chết là ích lợi. Vì vậy, nguyện chúng con sẽ bày tỏ giá trị của Ngài cho mọi người đều thấy. Nguyện chính Ngài sẽ được ngợi khen khắp cả thế giới qua cách chúng con tôn cao Ngài. Nguyện chính Ngài được vinh hiển qua sự sống và sự chết của chúng con. Nguyện mọi dân và mọi người đang sống xung quanh chúng con sẽ thấy rằng: sự vui mừng trong Chúa Jêsus sẽ giải phóng dân sự của Ngài thoát khỏi quyền lực của sự tham lam và sợ hãi.

Chúa ơi, xin hãy làm cho tình yêu thương trở nên sống động trong các thánh đồ của Ngài đến nỗi: dù phải trả giá bằng chính mạng sống của chúng con để mọi người tìm được sự vui mừng ở trong Đức Chúa Trời. "Hỡi Đức Chúa Trời, nguyện các dân ngợi khen Chúa! Nguyện muôn dân ca tụng Chúa! Các nước khá vui vẻ và hát mừng rỡ; vì Chúa sẽ dùng sự ngay thẳng mà đoán xét các dân, và cai trị các nước trên đất" (Thi thiên 67:4). Chúa ơi, nguyện Ngài được tôn kính với tư cách là Đấng quý hơn hết thảy mọi sự trong thế gian nầy. Bằng đôi tay run rẩy của chúng con ở trước ngôi của Đức Chúa Trời, bằng lòng tin vững chắc của chúng con trong ân điển của Ngài, chúng con xin cất tiếng và nghiêm túc nói rằng: vì Đức Chúa Trời là Đấng hằng sống, là tất cả những gì tôi cần, tôi sẽ không lãng phí cuộc đời...

trong danh Đức Chúa Jêsus Christ. A-men.

VỀ TÁC GIẢ

 John Piper là giáo sư và người sáng lập Desiring God, ông cũng là hiệu trưởng danh dự của Trường Cao đẳng và Chủng viện Bethlehem. Ông đã phục vụ với tư cách mục sư quản nhiệm Hội thánh Báp-tít Bethlehem trong vòng 33 năm tại thành phố Minneapolis thuộc tiểu bang Minnesota. Ông là tác giả của hơn 50 tựa sách, trong đó đã có các tựa sách được chuyển ngữ sang tiếng Việt gồm "Nhìn thấy và Say mê Jêsus Christ", "Vi-rút Corona và Đấng Christ" và "Đói khát Đức Chúa Trời".

MỤC VỤ TIÊN PHONG

Mục vụ Tiên Phong ra đời với khải tượng "chuyển ngữ và xuất bản tài liệu Cơ Đốc để rao truyền sự vinh hiển của Đức Chúa Trời vì sự vui mừng của người Việt, đặc biệt là qua sự chịu khổ, trong Đức Chúa Jêsus Christ".

Quyển sách Đừng lãng phí cuộc đời do Mục vụ Tiên Phong xin phép Nhà xuất bản Crossway chuyển ngữ sang tiếng Việt. Chính tựa sách và nội dung được truyền tải trong sách đã thôi thúc chúng tôi muốn gửi đến độc giả người Việt quyển sách nầy.

Quyển sách nầy không thể thay thế Lời Chúa và những tài liệu của Hội thánh mà quý con cái Chúa đang nhóm lại hàng tuần. Chúng tôi chỉ mong con cái Chúa sử dụng các tài liệu nầy để bày tỏ Phúc Âm của Đức Chúa Jêsus Christ cho gia đình, người thân, bạn bè và cộng đồng xung quanh.

Nếu bạn muốn biết làm thế nào để dâng hiến, hỗ trợ và nhận tin tức về các tựa sách khác mà Mục vụ Tiên Phong đang chuyển ngữ, xin hãy liên hệ chúng tôi bằng thư điện tử info@tienphong.org hoặc bạn có thể tìm đến trang điện tử www.tienphong.org để tải về và đọc các tài liệu miễn phí.

Chúng tôi chân thành biết ơn các anh chị em con cái Chúa đã tin tưởng hỗ trợ dự án tài liệu Cơ Đốc cho người Việt của Mục vụ Tiên Phong.

Xin Chúa dẫn dắt,

Mục vụ Tiên Phong

Printed in the USA
CPSIA information can be obtained
at www.ICGtesting.com
LVHW041300151023
761121LV00001BB/200